துணையெழுத்து

எஸ்.ராமகிருஷ்ணன்

தேசாந்திரி பதிப்பகம்

தேசாந்திரி பதிப்பக வெளியீடு: 57

துணையெழுத்து கட்டுரைகள்
எஸ்.ராமகிருஷ்ணன்

இரண்டாம் பதிப்பு: நவம்பர் 2024

தேசாந்திரி பதிப்பகம்,
டி-1, கங்கை அப்பார்ட்மெண்ட்,
110, 80 அடி ரோடு, சத்யா கார்டன்,
சாலிகிராமம், சென்னை 600 093,
தொலைபேசி: 044 23644947.
விலை: ரூ.350

Thunaiyezhuthu - Essays
S.Ramakrishnan ©

Second Edition: Nov 2024, Pages: 312
Size: Demy 1x8, Paper: 18.6 kg maplitho

Published by :
Desanthiri Pathippagam
D-1, Gangai Apartments,
110, 80-Feet Road, Satya Garden, Saligramam,
Chennai - 600 093, Ph: 044 2364 4947
Email : desanthiripathippagam@gmail.com
www.desanthiri.com

ISBN: 978-93-87484-57-3
Wrapper & Book Design: Manikandan
Printed by: Ramani Print Solution, Chennai.

Price: Rs. 350

 # எஸ். ராமகிருஷ்ணன்

எஸ். ராமகிருஷ்ணன், விருதுநகர் மாவட்டம் மல்லாங்கிணறு கிராமத்தில் 1966இல் பிறந்தார். முழுநேர எழுத்தாளரான இவர் தற்போது சென்னையில் வசிக்கிறார்.

சிறுகதைத் தொகுப்புகள்: எஸ். ராமகிருஷ்ணன் கதைகள், நடந்து செல்லும் நீரூற்று, பதினெட்டாம் நூற்றாண்டின் மழை, அப்போதும் கடல் பார்த்துக்கொண்டிருந்தது, நகுலன் வீட்டில் யாருமில்லை, புத்தனாவது சுலபம், வெளியில் ஒருவன், காட்டின் உருவம், தாவரங்களின் உரையாடல், வெயிலைக் கொண்டு வாருங்கள், பால்ய நதி, மழைமான், குதிரைகள் பேச மறுக்கின்றன. காந்தியோடு பேசுவேன், நீரிலும் நடக்கலாம், என்ன சொல்கிறாய் சுடரே.

நாவல்: உபபாண்டவம், நெடுங்குருதி, உறுபசி, யாமம், துயில், நிமித்தம், சஞ்சாரம், இடக்கை, பதின்.

கட்டுரைத் தொகுப்புகள்: விழித்திருப்பவனின் இரவு, இலைகளை வியக்கும் மரம், என்றார் போர்ஹே, கதாவிலாசம், தேசாந்திரி, கேள்விக்குறி, துணையெழுத்து, ஆதலினால், வாக்கியங்களின் சாலை, சித்திரங்களின் விசித்திரங்கள், நம் காலத்து நாவல்கள், காற்றில் யாரோ நடக்கிறார்கள், கோடுகள் இல்லாத வரைபடம், மலைகள் சப்தமிடுவதில்லை, வாசகபர்வம், சிறிது வெளிச்சம், காண் என்றது இயற்கை, செகாவின் மீது பனி பெய்கிறது, குறத்திமுடுக்கின் கனவுகள், என்றும் சுஜாதா, கலிலியோ மண்டியிடவில்லை, சாப்ளினுடன் பேசுங்கள், கூழாங்கற்கள் பாடுகின்றன, எனதருமை டால்ஸ்டாய், ரயிலேறிய கிராமம், பிகாசோவின் கோடுகள், இலக்கற்ற பயணி, செகாவ் வாழ்கிறார், ஆயிரம் வண்ணங்கள்.

திரைப்பட நூல்கள்: பதேர் பாஞ்சாலி—நிதர்சனத்தின் பதிவுகள், அயல் சினிமா, உலக சினிமா, பேசத்தெரிந்த நிழல்கள், இருள் இனிது ஒளி இனிது, பறவைக் கோணம், சாமுராய்கள் காத்திருக்கிறார்கள்.

குழந்தைகள் நூல்கள்: கால் முளைத்த கதைகள், ஏழு தலைநகரம், கிறுகிறு வானம், லாலிபாலே, நீளநாக்கு, தலையில்லாத பையன், எனக்கு ஏன் கனவு வருது, காசுகள்ளன், பம்பளாபம், சிரிக்கும் வகுப்பறை, அக்கடா.

உலக இலக்கியப் பேருரைகள்: ஆயிரத்தொரு அரேபிய இரவுகள், ஹோமரின் இலியட், ஷேக்ஸ்பியரின் மெக்பத், ஹெமிங்வேயின் கடலும் கிழவனும், தஸ்தாயெவ்ஸ்கியின் குற்றமும் தண்டனையும், லியோ டால்ஸ்டாயின் அன்னா கரீனினா, பாஷோவின் ஜென் கவிதைகள்.

வரலாறு: எனது இந்தியா. மறைக்கப்பட்ட இந்தியா.

நாடகத் தொகுப்பு: அரவான், சிந்துபாத்தின் மனைவி, சூரியனைச் சுற்றும் பூமி.

நேர்காணல் தொகுப்பு: எப்போதுமிருக்கும் கதை, பேசிக்கடந்த தூரம்.

மொழிபெயர்ப்புகள்: நம்பிக்கையின் பரிமாணங்கள், ஆலீஸின் அற்புத உலகம், பயணப்படாத பாதைகள்.

தொகை நூல்: அதே இரவு அதே வரிகள் (அட்சரம் இதழ்களின் தொகுப்பு), வானெங்கும் பறவைகள்.

ஆங்கிலத்தில் வெளிவந்துள்ள நூல்கள்: Nothing but water, Whirling swirling sky.

இணையதளம்: www.sramakrishnan.com

மின்னஞ்சல்: writerramki@gmail.com

முன்னுரை

ஆனந்தவிகடனில் தொடராக வந்த கட்டுரைகளின் தொகுப்பே இந்நூல். என் வாழ்க்கை அனுபவங்களில் இருந்து உருவானவையே இக்கட்டுரைகள்.

சிற்றிதழ்களில் எழுதி வந்த எனக்கு ஆனந்தவிகடனே பெரும் வாசகப்பரப்பை உருவாக்கி தந்தது. துணையெழுத்து வெளியான நேரத்தில் எனக்கு ஏற்பட்ட அனுபவங்கள் மிகுந்த நெகிழ்ச்சியானவை. அவற்றை எழுதினால் இன்னொரு துணையெழுத்து புத்தகம் வெளியிட வேண்டும்.

மனிதர்கள் எத்தனை விதமானமனோபாவம் கொண்டவர்கள். ஒரு கணம் மகிழ்ச்சியாகவும், மறுகணம் துயரமாகவும் மாறும் மனம்தான் எவ்வளவு ஆச்சரியமானது. இது போன்ற எண்ணற்ற எண்ணங்களை நமக்குள் எழுப்புகின்ற இந்தக் கட்டுரைகள் என முன்னுரையில் விகடன் ஆசிரியர் பாலசுப்ரமணியன் அவர்கள் எழுதியிருந்தது முற்றிலும் நிஜம்.

துணையெழுத்தை தொடராக வெளியிட்டு கௌரவித்த ஆனந்தவிகடன் ஆசிரியர் பாலசுப்ரமணியம், ஸ்ரீனிவாசன், அசோகன். கண்ணன் மற்றும் இந்தத் தொடருக்கு சிறப்பான ஓவியங்கள் வரைந்த மருது ஆகியோருக்கும் இந்த நூலை சிறப்பாக உருவாக்கிய மணிகண்டனுக்கும் என் தீராத நன்றிகள்.

என்னை வழிநடத்தும் ஆசான்கள் எஸ். ஏ.பெருமாள், கவிஞர் தேவதச்சனுக்கும், என்னையும் எழுத்தையும் நேசிக்கும் அன்பு மனைவி சந்திரபிரபா, பிள்ளைகள் ஹரி மற்றும் ஆகாஷ் இருவருக்கும் இதை வெளியிடும் தேசாந்திரி பதிப்பகத்திற்கும் அன்பும் நன்றியும்.

மிக்க அன்புடன்
எஸ்.ராமகிருஷ்ணன்
டிசம்பர் 7, 2018.

பொருளடக்கம்

1. பொம்மைக் காட்சி — 9
2. முத்திரையிடப்பட்ட நாட்கள் — 14
3. சாயங்களில் ஒளிந்திருக்கிறார்கள் — 20
4. கல்லில் உறைந்த புன்னகை — 28
5. காணாமல் போவது எப்படி? — 33
6. ஒரு கொத்து சாவிகள் — 41
7. நதியிலொரு கூழாங்கல் — 47
8. கோல் போஸ்ட் — 53
9. வெப்போர் — 58
10. வேலையில்லாதவனின் பகல் — 64
11. உயிரோசை — 69
12. கடவுளின் சமையற்காரன் — 74
13. இனி நாம் செய்யவேண்டியது என்ன? — 80
14. நிறமில்லாதொரு குடும்பம் — 86
15. ஹிரண்ய ஸ்நேகம் — 91
16. அன்பின் விதைகள் — 97
17. குட்டிச்சுவர் ஞானம் — 103
18. சாக்பீஸ் ருசி — 108
19. உப்பில்லாத கடல் — 113
20. முதலில் காதல் வரும்... — 118
21. பிழைதிருத்தம் — 123
22. உறுபசி — 129
23. காற்று எழுதிய காவியம் — 135
24. மருத்துவமனைப் பழங்கள் — 142

25.	காதற்ற ஊசி	147
26.	பெயரில் என்ன இருக்கிறது?	153
27.	நீரில் மிதக்கும் நினைவுகள்	158
28.	பனையடி நிழல்	164
29.	வளர்ப்பு மிருகங்கள்	169
30.	ஏரியின் கண்கள்	175
31.	வீட்டுச் செடிகள்	181
32.	நிழல் பேச்சு	187
33.	கனவின் தாழ்வாரம்	194
34.	ஸ்த்ரீபார்ட்	200
35.	எண்ணும் எழுத்தும்	206
36.	சொல்லாத சொல்	212
37.	மனக்குகை	217
38.	சப்தரேகை	223
39.	அன்று சொன்ன பொய்கள்	229
40.	பகல் வேஷம்	235
41.	நீர்க் கோலம்	241
42.	காகிதக் கத்தி	248
43.	பொங்குமாங்கடல்	254
44.	மயில்ராவணன்	260
45.	அகத்தனிமை	267
46.	இரவின் பாடல்	273
47.	கரை ஒதுங்கும் வார்த்தைகள்	279
48.	சிறு நுரை	286
49.	வெறுங்கோபம்	282
50.	முதற்கல்	298
51.	காலத்தின் சங்கீதம்!	304

பொம்மைக் காட்சி

கட்டில் என்பது கனவுகள் பூக்குமிடம் என்றால், கட்டிலின் அடியையக் கனவுகள் உதிர்ந்து கிடக்குமிடமென சொல்லலாமா? குழந்தைகள் இருக்கும் வீட்டில், கட்டிலின் கீழ்புறம் ரகசியக் குகைபோல விளையாட்டில் ஒளிந்துகொள்ளும் இடமாகவோ, காணாமல் போய்விட்டதாகத் தேடிச் சலித்த பொருட்கள் மறைத்து வைக்கப்பட்ட இடமாகவோ இருக்கும். தவழும் குழந்தையைப் பல நேரங்களில் வீடெங்கும் தேடிக் காணாதபோது, அது கட்டிலின் அடியில் உட்கார்ந்து கொண்டு, கையில் கிழித்த காகிதத்தை ரகசியமாக வாயிலிட்டுச் சுவைத்துக் கொண்டிருப்பதைக் கண்டிருக்கிறீர்கள்தானே?

வீட்டுக் கட்டிலின் அடியென்பது, கடலின் அடி ஆழத்தைப்போல ரகசியம் நிரம்பியது.

அதனடியில் குனிந்து தேடும்போதெல்லாம் ஏதோ பொருட்கள் கைவசமாகின்றன. சில

நாட்களுக்கு முன்பு மேஜையின் சாவிக் கொத்தைக் காணாமல் தேடுவதற்காகக் கட்டிலின் அடியில் தவழ்ந்து சென்றபோது, கையில் விளையாடிச் சலித்துப்போய் குழந்தை தூக்கியெறிந்த பொம்மையொன்று அகப்பட்டது. தலை கழற்றி வீசப்பட்டு, உடல் மட்டுமிருந்த அந்த பொம்மை, பல நாட்களாகக் கட்டிலின் அடியிலேயே கிடந்திருக்கக்கூடும். அதன் வெளிறிய மஞ்சள் நிற ரப்பர் உடல் கன்னிப் போயிருந்தது. பொம்மை என்றபோதும் தலையற்ற உடல் மனதை ஏதோ செய்தது. பெண் பொம்மையாக இருந்தது வேறு துயரத்தை அதிகப்படுத்தியது.

பழுப்பு மஞ்சள் நிறத்திலிருந்த அந்த பொம்மை, புதிதாக வாங்கிய நாளில் இரட்டை சடையணிந்ததாக, ரோஸ் நிற கவுனும் புள்ளியிட்ட ஊதா நிற பனியனும் அணிந்து, பளிங்கு கண்களுடன், மிருதுவான தலைமுடியுடன் இருந்த காட்சி நினைவிலிருக்கிறது. பையன் அதை எப்போதும் தன் கையில் வைத்து இழுத்தபடியே திரிவான். அது அவனோடு சாப்பிடும், தூங்கும், பேசிக்கொள்ளும். எத்தனையோ இரவுகளில் உறங்கும்போது அவனிடமிருந்த பொம்மையை உருவி எடுத்தவுடன், சட்டென அவன் கண்விழித்துக் கத்தியழுவதைக் கண்டிருக்கிறேன். அடம்பிடித்த நேரத்தில் பொம்மையைக் காட்டிப் பலமுறை பையனுக்குச் சோறு ஊட்டியிருக்கிறோம். பொம்மை சாப்பிட்டுவிடும் என நிஜமாக நம்பி அதன் கண்களையே பார்த்துக்கொண்டு இருப்பான்.

பெர்டோலூசியின் தி லாஸ்ட் எம்பரர் படத்தின் ஒரு காட்சி நினைவுக்கு வருகிறது. தனது தேசத்தை, அரண்மனையை, செல்வங்களை இழந்த சீன தேசத்தின் கடைசி வாரிசான இளவரசன், தனது சொந்த அரண்மனையிலேயே வேலையாளாக இருப்பான். அரண்மனையைச் சுற்றிப் பார்க்க வந்தவர்களிடம் அரண்மனையின் புராதனத்தைப் பற்றி விளக்கமாகச் சொல்வான். 'இவையெல்லாம் உனக்கு எப்படித் தெரியும்?' என்று பார்வையாளர்கள் கேட்டதற்கு, 'நான் தான் இந்த அரண்மனையின் இளவரசன்' என்று சொல்வான். அரண்மனையைப் பார்க்க வந்திருந்த சிறுவர்கள் நம்பமாட்டார்கள். அவர்களை நம்பவைப்பதற்காக, தான் சிறுவயதில் ஒளித்து வைத்த ஒரு பொம்மையைத் தேடி எடுத்துக்காட்டுவான். அந்த பொம்மை ஒன்று மட்டும்தான்,

அவன் இளவரசனாக வாழ்ந்ததற்கு சாட்சி. ஒவ்வொருவரின் பால்யத்தின் அடையாள மாக மிஞ்சியிருப்பது சில பொம்மைகள் மட்டும்தானோ?

எத்தனை முத்தங்கள், எத்தனை கொஞ்சல்கள். இத்தனையும் பகிர்ந்துகொண்ட பொம்மை, எப்படித் தலையறுபட்டு வீசப்பட்டுப் போனது? தலையற்ற பொம்மையைக் கையில் எடுத்து வந்து பையனிடம் காட்டியபோது கார்ட்டூன் சேனலிலிருந்து தலை திருப்பி, விருப்பமற்ற பொருளைக் கண்டவனைப்போல், "ஒரே குப்பை... வெளியே தூக்கிப் போடுங்கப்பா..." என்று நிதானமாகச் சொல்லிவிட்டு, பாப்பாயி ஷோவுக்குள் நுழைந்துவிட்டான்.

விருப்பம் கலைந்துபோகும்போது, மிஞ்சுவதெல்லாம் அவமதிப்பு மட்டும்தான் என்பதைத்தான் தலையற்ற பொம்மை காட்டுகிறதா? அவன் வளரும்போது, கூடவே வளராமல் போனதுதான் அந்த பொம்மை செய்த தவறா? எங்கிருக்கிறது இதன் தலை?

ஒவ்வொரு வீடும் தனக்கென சுத்தப்படுத்தப்பட முடியாத ஒரு மூலையைக் கொண்டிருக்கிறது. அடுப்படியிலோ, பாத்ரூம் அருகிலோ, மாடிப்படி அடியிலோ அந்த மூலையில் பயன்படுத்திச் சலித்த பொருட்கள் குவிந்து கிடக்கின்றன. பொம்மையின் தலையை அதற்குள் தேடத் துவங்கினேன். ஏதேதோ பொருட்கள் கைக்கு அகப்படுகிறதேயன்றி, பொம்மையின் தலை அகப்படவில்லை. சாக்குபையைக் கொட்டித் தேடினேன். இன்னொரு பொம்மையின் தலை உருண்டது. அதன் உடலைக் காணவில்லை. கையிலிருந்த உடலுக்கு இந்தத் தலையைப் பொருத்திப் பார்த்தபோது விபரீதமாயிருந்தது.

திடீரென கலிங்கத்துப் பரணியின் நினைவு எழுந்தது. போர்க்களத்தில் தலைவேறு, கால்வேறாக துண்டிக்கப்பட்ட சவங்களுக்கு நடுவே தன் மகனின் உடலைத் தேடிக்கொண்டிருக்கும் தாயைப் பற்றிய காட்சிகள் தோன்றின. எந்தத் தலை, எந்த உடலிலிருந்து துண்டிக்கப்பட்டது என அடையாளம் தெரியாதபடி வீழ்ந்து கிடக்கின்றன. இத்தனை தலைகளுக்குள் எது தன் மகனின் தலை? பிய்த்து எறியப்பட்டு,

சதையும் ரத்தமும் நிரம்பிக் கிடந்த யுத்தகளத்தில், ஒரு தாயின் கைகள் உடல்களைப் புரட்டிக்கொண்டே இருக்கின்றன. இறந்துபோன உடல்கள் யாவும் ஒன்றுபோலத்தானிருக்கின்றன. அது வேறு அவள் துக்கத்தை அதிகமாக்கிக் கொண்டிருக்கிறது. தலையை எதிரிகள் கொண்டுபோய் விட்டார்களா? யுத்தத்தில் தலைகளைக் கொய்து போய்ப் பரிசாகத் தருவதைப் போன்ற வன்முறை, உலகில் வேறு ஏதேனும் இருக்க முடியுமா என்ன? செத்துக் கிடக்கும் உடல்களைத் தின்பதற்காக, மரத்திலிருந்த வல்லூறுகளும் பேய்களும் காத்துக்கொண்டிருக்கின்றன. யுத்தம் எத்தனை தலைகளை வீழ்த்தியிருக்கிறது, எத்தனை உடல்கள் தலையற்றுக் கிடந்திருக்கின்றன.

தேடுவது பொம்மையின் தலைதான் என்றபோதும் மனது நிலைகொள்ள மறுக்கிறது. தட்டில் வைத்து, யோவானின் தலையைப் பரிசாகக் கேட்டவளின் காதல் நினைவில் வந்து போகிறது. துண்டிக்கப்பட்ட தலைகள் அவற்றுக்கென தனியான சரித்திரமுடையவை. தாமஸ்மானின் மாரிய தலைகள் நாவல், விக்கிரமாதித்யனின் தலை, பட்டியின் தலையோடு மாறிப்போனது, பரசுராமன் தகப்பனுக்காகத் தாயின் தலையைத் துண்டித்தது, தஸ்தாயெவஸ்கியின் இடியட் நாவலில் தலை துண்டிக்கப்படும் கில்லட்டின் தண்டனை பற்றிய வரிகள் - மனம் ஏதேதோ புத்தகங்களில், வரிகளில் மோதி மோதித் திரும்புகிறது.

விளையாட்டு முடிந்து மைதானத்திலிருந்து திரும்பி வந்த பையன், என்னைப் பார்த்தபடியே உள் அறைகளுக்குள் சென்று ஈரத்தில் ஊறியிருந்த பொம்மையின் தலையைக் கையில் எடுத்துக்கொண்டு வந்து தந்தான். தொலைத்த பொருட்கள் சிறுவர்களுக்கு மட்டும் சரியாகத் தெரிவது எப்படி? பொம்மையின் கண் இமை உதிர்ந்து போயிருந்தது. கேசமெங்கும் தண்ணீர் சொட்டுகிறது. பல நாட்கள் தண்ணீருக்குள் கிடந்திருக்க வேண்டும். அதன் தலையில் மண்ணும் ஈரமும் படிந்து, கேசம் உதிர்ந்துபோய் கபாலம் தெரிகிறது. மிருதுவான தலைமுடிகள் வெளிறிப் போய்ச் சிடுக்கேறியுள்ளன. எங்கேயிருந்தது எனக் கேட்டேன். தொட்டிச் செடிக்குள் கிடந்தது என்றபடி அவன் ரிமோட் கண்ட்ரோலைத் தேடிக்கொண்டிருந்தான்.

இத்தனை நாட்கள் ஒரு செடியோடு ஈரமண்ணில் முகம் புதையக் கிடந்திருந்ததால் முகத்தில் மண் கறையேறி செம்மை நிரம்பியிருந்தது. உடலோடு தலையைப் பொருத்திவிடலாம் என்று தலையைத் துடைத்துப் பொருத்திப் பார்த்தேன். தலை உடலோடு பொருந்த மறுக்கிறது. உடலை விட்டுத் துண்டிக்கப்பட்ட தலை விரிந்து போயிருந்தது. எனவே, உடலோடு பொருந்த மறுத்துச் சரிகிறது. தலை தனியாகவும் உடல் தனியாகவும் வைத்துக்கொண்டபடி செய்வதறியாமல் பார்த்தபடியே இருந்தேன்.

லைட்டைப் போடுவதற்காக அறைக்குள் வந்த பையன், கையிலிருந்த பொம்மையை வாங்கிக்கொண்டு வெளியேறிப் போனான். சில நிமிஷங்களுக்குப் பிறகு, அவன் குரல் என்னை அழைத்தது. எழுந்து போய்ப் பார்த்தபோது, பொம்மையின் ரப்பர் உடலுக்குள் மண்ணை நிரப்பிச் சிறிய செடியைச் சொருகியிருந்தான். "பொம்மைக்குப் புதுசா தலை முளைச்சிருக்கு... பாருப்பா!" என்றபடி அவன் சிரித்துக் கொண்டிருந்தான். சிறிய, பசிய இலைகள் காற்றில் ஆடிக்கொண்டிருந்தன. மண் தொட்டிகளோடு பொம்மையும் நின்றுகொண்டிருந்தது. அதன் அறுபட்ட தலை எங்கே என்று கேட்டேன். தெருவைக் காட்டினான். பாலிதீன் காகிதங்களுக்கு நடுவே தலை சலனமில்லாமல் வீழ்ந்து கிடந்தது. பார்க்க மனதில்லாமல் கண்களைத் திருப்பிக்கொண்டேன். பொம்மைகளின் உடலில் ரத்தம் ஓடுவதில்லை என்பதுதான் ஒரு பொம்மையைப் பொம்மையாக வைத்திருக்கிறதா? 'நீயும் பொம்மை, நானும் பொம்மை... நினைத்துப் பார்த்தால் எல்லாம் பொம்மை...' என்ற ஜேசுதாசின் பாடல் உங்களுக்குப் பிடிக்குமா? எனக்கு அந்தப் பாடல் பிடிக்கத் துவங்கிய நாள் அன்றுதான்!

■

2. முத்திரையிடப்பட்ட நாட்கள்

பல வருட காலமாக ஓர் அறையைத் தேடிக் கொண்டிருக்கிறேன். அந்த அறையை ஒரு முறையேனும் பார்த்துவிட வேண்டும் என்று ஆசை நீண்டுகொண்டேயிருக்கிறது. 'நம்பர் ஒன்று, சாலே மேன்ஷன், டக்கர்ஸ் லேன், தங்கசாலை' என்ற அந்த முகவரி மனதில் பதிந்து போயிருக்கிறது. சாலே மேன்ஷன் என்ற பெயரே இப்போதும் வசீகரமாக இருக்கிறது.

சென்னையில் பன்னிரண்டாயிரத்துக்கும் மேலாக மேன்ஷன்கள் இருப்பதாகச் சொன்ன நண்பருக்குக்கூட சாலே மேன்ஷனை விசாரித்து அறிந்து சொல்ல முடியவில்லை. காரணம், அந்த மேன்ஷன் இன்றில்லை. அது இடிக்கப்பட்டுவிட்டது. அங்கே வேறு கட்டடங்கள் உருவாகி விட்டன. ஆனால், அந்த

அறையில் இருந்த மனிதன், தன் எழுத்தின் மூலம் யாவற்றையும் சாஸ்வதமாக்கிப் போய்விட்டிருந்தான். நான் பார்க்க விரும்பிய சாலே மேன்ஷனின் ஒன்றாம் அறைவாசி புதுமைப்பித்தன்.

ரூம் நம்பர் 1, 254, அங்கப்ப நாயக்கன் தெரு, நம்பர் 5, கிருஷ்ணா கார்டன் தெரு, ஐஸ்ஹவுஸ் ரோடு, திருவல்லிக்கேணி, சூறாவளி ஆபீஸ் மவுண்ட் ரோடு, 48, புதுத் தெரு, மண்ணடி - இப்படி சென்னையிலேயே எத்தனை முகவரிகளில் வாழ்ந் திருக்கிறார் புதுமைப்பித்தன். இந்த அறைகள் யாவும் அவரது கடிதத்தில் பதிவாகியுள்ளன. இன்று சென்னையில் இந்த முகவரியில் உள்ள ஓர் அறைகூட இல்லை. மாறாக அவை யாவும் உருக்குலைந்தோ... இடிக்கப்பட்டோ போயிருக்கின்றன.

இத்தனை அறைகளிலும் என்னை மிகவும் நெருக்க முடையதாக்கியது தங்கசாலையிலுள்ள சாலே மேன்ஷன் அறை. தங்கசாலைத் தெரு - சென்ட்ரல் ரயில் நிலையத்தை ஒட்டி தெற்கு - வடக்காகச் செல்லும் வால்டாக்ஸ் சாலைக்கு இணையாக ஓடுகிற தெரு. இதை மிண்ட் என்றும் சொல்கிறார்கள். நெரிசலான, நீளமான, சிறியதும் பெரியதுமாகக் குடித்தனங்கள் நிரம்பிய வணிக வீதி.

வெள்ளைக்காரர்களின் காலத்தில் தங்கத்திலும் வெள்ளி யிலும் இந்தப் பகுதியில் நாணயங்கள் தயாரித்ததாகச் சொல்லிக் கொள்கிறார்கள். இன்று இந்தப் பகுதி முழுவதும் பாத்திரக் கடைகளும் பாத்திரங்கள் செய்பவர்களாலும் நிரம்பியிருக்கிறது. அந்தக் குறுகிய தெருக்களில் நுழைந்து வெளிப்படும்போது புதுமைப்பித்தனின் கடிதங்களில் உள்ள இருட்டறையின் வெது வெதுப்பும் நெரிசலும் நேரில் பரிச்சயமாகிறது.

எழுத்தாளனின் அறை கனவுகள் நிரம்பியது. விசித்திரமானது. அங்கே புத்தகங்களும் எழுதும் காகிதங்களும் ஒன்றிரண்டு உடைகளும் தவிர, வேறு பொருட்களுக்கு இடமில்லை. பகலை விடவும் நீண்டு செல்லும் இரவுப்பொழுதும், எப்போதாவது இலக்கிய சர்ச்சை செய்யும் நண்பர்களும் வந்து கூடும் இடமிது.

அவரது அறைக் குறிப்புகளாக நீளும் கடிதங்களில் அவரது நோய்மையும் காமமும் உறக்கமற்ற இரவுகளும் பதிவாகியுள்ளன. பசியை வெல்ல முடியாது, கிடைத்த நேரத்தில் கிடைத்த

உணவைச் சாப்பிட்டு வயிற்றுக் கோளாறு காரணமாக அறையில் பலவீனமாகிப் படுத்திருந்ததையும் பின்னிரவில் காமம் மெல்ல சுவர்களிலிருந்து பீறிட்டு படுக்கை முழுவதும் நிரம்பிட, சொப்பனத்தில் சுகித்ததைப் பற்றிய வரிகளும் அறைவாசிகளின் ஒளிவற்ற குரலாக உள்ளது.

புதுமைப் பித்தன் மேன்ஷன் வாசியாக வாழ விரும்பியவரில்லை. அவர் தன் மனைவி, குழந்தைகளோடு வாழ்வதற்கு மிகவும் ஆசைப்பட்டிருக்கிறார். ஒவ்வொரு கடிதத்திலும் தான் வீடு தேடிக்கொண்டிருப்பதாகவும் விரைவில் அவர்கள் தன்னோடு சேர்ந்து வாழப்போகிறார்கள் என்றும் மனைவிக்குத் தவறாமல் எழுதுகிறார். வீடு எடுத்துக்கொள்ள அவரைத் தடுத்தது பணம் மட்டுமல்ல, எதிர்பாராமை எனும் கொடுங்காற்றால் தொடர்ந்து அலைக் கழிக்கப்பட்டதால், அவரால் எந்த ஒரு வேலையிலும் நிரந்தரமாக இருக்க முடியவில்லை.

சங்ககாலம் தொட்டு கவிஞர்களும் கதாசிரியர்களும் வறுமையும் அங்கீகாரமின்மையும் தனிமையும் வேதனை நிரம்பிய வாழ்வும் கொண்டிருப்பதும் மரபாயிருக்கிறது. 'கவிதை எனக்குத் தொழில்' எனச் சொன்ன பாரதியே கவிஞனாக மட்டும் வாழ முடியவில்லை.

புதுமைப்பித்தன் சென்னைக்கு வந்த காலம், இலக்கியவாதிகளில் பலரும் பத்திரிகையாளர்களாக உருமாறிக்கொண்டிருந்த காலம். அப்பாவோடு சண்டையிட்டு ஊரை விலக்கி வந்த புதுமைப்பித்தனுக்கு, சென்னையின் ஆரம்பகால வாழ்வு எழுதுவதற்கு ஏற்றதாக இருந்தது. ஆனாலும் மனைவி, குழந்தைகளை ஊரில் விட்டுவிட்டுத் தனிமையான அறையில் இருந்த அவரது நாட்கள் கசப்பில் ஊறிக்கிடந்தபோது, அவரது மனத்துயரைப் பகிர்ந்துகொள்ள நகரில் எவருமே இல்லை. புதுமைப்பித்தன், தன் மனைவி கமலாவுக்குத் தினமும் ஒரு கடிதம் என நூற்றுக்கணக்கில் கடிதங்கள் எழுதியிருக்கிறார். இந்தக் கடிதங்கள் தொகுக்கப்பட்டுள்ளன. இவை ஓர் எழுத்தாளன் வாழ்ந்து அழிந்ததற்கான சாட்சி.

சாலே மேன்ஷனின் அறையை நீங்கள் பார்க்க விரும்புகிறீர்களா? அருகில் வந்து பாருங்கள். அந்த

அறையில் மெலிதாக மஞ்சள் நிற வெளிச்சம் இருக்கிறது. வெற்றிலைக் காவியேறிய பற்களும் பனியனும் மெலிந்த உடலோடும் புதுமைப்பித்தன் தனது ஷெ பர்ஸ் பேனாவால் எழுதிக்கொண்டிருக்கிறார். அவரது கையிலிருந்த காகிதத்தில் பேனா நடுக்கத்துடன் எழுதிக்கொண்டிருக்கிறது. 'குழந்தைக்கு உடல் நலமில்லை, கையில் பணம் இல்லை. உடனே வந்து போகவும்' என மனைவி எழுதியிருந்த கடிதத்தை ஒரு நாளைக்குள் பத்து முறைக்கும் மேலாகப் படித்துவிட்டார். வார்த்தைகளால் ஆறுதல் சொல்வதைத் தவிர, வேறென்ன செய்து விட முடியும் எழுத்தாளனால். 'ஆருயிர் கண்ணாளாவுக்கு' எனத் தன் மனைவி கமலாவுக்கு எழுதிய கடிதத்தில், 'விதி என்னைக் குப்புறத் தள்ளிவிட்டு, ஜெயித்துவிட்டதாகக் குதூகலம் கொள்கிறது. நிஜத்தில் ஜெயித்துவிட்டதா என்று போகப் போகத்தான் தெரியும்!' என்று வரிகள் நீள்கின்றன.

புதுமைப்பித்தன் ஒரு இரவில் அலுவலகத்திலிருந்து திரும்பவந்து படுக்கையில் கடந்தபோது, மனைவி கதறி அழுவதுபோல கனவு வந்து எழுந்துகொண்டார். குழந்தையின் முகம் கைதொடும் தூரத்தில் தெரிந்தது. தான் ஊருக்குப் புறப்படும் நாளில் குழந்தை தன் உதட்டில் சிரிப்பைப் பிடிச்சா காட்டுவதுபோல ஒளித்து கொண்டது நினைவுக்கு வந்தது. தான் எழுதி முடித்த கடிதத்தை உடனே தபாலில் சேர்க்க வேண்டும் என்ற ஆவல் அதிகமாகி, எழுந்து இரவோடு இரவாகக் கடிதத்தைத் தபாலில் போட்டு வருகிறார்.

நகரில் பெல்ஜியம் சர்க்கார் தோற்றுப்போனதாகத் தகவல் வந்து தங்கம் விலை கிடுகிடுவென ஏறிக்கொண்டு இருக்கிறது. உலக யுத்தத்தில் பிரிட்டிஷ் சர்க்கார் தோற்று, ஜெர்மானியர்கள் வென்றுவிடுவார்கள் என்ற சந்தேகம் பெருகிக்கொண்டே இருக்கிறது. தங்க சாலை வழியாக நடந்து போகும்போது கடைகளில் பதற்றமான முகங்கள் தெரிகின்றன. மனைவியிடம் இருந்து மறுநாள் வரப்போகிற கடிதத்தைப் பற்றி நினைத்துக்கொண்டே உறங்கச் செல்கிறார். இரவில் உறக்கமும் கூடவில்லை.

மறுநாள் காலை மனைவியிடமிருந்து கடிதம் வருகிறது. அவரது பெண் குழந்தை குஞ்சு, இறந்துபோய்விட்ட செய்தி. வேதனையும் துக்கமுமாக அறையில் வீழ்ந்து கிடக்கிறார்.

அறைக்குள் வந்த பகல் வெளிச்சம் கண்களை உறுத்துகிறது. சமாதானம் செய்வதற்கு நண்பர்கள்கூட இல்லாத தனிமை. எழுதுவது மட்டும்தான் ஒரே மன ஆறுதல். குழந்தையின் சாவு ஏற்படுத்திய துயரத்தை மறைத்தபடி மனைவியைச் சமாதானப்படுத்த கடிதத்தை எழுதுகிறார். அந்தக் கடிதம் எழுத எழுத உடல் நடுங்குகிறது. வார்த்தைகள் தடுமாறுகின்றன. மனம் நிலைகொள்ள மறுக்கிறது.

துயரங்கள் யாவும் கடந்து போய்விடும். தான் எழுத்துலகின் பிரதானியாகிவிடுவோம் என்ற நம்பிக்கை புதுமைப்பித்தனுக்கு வலுவாக இருந்திருக்கிறது. காலம் அவரை நோய்மையுறச் செய்து, பூனாவுக்கும் சென்னைக்குமாக அலைக்கழிக்கிறது. புதுமைப்பித்தன் க்ஷயரோகத்தால் பாதிக்கப்பட்டு, உருக்குலைந்து ரயிலில் பயணம் செய்யக்கூட உடலில் சக்தியின்றி வாயை மூடிக்கொண்டு இருமியபடி, மனைவியின் ஊரான திருவனந்தபுரத்துக்குச் செல்கிறார். பின் சென்னை திரும்பவே இல்லை.

இன்றைக்கும் எழும்பூர் ரயில் நிலையத்தினுள் ரயில் வந்து நிற்கும்போதெல்லாம் மனம், தானே காலத்தின் பின்னே போய்விடுகிறது. இதே ரயில் நிலையத்தில் எத்தனை கலைஞர்கள், படைப்பாளர்கள் வந்திறங்கி இருக்கிறார்கள்?

அவர்களில் அறியப்பட்ட ஒரு சிலரைத் தவிர, மற்றவர்கள் எங்கே ஒளிந்து விட்டார்கள்? கல்வெட்டைவிடவும் தொன்மையானது ரயில் நிலையப் படிக்கட்டுகள். அதில் பதிந்துள்ள பாத வரிகளைப் படிப்பதற்கு இன்றும் வழியில்லை.

ஏதோ அறைகளில் தங்கித் தங்கள் ஊரை மறந்து, வீட்டை மறந்து, பசியை ஜெயிக்க முடியாமல் அதற்குத் தன் கனவுகளைத் தின்னக் கொடுத்துவிட்டு, நகரின் இருட்டுச் சந்துகளுக்குள் வெளியேற வழியில்லாமல் வாழ்ந்து வருபவர்கள் எத்தனையோ பேரை இந்த நகரம் கண்டிருக்கிறது.

நகரம் ஒரு சூதாட்ட பலகையைப்போலச் சுற்றிக்கொண்டே இருக்கிறது. ஒவ்வொருவரும் எதையோ இதன் முன்வைத்து சூதாடத் துவங்குகிறார்கள். சுழலும் வேகத்தில் கைப்பொருட்கள் காணாமல் போகின்றன.

புதுமைப்பித்தனின் இடிந்துபோன அறையை நாம் எளிதில் கடந்து போய்விட முடியும். ஆனால், அவரது துயரமிக்க வாழ்வுக்கு எவரால் சமாதானம் சொல்ல இயலும்? அந்த அறையைத் தேடியலையும்போது நகரில் எத்தனையோ எழுத்தாளர்கள் வாழ்ந்த இடங்கள், சந்தித்த நண்பர்கள், பகிர்ந்துகொண்ட கடிதங்கள், வெளியிட்ட பதிப்பகங்கள் யாவும் புறக்கணிக்கப்பட்ட நிலையில் இருந்த நிஜம் புரிந்தது.

லண்டனில் ஒவ்வொரு எழுத்தாளன், இசைக் கலைஞன், நாடகாசிரியன் பிறந்த, வாழ்ந்த, பணியாற்றிய இடத்துக்கும் சிறப்பாக அடையாளக் குறிகள் இடப்பட்டு, அந்தந்த தெருக்களில் பெயர்ப் பலகைகள் இருப்பது பெருமைக்குரியதாக இருக்கிறது.

தமிழ்நாட்டில் முக்கியமான எழுத்தாளர் ஒருவருக்குக்கூட முறையான வாழ்க்கை சரித்திரமே எழுதப்படாத சூழலில், இதுபோன்ற கனவுகளைக் கண்டு வருவது சாத்தியமற்றது என்றாலும் நானும் ஓர் எழுத்தாளன் என்ற முறையில் இதுபோன்ற வீண் கனவுகளை வளர்த்துக்கொண்டு வருவது தவிர்க்க முடியாததுதானோ?

3. சாயங்களில் ஒளிந்திருக்கிறார்கள்

உங்கள் முகத்தை நீங்கள் கண்ணாடியில் பார்க்கும்போது, நீங்கள் மட்டும் தெரிகிறீர்களா... அது நிஜமில்லை!

நம்ப மறுக்கிறீர்களா? ஒவ்வொருவரின் முகத்திலும் உங்கள் குடும்பத்தில் உள்ள எவரின் ஜாடையோ, அங்க அமைப்புகளோ புதைந்திருக்கின்றன. நீங்கள் தூங்கும்போது யாரையோ நினைவுபடுத்தித் தூங்குகிறீர்கள். உங்களைப்போலவே கால்களை மடக்கிக்கொண்டோ, குப்புறப்படுத்துக் கொண்டோ உறங்குபவர், உங்கள் மூதாதையர்களில் ஒருவர் இருக்கக்கூடும். இதுபோலவே நீங்கள் சாப்பிடும் பழக்கம், உங்கள் சிரிப்பு, உங்கள் கோபம், உங்களது பேச்சு - இப்படி ஒவ்வொன்றிலும் வீட்டின் ரத்தசாயல்

ஓடிக்கொண்டிருக்கிறது. அதிலும் பெண்ணாக இருந்தால் சந்தோஷத்திலும் கோபத்திலும் தாயின், சகோதரிகளின் ஜாடை மிளிர்வதைக் காண முடியும்.

எந்த முகமும் தனித்துவமானதல்ல. அது ஏதோவொன்றின் சாயலைக் கொண்டிருக்கிறது. யாருடைய சாயல் என்று உங்களுக்குப் பரிச்சயமில்லாமல் இருக்கக்கூடும். ஒரு குடும்ப நிகழ்வில் எவரோ ஒருவர், உங்களது கண்கள் தாத்தாவின் கண்களைப்போலவே இருப்பதாக அடையாளம் சொல்லும் போது, நீங்கள் காலத்தின் பின் போய்விடுவதை உணர்ந்திருக் கிறீர்களா?

ருஷ்ய கதையாசிரியர் ஆன்டன் செகாவின் கதையொன்றில், ஒரு பெண் எப்போதும் ஒரு அலங்காரச் சித்திரமுள்ள வட்டவடிவக் கண்ணாடியைக் கையில் வைத்துக்கொண்டே இருப்பாள். அவள் உறங்கும்போதுகூட அந்தக் கண்ணாடி தலையணையின் அடியிலேயே இருக்கும். அதை வேறு எவரும் பார்ப்பதற்கு அவள் அனுமதிப்பதே இல்லை. வயது அதிகமாக அதிகமாக, அவள் தனிமையில் எப்போதும் கண்ணாடியைப் பார்த்தபடியே எதையோ யோசனை செய்து கொண்டிருப்பாள். முதுமை அவள் கூந்தலை நரைக்கச் செய்தது. உடல் பலவீனமாகிப் படுக்கையில் வீழ்ந்தாள். அப்போதும் அவள் கைகளில் இருந்த கண்ணாடி அகலவேயில்லை. ஒரு நாள் உறக்கத்திலேயே இறந்து போயிருந்தாள்.

வீட்டில் இருந்த அவளது வேலைக்காரிகளில் ஒருத்தி, ஒரு முறையாவது அந்த வட்டக் கண்ணாடியில் தனது முகத்தைப் பார்க்க வேண்டும் என ரகசிய ஆசை கொண்டிருந்தாள். இறந்துபோன எஜமானியின் படுக்கையிலிருந்த கண்ணாடியை எடுத்துத் தனது முகத்தைப் பார்த்தபோது ஆச்சரியமாக இருந்தது. காரணம், அந்தக் கண்ணாடி காண்பவர்கள் எந்த வயதிலிருந்தாலும் அவர்களது இளமைக் காலத்தின் வனப்பான தோற்றத்தை மட்டுமே காட்டக்கூடியதாகயிருந்தது. வேலைக்காரியால் நம்ப முடியவில்லை. தனது எஜமானனை அழைத்துக் காட்டினாள். அவனுக்கும் இளமையான முகமே கண்ணாடியில் தெரிந்தது. இத்தனை காலம் தன் மனைவி இளமைக் காலத்தின் வனப்புமிக்க முகத்தை மட்டுமே பார்த்துக்

கொண்டிருந்திருக்கிறாள் என்பது ஆச்சரியமாகயிருந்தது. அதேநேரம் வேதனையாகவும் இருந்தது.

இந்தக் கதை எழுதப்பட்டு நூற்றாண்டுகளைக் கடந்துவிட்ட போதும் இன்றும் மனதின் அடியாழத்தில் புதைந்துள்ள ஆசையின் வெளி வடிவமாகவே உள்ளது.

நாம் கடந்து செல்லும் முகங்களின் வழியாக யார் யாருடைய சாயலையோ நினைவுபடுத்திக் கொள்கிறோம். சில தெய்வங்கள்கூடப் பரிச்சயமான ஒரு முகத்தின் சாயலையே கொண்டிருக்கின்றன. திப்பு சுல்தானின் சித்திரத்தைக் காணும் போது, எனது தெருவிலிருந்த டெய்லர் அன்சாரியின் முகச் சாடையிருக்கிறது. பீதோவனின் காதோரத்தில் அடர்ந்துள்ள ரோமங்களைக் காணும்போது, பள்ளியில் இருந்த பி.டி. மாஸ்டர் கேசவனை நினைவுபடுத்துகிறார். ஒரு முகத்தின் வழியாக இன்னொரு முகம் நினைவுக்கு வருவது சுவாரஸ்யமில்லையா? எதையும் நினைவுபடுத்தாத முகம் எளிதில் மறக்கப்பட்டுவிடும்.

சில வாரங்களுக்கு முன்பு மதுரைக்குப் போவதற்காக ரயிலில் பயணம் செய்து கொண்டிருந்தேன். எதிரிலிருந்த இருக்கையிலிருந்தவன், பயணம் துவங்குமிடத்திலிருந்து என்னைப் பார்த்தபடியே வந்து கொண்டிருந்தான். அவனோடு அவன் மனைவியும் பள்ளிப் பருவ மகளும் இருந்தார்கள். அவன் என்னோடு எதையோ பேச விரும்புகிறான் என்பது அவன் கண்களிலேயே தெரிந்தது. பொதுவாகப் பயணத்தில் ஏற்படும் சிநேகம் சில மணி நேரங்களில் உதிர்ந்துவிடக்கூடியது. பரஸ்பரத் தகவல்கள் பரிமாற்றங்களை மட்டுமே கொண்டது. எனக்கு அதில் பெரிய விருப்பமேதுமில்லை.

நான் அவனுக்குக் கொஞ்சமும் பரிச்சயமில்லாத போர்ச்சுகல் நாவலாசிரியரான ஜோஸ் சரமாங்கோவின் 'தி ஸ்டோன் ராப்ட்' நாவலை எடுத்து வாசிக்கத் துவங்கினேன். ரயில் செங்கல்பட்டை நெருங்கியதும் அவன் என்னிடம் "காபி வேண்டுமா?" என்று கேட்டுவிட்டுச் சிரித்தான். நான் "விருப்பமில்லை" என்றதும் கீழே இறங்கி நின்று என்னையே பார்த்துக்கொண்டிருந்தான். பிறகு அவன் மனைவியிடம் என்னைக் காட்டி ஏதோ சொன்னான். ரயில் புறப்பட்டு வேகமெடுக்கத் துவங்கியது. நான் புத்தகத்தைக்

கீழே வைத்துவிட்டு, பையிலிருந்த பிஸ்கட்டை வெளியே எடுக்கும்போது அவன் என்னிடம் கேட்டான்.

"உங்கள் இடது கண்ணில் இமைக்கு மேலாக ஒரு தழும்பு உள்ளதே, அது அடிபட்டதா?" புரியாதவனாக "ஆம்" எனத் தலையாட்டினேன். அவன் கடகடவெனச் சொல்லத் துவங்கினான்.

"கல்லெறிபட்டு ஏற்பட்ட காயம்தானே... இது ஏற்பட்டு இருபது வருஷமிருக்கலாமில்லையா? விளையாடும்போது ஏற்பட்டதுதானே, அடிபட்ட நேரம் மதியமில்லையா?"

எனது பன்னிரண்டு வயதில் ஏற்பட்ட காயத்தைப் பற்றி இத்தனை துல்லியமாக ஒருவன் விவரிப்பதைக் கேட்கக் கேட்க ஆச்சரியமாகயிருந்தது. இவன் ஒருவேளை சாமுத்ரிகா லட்சணம், ஜோசியம் எதுவும் படித்தவனாகயிருப்பானோ... எப்படி இதையெல்லாம் சரியாகச் சொல்கிறான் எனத் திகைப்போடு பார்த்துக்கொண்டிருந்தேன். அவன் சிரிப்போடு சொன்னான் -

"உன்மேல அந்தக் கல்லை எறிஞ்சுட்டு ஓடின ரவியை ஞாபகமிருக்கா? அது நான்தான்!"

அடுத்தடுத்த ஆச்சரியங்களை அவன் எனக்காக வைத்திருந்தான்.

எனக்கு அவன் முகம் நினைவுக்கு வரவில்லை. விடுமுறைக்கு பாட்டியின் ஊருக்குப் போனபோது, அங்கேயிருந்த மைதானத்தில் கால்பந்து விளையாடும்போது ஏற்பட்ட சச்சரவில் விளையாடிக்கொண்டிருந்த ஒருவன், அருகில் கிடந்த கல்லை எடுத்து என்மீது வீசிவிட்டு ஓடியது மட்டுமே நினைவிலிருக்கிறது. ரத்தம் கண்ணில் கொப்பளித்துக் கன்னத்தில் வடிந்து, கழுத்தெல்லாம் இறங்கி ஓடி மயங்கி விழுந்தேன். அவன் மைதானத்தைவிட்டு ஓடிவிட்டான். என்னை மருத்துவமனைக்கு தூக்கிச் சென்று நான்கு தையல் போட்டார்கள். அந்தப் பையனின் பெயர் ரவி என்பதும் சென்னையிலிருந்து விடுமுறைக்கு வந்திருப்பவன் என்றும் தெரிந்தது. காயம் குணமாகி வந்த பிறகு, அவனை எப்படியாவது

அடிக்க வேண்டும் என்று பல முறை அவன் வீட்டைச் சுற்றிச் சுற்றி வந்தேன். ஆனால், அவன் எனக்கு அடி பட்ட மறு நாள் கிளம்பித் தன் ஊருக்குப் போய்விட்டிருந்தான்.

இவ்வளவு நாட்களுக்குப் பிறகு மனதில் உருவம்கூடத் தங்காது போய்விட்ட ரவியைத் திரும்பப் பார்த்தபோது ஆச்சரியமாயிருந்தது. என் மனதில் காக்கி நிற டவுசரும் மஞ்சள் பனியனும் அணிந்த சிறுவன் ரவியின் தோற்றம் நிழலைப்போலப் பதிந்து போயிருக்கிறது. இப்போது என்முன் இருப்பவன் நாகரிகமாக உடைகள் அணிந்திருக்கிறான். தலைமுடி கொட்டிப்போய், கன்னங்கள் பருத்திருக்கின்றன. குள்ளமாகயிருந்தான்.

இத்தனை நாட்களுக்குப் பிறகு, என்னைக் காயப்படுத்தியவன், எதற்காக என்னோடு பேச விரும்புகிறான் என்பதுபோல அவனைப் பார்த்துக்கொண்டேயிருந்தேன். அவன் தன் மனைவி, குழந்தையிடம் என்னை அறிமுகப்படுத்தினான். "இவன்மேல் நான்தான் கல்லெறிஞ்சேன்!"

அவர்கள் புரியாதவர்களாக என்னைப் பார்த்துக் கொண்டிருந்தார்கள். ரவியின் மகள் என்னை வியப்போடு பார்த்தபடி அப்பாவிடம் கேட்டாள் - "உங்ககூடப் படிச் சாராப்பா?"

"இல்லைடா, விளையாடுறப்போ அப்பா, அவர்மேல் கல்லை எறிஞ்சிட்டேன்."

நான் அவனது சிரிப்பை கவனித்தபடியே இருந்தேன். அவன் என்னை மறக்கவே இல்லை. இத்தனை வருடங்களுக்குப் பிறகும் நினைவில் வைத்திருக்கிறான். அவனுக்கு இப்போதும் பள்ளி வயதிலிருந்த எனது முகமே நினைவில் பதிந்திருக்கிறது. ஒருவேளை அவன் பல காலம் என் பால்ய முகத்தை அப்படியே நினைவில் புத்துரு மங்காமல் வைத்திருந்திருக்கக் கூடும். தனது விசிட்டிங் கார்டைத் தந்துவிட்டு, என்னை அவசியம் வீட்டுக்கு வரவேண்டும் என்று அன்போடு அழைத்தான். எனக்கு அவனோடு என்ன உறவு கொள்வது என்றே தெரியவில்லை. அவன் என் விரோதி இல்லையா? அவனை அடிக்க வேண்டும் என்று எத்தனை நாட்கள் பொருமி இருக்கிறேன்? பால்ய வயதில்

ஏற்படும் அவமதிப்புகள், காயங்கள் எளிதில் ஆறிவிடுவதில்லை. ஆனாலும் இன்று என் முன் அமர்ந்திருப்பவன் அன்போடும் இன்சொற்களோடும் இருக்கிறானே... இவனோடு எப்படி நடந்து கொள்வது? அவன் மிகுந்த தயக்கத்துடன் கேட்டான்.

"அந்த வடுவை நான் தொட்டுப் பார்க்கலாமா?"

தலையாட்டினேன். அவன் விரல்கள் என் இமையை ஒட்டியிருந்த வடுவை மெதுவாகத் தொட்டுப் பார்த்தன. அதைத் தடவியபடியே கேட்டான்.

"ரொம்ப ஆழமா காயம்பட்டிருச்சு இல்லையா? வலிச்சதா, ரத்தம் ரொம்ப கொட்டிருச்சா?"

ஆச்சரியமாயிருந்தது. எதற்காக அவன் என் நெற்றியிலிருந்த காயத்தைத் தொட்டுப் பார்க்க ஆசைப்பட்டான்? தொடும்போது அவன் கண்கள் என்னை நிமிர்ந்து பார்க்கத் தயங்கியது எதற்காக? அவன் என் காயத்தைத் தெரிந்து கொள்வதால் என்ன நடந்துவிடப் போகிறது? இப்போது ஒரு நிமிஷத்தின் முன்பாக அடிபட்ட காயத்தைப் பற்றி விசாரிப்பதைப்போல, அவன் ஒவ்வொன்றாகக் கேட்டுக்கொண்டு இருந்தான். நான் பதிலேதும் பேசவில்லை. அவன் மௌனமாகத் தன் கையை வடுவிலிருந்து எடுத்துவிட்டுச் சொன்னான்.

"ஸாரிடா."

எனக்கு அவனைப் பார்க்க வியப்பாகயிருந்தது. அவன், தன் பால்ய நாட்களைக் கடந்து வரவே இல்லை. அவனுக்குள் இப்போதும் ரத்தம் வடிந்த அந்த மதியமும் வீட்டுக்கு ஓடிப் பதுங்கிக்கொண்டு வீட்டாரிடம் அடிவாங்கிய நாளும் அப்படியே நுனிகூடக் கசங்காமல் புதுசாயிருந்தது. அவன் எனது பால்யத்தோடு ஏற்பட்ட பிணக்கைச் சரிசெய்து கொள்ள விரும்புகிறான். அதற்காக இத்தனை வருடங்களுக்குப் பிறகு மன்னிப்புக் கேட்கிறான். அவன் மனைவி ஒரு ஆரஞ்சு பழத்தை உரித்து அவனிடம் கொடுத்தாள். ஒரு சுளையை என்னிடம் தந்து சாப்பிடச் சொல்லியபடி சொன்னான்.

"மனசுல வெச்சுக்கிடாதடா, நாம ஃப்ரெண்ட்ஸ்."

ஆரஞ்சு பழத்தைச் சாப்பிடத் துவங்கினேன். அவனது மகள் எங்களைப் பார்த்துக்கொண்டிருந்தபோது, நாங்கள் இருவரும் பள்ளி வயதில் அடித்துக்கொண்டு திரும்பவும் நட்போடு கூடிய இரண்டு சிறார்களைப்போல உருமாறி இருந்தோம். அவனது வேலை, குடும்பம், பதவி என எதை எதையோ பேசிக்கொண்டே வந்தான். உறங்கப் போவதற்கு முன்பாக அவன் என்னிடம் கைகுலுக்கிக் கொண்டான்.

நான் படுக்கையில் படுத்துக்கொண்டபடி, எனது வடுவை நானே தடவிப் பார்த்தபடியிருந்தேன். ஒரு விஷயம் மனதில் உறைத்தது. எனது காயத்துக்குள்ளாக இத்தனை வருஷம் ரவி ஒளிந்து கொண்டிருக்கிறான். அப்படியானால், நம் உடலில் உள்ள ஒவ்வொரு வடுவுக்குப் பின்னும் அதை உண்டாக்கிய ஒருவன் இருக்கிறானில்லையா? நம் தழும்புகளைத் தடவிப் பார்த்துக்கொள்ளும்போது, வருடங்கள் கடந்த பிறகும் காயப்படுத்தியவனோடு உறவு கொண்டுதானிருக்கிறோமா? எனில், நம் உடல் நம்முடையது மட்டுமில்லையா?

நினைவு காயங்களை, அவமதிப்புகளை, வடுக்களைச் சுற்றியே வந்து கொண்டிருந்தது.

எப்போதோ என்னோடு கல்லூரியில் படித்த பெண் ணொருத்தியின் நினைவு வெளிப்பட்டது. அவள் எப்போதும் கையில் சிறிய பூப் போட்ட கர்ச்சீப் வைத்திருப்பாள். இரண்டு நிமிஷத்துக்கு ஒரு முறை அதை வைத்துத் தன் மேல் உதட்டை ஒற்றிக்கொள்வாள். மேல் உதட்டில் சிறிதாகக் கோடு போட்டது போலதொரு வடு இருந்தது. அவள் யாரோடு பேசும்போதும் பாதியில் திடுக்கிட்டவளைப்போல நிறுத்திக்கொண்டு போய்விடுவாள். யாருமில்லாத வகுப்பறையில் தனியே அவள் மட்டும் அமர்ந்திருப்பதைப் பல நாட்கள் பார்த்திருக்கிறேன். ஒருநாள் தற்செயலாகக் கேட்டேன் - "எதற்காக நீ அடிக்கடி மிரட்சியோடு பேச்சை நிறுத்திக்கொள்கிறாய்?"

அவள் மிகுந்த தயக்கத்துடன் சொன்னாள் - "சிறுவயதில் எடுத்ததற்கெல்லாம் சிரித்துக்கொண்டே இருப்பேன். அம்மாவுக்கு இது பிடிக்காது. ஒரு நாள் மிகுந்த கோபம் கொண்டு, அடுப்பில் கரண்டியைக் காயவைத்துச் சூடு போட்டுவிட்டாள். அதனால் மேல் உதட்டில் சிறிய காயம்

ஏற்பட்டது. அன்று முதல் நான் சிரித்தால் காயம் பெரிதாகத் தெரிந்துவிடும் என்பதற்காகச் சிரிக்கவே மாட்டேன். யாரோடாவது பேசிக்கொண்டிருந்தால், அவர்கள் என் உதட்டைக் கவனித்துக்கொண்டிருக்கிறார்களோ என்ற பயம் வந்துவிடும். அதனால் பேச்சைத் துண்டித்துவிடுவேன்."

அவள் உதட்டிலிருந்த வடு பெரிதாகத் தெரியவில்லை. ஆனாலும் ரத்தம் உலராத காயத்தைப்போல, அவள் சிரிப்பதை அந்த வடு தடுத்துக்கொண்டு வந்தது. அவள் தன் வாழ்நாள் முழுவதும் பூப்போட்ட கர்ச்சீப்பால் தனது காயத்தை மறைத்துக்கொண்டே இருக்கப்போகிறாள்.

எனது வடு, அவளது வடுவை நினைவுபடுத்தி விட்டது.

ரவி என்னைப்போல! வடுவுள்ள யாரைப் பார்த்திருந்தாலும் அது நான்தான் எனப் பார்த்துக்கொண்டே தான் இருந் திருப்பான். வடு இத்தனை வலியதா? நினைக்கவே வியப்பாயிருக் கிறது.

உறங்கும் குழந்தையைப் பார்த்தால், அதில் தெய்வத்தின் முகச்சாயல் இருக்கும் என்பாள் பாட்டி. நான் உறங்கும் குழந்தையைப் பார்த்திருக்கிறேன். அதில் சாந்தம் ததும்பியிருக்கும். உறக்கத்திலும் கலையாத புன்னகை கொண்டிருக்கும். எனில், சாந்தமும் கலையாத புன்னகையும்தான் கடவுள், இல்லையா?

உறக்கத்தில் நான் யாரைப் போலிருக்கிறேன் என எனக்குத் தெரியாது. எனக்குத் தெரியாத என் தூக்கத்தைக் காண ஆசையாகத்தானிருக்கிறது. சாத்தியமாகுமா?

■

4. கல்லில் உறைந்த புன்னகை

ஒரு நாள் உதிர்ந்து எங்கே போய் விழுகிறது? நேற்று சந்தோஷமும் களிப்பும் தந்த நாள் எந்தத் தரையில் வீழ்ந்து கிடக்கிறது? மரத்திலிருந்து உதிர்ந்துவிட்ட இலைகளைக் கூட்டி அள்ளுவது போல நம் கடந்த காலத்தின் நாட்களை அள்ளிக்கொள்ள முடியுமா? ஒரு நாள் என்பது மிக ஆச்சரியமாயிருக்கிறது.

வாழ்வை நாட்களில் கணக்கிடும் முறையை அறிமுகப்படுத்தியது யார்?

குகை மனிதன் வாழ்வை நாட்களின் வழியே கணக்கிடவில்லை. நாட்களை அறிந்து கொள்வதற்கு சுற்றியுள்ள வனவிருட்சங்களை, ஆகாசத்தைப் பார்த்துக் கொண்டேயிருந்தான். அவனது கடிகாரம் சூரியனும் பூமியும்தான். பூமி

ஒரு முறை சுற்றி வரும்போது மரங்கள் பூக்கத் துவங்கிவிடுகின்றன. இன்னொரு சுற்றில் இலைகள் உதிர்ந்து விடுகின்றன. ஆகாசத்தில் இருந்து மழை பெய்கிறது. நட்சத்திரங்கள் நகர்ந்து போகின்றன. இந்த இரண்டு கடிகாரங்கள்தான் வாழ்வை அவனுக்குப் பிரிப்பதற்கு உதவியாக இருந்திருக்கின்றன.

இப்போதும் ஆப்பிரிக்கப் பழங்குடி ஒன்றில் ஒரு வழக்கமிருக்கிறது. ஒரு வனகிராமத்தில் ஒருவன் தனது ஊரைச் சுற்றி ஓடிக்கொண்டிருக்கிறான். அவன் எத்தனை முறை ஊரைச் சுற்றி வந்தான் என்பதை வைத்துத்தான் எத்தனை மணி என்று கணக்கிடுகிறார்கள். பகலில் ஓடியவன் மாலையில் நின்றுகொள்ள, விட்ட இடத்திலிருந்து பந்தத்தோடு இன்னொருவன் இரவில் ஓடுகிறான். இப்படித் தலைமுறை தலைமுறையாக ஓடிக்கொண்டிருக்கிறார்கள். ஓடுவது நின்றுவிட்டால் உலகம் முடிந்துவிடும் என்ற பயமிருப்பதால் இன்றுவரை அவர்களின் ஓட்டம் நிற்கவேயில்லை.

நாட்களைப் பற்றி நினைக்கும்போது, ஊழிக்காலத்தின் முடிவில் நாட்கள் யாவும் ஒடுங்கிப்போய் ஒரேயொரு நீண்ட நாள் இருக்கும் என்றும் அன்று பிரளயத்தின் கடுமை யேறி தண்ணீர் சீற்றம்கொண்டு யாவையும் விழுங்கிவிடும் என்றும் அந்தப் பிரளய வெள்ளத்தில் ஆலிலையொன்று சலனமற்று மிதந்து செல்லும் என்றும் புராணங்கள் கூறுகின்றன. பிரளயத்தின் கடுமையை விடவும் ஆலிலையின் சலன மற்ற நகர்வு எனக்கு மிகவும் பிடித்திருக்கிறது.

'வாழ்வைப்போல காற்றில்
விநோத நடனங்கள் புரியும்
இலைகளைப் பார்த்திருக்கிறேன்.
ஒவ்வொரு முறையும்
இலையைப் பிடிக்கும்போது
நடனம் மட்டும் எங்கோ
ஒளிந்துகொள்கிறது.'

என்ற தேவதச்சனின் கவிதையை வாசிக்கும்போது, நம்மைச் சுற்றிய உலகம் நம்மோடு கைகோத்து ஆடும் நடனமும், அதற்குள்ளாகக் கைநழுவிப் போகும் ஒரு அரூப நிலையையும் உணர முடிகிறது. நாட்களின் மகத்துவத்தை அறியத் துவங்கும்போது, அதன்

விஸ்தாரணம் நமக்குப் புலப்படத் துவங்குகிறது. பிரமாண்டம் தோற்றத்தால் மட்டும் உருவாவதில்லை. சலிக்காமல் உலகைத் தன் நுண்கால்களால் கடந்துவிட முயற்சிப்பதால் சில நேரங்களில் யானையைவிடவும் நத்தை பிரமாண்டமான தாயிருக்கிறது. நிஜத்தில் பிரமாண்டத்தின் பேரமைதியில் நம்மை ஒப்படைத்தவர்களாக இருக்கவே விரும்புகிறோம். பள்ளத்தாக்கைக் கடக்கும்போது பார்த்திருந்தால் தெரியும், அங்கே பெரிய பெரிய பாறைகள்கூட சிறிய விதையைப்போல ஒடுங்கிக் கிடக்கும். நீர் வீழ்ச்சியின் முன்பாக நம் சப்தம் எழும்பாது. பிரமாண்டத்தின் முன் நிற்கும்போது, மனம் கொடியிலிருந்த ஈரத்துணி நழுவி விழுவதைப்போல மெதுவாக நழுவி விழுகிறது.

ஒரு மழைக் காலத்தில் சிரவணபெலகோலாவில் இருக்கும் பாகுபலி என்கிற கோமதீஸ்வரரின் பிரமாண்டமான திருவுருவைக் காணச் சென்றிருந்தேன். கர்நாடகா மாநிலத்தில் உள்ள சிரவணபெலகோலா, குன்றுகள் நிரம்பிய பகுதி. ஒரு குன்றில் பாகுபலியின் உயர்ந்த உருவமிருக்கிறது. மழைக் கால மென்பதால் வழியெல்லாம் சாரல். லேசான ஈரக்காற்றுடன் குன்றின் மீது ஏறும்போது பாகுபலியின் நெடிதுயர்ந்த தோற்றம். முகத்தில் மெலிதான புன்னகை ஒளிந்திருப்பது போன்றதொரு சாந்த நிலை. அகன்ற பாதங்கள், இலைகள் படர்ந்து கொடியேறிச் சுற்றிய கால்கள். நிர்வாண சொரூபம். இரவில் பெய்த மழையினால்தானோ என்னவோ... அந்தக் குன்றின் மீதே நிசப்தம் நிரம்பி இருந்தது. ஆயிரம் ஆண்டுகளுக்கு முன்பாக கர்நாடக மாநிலமெங்கும் வளர்ந்திருந்த சமண மதத்தின் சாட்சியாக நிற்கிறது இந்த சமணத் திருவுருவம்.

ஒன்றிரண்டு பயணிகளைத் தவிர, யாருமில்லாத அதிகாலையில் வானம் மூடியிருந்தது. சிலையின் காலடியில் அமர்ந்தபோது, அதன் அகன்ற பாதங்கள் ஈரமேறியிருந்தன. கண்களை மூடிக்கொண்டிருந்தேன். சாந்தம் மனதில் மெல்ல சொட்டிச் சொட்டி நிரம்புகிறது. கண்களைத் திறந்து பிரமாண்டமான திருவுருவைக் காண்பதைவிடவும் அதன் பாதங்களின் அருகே கண்களை மூடிக்கொண்டிருப்பதே போதுமானதாக இருக்கிறது. கால்களைச் சுற்றியேறும் அந்த இலைகளை அப்போதுதான் பார்த்தேன். அவரது இடது

காலின் மீதேறி நீள்கிறது ஒரு கொடி. அதில் சலனமற்ற இலைகள். அந்த இலைகள் குன்றின் உயரத்திலிருந்தபோதும் அசையவில்லை. கல்லில் அடித்த சிற்ப வேலை என்ற போதும் அது பச்சை அடர்ந்த இலையைப்போலவே புதிதாகயிருக்கின்றது. அசைவில்லாத இலைபோல மனது வேண்டியிருப்பதைத்தான் அது காட்டுகிறதா?

தமிழின் காப்பியங்களும் இலக்கண நூல்களும் அகராதியும் சமணர்கள் தமிழுக்குத் தந்த பெரும் செல்வங்கள். சமணம், வாழ்வை மிகவும் எளிமையானதாக்குகிறது. அன்பையும் தூய்மையையும் பகிர்ந்து வாழும் தன்மையையும் முன்வைக்கின்றது.

பாகுபலியின் பிரமாண்டத்தின் முன்பாக நாம் உணர்வதெல்லாம் பேரமைதியைத்தான். கர்நாடகாவில் மட்டுமல்லாது, தமிழகத்தின் சமண மலைகளாக அறியப்படும் மதுரையைச் சுற்றிய எட்டு சமணக் குன்றுகளின் மீதேறிச் சென்றிருக்கிறேன். அந்தக் குன்றுகளில் சமண துறவிகளின் படுக்கைகளும் அவர்கள் மாணவர்களுக்குக் கற்பித்த பள்ளிகளும் இடிபாடுகளுடன் உள்ளன. கல்விக் கூடத்துக்கு பள்ளி எனப் பெயர் வந்ததே சமண மதத்திலிருந்துதான். மதுரையைச் சுற்றிய பகுதிகளில், மலைகளில், குகைகளில் எண்ணாயிரம் சமணர்கள் வாழ்ந்திருக்கிறார்கள் என்று கூறுகிறது தமிழக வரலாறு.

மதுரையை அடுத்த பெருமாள் மலையில் தான் திருத்தக்க தேவர் தனது சீவகசிந்தாமணியை அரங்கேற்றினார் என்றொரு நம்பிக்கையிருக்கிறது. இந்த மலையின் உயரத்திலிருந்து தெற்காக இன்னொரு மலை தெரிகிறது. அது கீழக்குயில்குடி மலை. அதன் மீதும் சமணத் திருவுருவங்கள் இருக்கின்றன. கீழக்குயில்குடி மலையில் ஏறும்போது இரவாகியிருந்தது. சிறிய கல் படிகளின் வழியே மலையேறும்போது மதுரை மாநகரம் தொலைவிலிருந்து மெல்ல வெளிப்பட்டு சிறிய திட்டாகத் தெரிகிறது. படியேறுமிடத்திலிருந்த பெரிய ஆலமரம், இப்போது சிறிய புதர்ச் செடிபோல தரையோடு ஒட்டிக்கொண்டு தெரிகிறது. நிலா ஒளிர்ந்த நாளாக இருந்ததால் பாறையில் தண்ணீர் ஓடுவதுபோல ஒளி கசிந்தோடிக் கொண்டிருந்தது. மலை உச்சியிலிருந்த தீர்த்தங்கரர் திருவுருவத்தருகே உட்கார்ந்து

கொண்டோம். விடியும்போது காலையின் மென்னொளி பரவத் துவங்கியது. சமணர்களின் நிசப்தத்தைப்போல ஆழ்ந்த மௌனத்துடன் விடிகாலை படர்ந்து கொண்டிருந்தது. அடுத்த நாள் துவங்கிவிட்டதால் மலையைவிட்டுக் கீழே இறங்கினோம்.

ஒவ்வொரு நாள் உதிரும்போதும் அது தனது சுவடுகளை நம் உடலில், சுற்றியுள்ள இயற்கையில், நதியில், காற்றில், ஆகாசத்தில் விட்டுப்போகிறது என்பது புரிந்தது. 'புல் வளர்ந்து கொண்டேயிருக்கிறது' என்று ஒரு ஜென் வாசகமிருக்கிறது. இந்த ஒரு வரியில் ஒவ்வொரு நிமிஷமும் புல் வளர்ந்துகொண்டேயிருப்பது பதிவாகியுள்ளது. புத்தரும் இதைத்தான் சொல்கிறார் - 'உலகில் தீப்பற்றியெரியாத இடமேயில்லை. பாருங்கள், ஒவ்வொரு பொருளும் நம் கண்ணுக்குப் புலனாகாத ஒரு நெருப்பு பற்றி எரிய, கொஞ்சம் கொஞ்சமாக சிதைவை நோக்கி போய்க் கொண்டிருக்கின்றன. உலகத்தில் உள்ள எந்தப் பொருளும் சாஸ்வதமானது இல்லை. மாறாக, அது தன் இருப்பைத் தக்கவைப்பதற்காகப் போராடிக் கொண்டிருக்கிறது. அணையாத அந்த நெருப்பை நீங்கள் காண முடியுமானால் உங்களுக்கு இந்த உலகியல் காட்சிகளின் உண்மை தெரியும்' என்கிறார்.

மலையாள எழுத்தாளர் வைக்கம் முகமது பஷீர், ஒரு முறை குறிப்பிட்டிருந்தார் - 'அல்லாவின் கஜானாவில் எண்ணிக்கை யற்ற நாட்கள் குவிந்து கிடக்கின்றன. அவர் என் தேவைக்கும் மேலாக நாட்களை வாரி வழங்கி இருக்கிறார். அவரது கருணை மிகப்பெரியது.'

ஒவ்வொரு நாளும் இருபத்து நான்கு நாணயங்கள் என ஒரு நாள் உங்களுக்குத் தரப்படுகிறது. உங்களுக்கு விருப்பமான படி செலவழிக்கத் துவங்குகிறீர்கள். இரவு திரும்பும்போது கையிலிருந்த காசை செலவழித்தோ, விரயமாக்கியோ, செய்வதறியாமல் சிதறியபடியோ வீடு திரும்புகிறோம். மறுநாள் காலை திரும்பவும் படுக்கையில் கண்விழிக்கும்போது படுக்கையடியில் அதே இருபத்து நான்கு நாணயங்கள், அதே விளையாட்டு. முடிவற்ற இந்த விளையாட்டைவிட உலகில் நீண்ட காலம் தொடர்ந்து நடந்துவரும் விளையாட்டு ஏதாவது தெரியுமா உங்களுக்கு? எனக்குத் தெரியாது.

5. காணாமல் போவது எப்படி?

ஒரு முறை நர்மதா ஆற்றின் கரையில் நான் நின்று கொண்டிருந்தபோது, ஓர் இளம்பெண் ஆற்றின் பிரமாண்டமான சுழிப்பைக் கண்டு மிரட்சியுற்றவளாக, "வேண்டாம்பா, பயமாயிருக்கு!" என்று சிறுமியைப்போல நடுக்க முற்றவளாகச் சத்தமிட்டபடி விலகி நின்றாள். புதிதாக மணமாகி வந்திருக்கிறாள் என்பது அவளது கன்னச் சிவப்பிலும் திருமாங்கல்யத்தின் மெருகிலும் தெரிந்தது.

கைகளைக் குறுக்காகக் கட்டிக்கொண்டு, வேட்டையில் பாயும் மிருகமென ஓடும் நதியைப் பார்த்தபடியே இருந்தாள். படித்துறையில் நின்றபடி அந்தப் பெண்ணைத் தண்ணீரினுள் இறக்கிவிடுவதற்காக அவளது கணவன் கைகளைப் பிடித்து இழுத்துக்கொண்டிருந்தான்.

"பயமாயிருக்குப்பா, பயமாயிருக்குப்பா." என அதே வார்த்தை மாறாமல் சொல்லியபடி இருந்தாள்.

பயம். இந்த ஒரு சொல் எனக்குள்ளாக எத்தனை வருடம் ஒளிந்திருக்கிறது! உடலில் உள்ள மச்சத்தைப்போல, எப்போதும் கூடவே ஒட்டிக்கொண்டிருக்கிறது. ஒவ்வொருவரும் அவரவர்களுக்கு விருப்பமான பயத்தைக் கொண்டிருக்கிறோம். பயத்துக்கு ஒருபோதும் வயதாவதேயில்லை.

தட்டில் சாதம் பிசைந்து ஊட்டும்போது, கூடவே பயமும் சேர்த்து ஊட்டப்பட்டிருக்கிறோம். பயம் ஒரு மாயப்பூவென எங்கும் மலர்ந்திருக்கிறது. சிறியதும் பெரியதுமாக எத்தனையோ பயங்கள் நம் கூடவே வளர்கின்றன. பயத்தை வெல்ல வழி தேடிப் புறப்பட்டவர்கள் எவரும் அதன் கால் சுவடைக் கண்டிருக்கிறார்களேயன்றி, நேர்கொண்டு வெல்ல முடிந்ததில்லை.

பயத்தை ஏற்றுக்கொண்டு கடந்து போவது மட்டும்தான் அதை வெல்லும் ஒரே வழி. பழுத்துப்போன இலை மரத்தை விட்டு உதிர்ந்துவிடுவது போல, நாட்கள் கடந்து போகப் போக, சில பயங்கள் தானே உதிர்ந்துவிடுகின்றன. ஆனாலும் பயத்தின் கறைபடியாத மனிதன் எவனும் உலகில் இல்லை.

பால்ய காலம்தான் பயத்தின் விளைநிலம். பயத்தைப் பகிர்ந்துகொள்வதற்குத்தான் நட்பு தேவையாக இருக்கிறது. சிறுவர்கள் பெரும்பாலும் பயத்தைத்தான் கதைகளாக உருமாற்றிப் பேசிக்கொள்கிறார்கள்.

பகலில் பார்த்த பூனையை இரவில் பார்க்கும்போது பயமாகிவிடுவது புதிராக இருக்கும். நானும் பயத்தால் நிரம்பியிருந்திருக்கிறேன். அதில் ஒன்று - நான் காணாமல் போய்விடுவேன் என்பது. இந்த பயம் உண்டாவதற்கு, வீட்டில் முன்காரணிகள் நிறைய இருந்தன. ஓவிய ஆசிரியராக வேலை பார்த்துக்கொண்டிருந்த பெரியப்பா, ஒரு நாள் எங்கள் வீட்டுக்கு வந்து, என் சகோதரிக்கு மயில் படம் வரைந்து கொடுத்துவிட்டுப் போனவர், வீடு போய்ச் சேரவேயில்லை. இதுநாள்வரை தேடிக்கொண்டிருக்கிறார்கள்.

ஒரு சாலை விபத்தில் சிக்கித் தலையில் அடிபட்டு மனத் தடுமாற்றம் கொண்ட சித்தப்பா, மருத்துவ சிகிச்சை பெற்றுக் குணமாகி வீடு வந்து சேர்ந்த பிறகு, ஒரு நாளில் காய்கறி வாங்கப் போனவர், இன்றும் வீடு வந்து சேரவில்லை. காணாமல் போகிறவர்கள் சகஜமாகிவிட்ட குடும்பத்தில் ஒவ்வொருவரும் காணாமல் போய்விடுவார்களோ என்ற பயமிருந்ததில் ஆச்சரியம் இல்லை.

நான்கு வயதானபோது, நான் ஒருமுறை காணாமல் போயிருக்கிறேன். சித்தியின் வீட்டுக்குப் போனபோது, அழகர் திருவிழாவுக்குப் போயிருந்தேன். கூட்டத்தின் நெருக்கடிக் குள்ளாக, கயிறு அறுபட்டு வானில் பறந்து கொண்டிருக்கும் ஆப்பிள் நிற பலூனைப் பார்த்தபடியே நடந்துகொண்டிருந்தேன். என் விரலைப் பிடித்திருந்த கை எப்போது விலகிப்போனது எனத் தெரியவில்லை.

மெதுவாகத் தண்ணீர் மணலில் ஓடி மறைவதைப்போல, சித்தி என்னை விலகிப்போயிருந்தாள். பலூன் தலைகளுக்கு மேலாகச் சுற்றிக்கொண்டே இருந்தது. ஆற்றில் ஊற்று தோண்டித் தண்ணீர் குடித்துக்கொண்டிருந்தவர்கள் மீது மோதி மண்ணில் விழுந்தபோதுதான் நான் தனியாக விழுந்து கிடப்பது நினைவுக்கு வந்தது.

பயத்தோடு எழுந்து, கூட்டத்துக்குள் சித்தியைத் தேடினேன். ஆற்றுக்குள் இருந்த இரைச்சலில் எனது குரல் கேட்கவே இல்லை. ஈரமணலில் ஓடி ஓடிக் கால்களில் மண்ணேறி விட்டது. என் வீட்டுக்கு எப்படிப் போவது, கூட்டத்துக்குள் எங்கே இருக்கிறார்கள் என்னோடு வந்தவர்கள்?

பயம் மெதுவாக ஒரு எறும்பு ஊர்வதைப்போல உடம்பில் ஏறத் துவங்கி, உடம்பெங்கும் வேதனையை உண்டாக்கியது. தெரிந்த விஷயங்கள், முகங்கள் யாவும் மறந்துவிட்டதுபோல அழுகை மட்டுமே எஞ்சியிருந்தது. வாய்விட்டு அழத் துவங்கினேன்.

அழுகையைப்போல நம்மைக் காப்பாற்றும் சாதனம் எதுவும் உலகில் இல்லை என்று அப்போதுதான் தெரிந்து கொண்டேன். மிகுந்த சத்தத்தோடு நான் அழுவதை ஒருவன் கவனித்திருக்க

எஸ்.ராமகிருஷ்ணன்

வேண்டும். அவன் என் அருகில் வந்து, "எதற்காக அழுகிறாய்?" எனக் கேட்டான். அவனுக்குப் பதில் சொல்ல முடியவில்லை. அவன் கைகளை இறுக்கப் பிடித்துக்கொண்டு கேவிக்கேவி அழுதேன். தண்ணீர்ப் பந்து விற்பவர்களிடமிருந்து ஒரு பந்து வாங்கித் தந்தான். என் அழுகை சற்றே அடங்கியது.

அவன் மெதுவாக என் தாடையைப் பிடித்துக்கொண்டு, "எதற்காக அழுகிறாய்?" என்று மீண்டும் கேட்டான். சொல்ல முடியாதபடி பெருமூச்சு வந்தது. வழியில்லாமல் விசும்பினேன். அப்போது என்னிடம் வேறு பாஷை இல்லை.

ஆற்றுக்குள்ளாக அவன் என்னைக் கூட்டிக்கொண்டு அலைந்தான். சித்தியைக் காணவில்லை. பனை மரத்தடியிலிருந்த மணற்திட்டு ஒன்றில் என்னை உட்கார வைத்துவிட்டு, ஊற்றுத் தண்ணீரைக் குடிக்கப் போனான். சித்தியின் வீட்டருகே இருந்த பெண்ணொருத்தி, யாரோடோ பேசிக்கொண்டு ஊற்றுத் தண்ணீரைத் தூக்கு வாளியில் மோந்துகொண்டு என்னைக் கடந்து போய்க் கொண்டிருந்தாள்.

அவளைப் பார்த்த மறுநிமிஷம் கத்தியபடி ஓடி, அவளது கால்களைக் கட்டிக்கொண்டேன். அவள் என்னை அள்ளி எடுத்துக்கொண்டு, "என்னடா, எங்கே உன் சித்தி?" எனக் கேட்டாள். வார்த்தைகள் யாவும் மறந்து போய்விட்டன. ஒரு சொல்கூட என்னிடம் இல்லை. அவள் என் தலையைத் தடவி விட்டபடியே, தூக்கு வாளியில் இருந்த தண்ணீரைக் குடிக்கத் தந்தாள். மூசுமூசு எனத் தண்ணீரை மண்டினேன். ஆற்றில் இரைச்சல் அடங்கிவிட்டது போலிருந்தது. என் கைகளைப் பிடித்துக் கூட்டிப்போனாள். திருவிழா கூட்டத்துக்குள் கலந்து போனோம்.

என்னைத் தேடி அலைந்து, கலைந்த கேசமும் பதற்றமுமாக சித்தி மணல்திட்டில் நின்றுகொண்டிருந்தாள். என்னைப் பார்த்ததும் அவள் இறுக்கிக்கொண்டு கத்தி அழத் தொடங்கினாள். சமாதானம் அடையுமளவு அழுதாள். வீடு திரும்பும்போது, டவுசர் பையிலிருந்த தண்ணீர் பந்தைக் கையில் எடுத்து விளையாடியபடி வந்தேன்.

அன்றிரவில் வீடே என்னை அதிசயம்போலப் பார்த்தது. காணாமல் போய்விட்டால், எப்படி வீட்டின் முகவரியைச்

சரியாகச் சொல்ல வேண்டும் என்பதைப் பற்றிய அறிவுரைகளும், நகைக்காகத் திருடிக்கொண்டு போகப்பட்டு, பிச்சைக்காரர்களாக வேறு ஊர்களில் விற்கப்பட்ட சிறுவர்களின் கதைகளும் இரவெல்லாம் பேசிக் கலைந்தன. வீட்டில் இருந்த யாரும் பந்தை எனக்கு வாங்கித் தந்தது யார் என்று கேட்கவே இல்லை.

ஏனோ அன்றிரவில் தோன்றியது - பனையடி மணல்திட்டில் என்னை உட்காரவைத்து ஊற்றுத் தண்ணீர் குடிக்கப்போனவன் திரும்பி வந்தபோது, அவனிடமிருந்து நான் காணாமல் போயிருந்தேன் அல்லவா? அவன் என்னைத் தேடுவானா? அவனிடம் சொல்லிக்கொள்ளாமல் ஏன் வந்தேன்? அவன் எதற்காக எனக்குப் பந்து வாங்கிக் கொடுத்தான்? அவன் யாரையாவது தொலைத்திருப்பானா? இதையெல்லாம் யாரிடம் கேட்டுத் தெரிந்துகொள்வது?

எனது பதினெட்டு வயதில் நான் வீட்டிலிருந்து காணாமல் போய்விட வேண்டும் என்று விரும்பினேன். அப்போது வீடுதான் பயமாக இருந்தது. வீட்டின் நியதிகள், ஒழுக்க வரம்புகள், கட்டுப்பாடுகள், வீட்டைப் பற்றி எப்போது நினைத்தாலும் பயம்கொள்ளச் செய்தது. இதற்காக காணாமல் போவதற்காகச் சில திட்டங்களை உருவாக்கிக் கொண்டேன். இப்படியான எனது ஆசைக்கு முக்கிய காரணமாக அமைந்தது ஒரு புத்தகம். ராகுல்ஜியின் 'ஊர்சுற்றிப் புராணம் என்ற அந்த சுயசரிதை நூலைப் படித்தபோது, ராகுல்ஜி 'வீட்டிலிருந்து காணாமல் போவதுதான் ஊர்சுற்றி மேற்கொள்ள வேண்டிய முதல் செயல்' என்று எழுதியிருந்தார்.

ஓடிப்போவது என்றால், நிச்சயம் நாம் அறியாத இடத்துக்குப் போய்விட வேண்டும். அது எங்கே என்று தெரியவில்லை. முடிவாக நான்கே சொற்களில் 'நான் வீட்டை விட்டுப் போகிறேன்' என்று எழுதி வைத்துவிட்டு, முதலில் கன்னியாகுமரிக்குப் போய்விடலாம். பிறகு அங்கே முடிவு செய்து கொள்ளலாம் என்று புறப்பட்டேன். கன்னியாகுமரி போய் இறங்கியபோது பின்னிரவாக இருந்தது. கடலின் அண்மைக்குப் போனபோதும் அதன் பிரமாண்டம் தெரியவில்லை. கடற்கரை மணலில் படுத்துக்கொண்டேன்.

வீட்டில் உள்ளவர்கள் காலையில்தான் என்னைத் தேடத் துவங்குவார்கள். அவர்கள் தேடி எங்கே முதலில் விசாரிப்பார்கள், யாரிடம் கேட்பார்கள் என்று மனம் ஊரையே சுற்றிக்கொண்டு வந்தது. யாரும் அடையாளம் தெரிந்துகொள்ளக் கூடாது என்பதற்காக மொட்டையடித்துக் கொண்டேன். எனக்கே என்னைக் காண யாரோ போலிருந்தது. வெயிலில் வெளியே சுற்றிக்கொண்டிருக்க மனதின்றி, ஒரு அறையை எடுத்துத் தங்கிக்கொள்ளலாம் என்று லாட்ஜுக்குச் சென்று வேறு பெயர், முகவரி கொடுத்துவிட்டு அறையில் தங்கிக்கொண்டபோதும் நான் காணாமல் போனவன் என்பது பெருமிதமாகயிருந்தது. லாட்ஜின் மரக்கட்டிலில் படுத்துக்கொண்டு, எனக்கு முன்பாக வீட்டை விலக்கிப்போன கௌதம புத்தரை நினைத்துக்கொண்டேன். வழியில் படிப்பதற்காக 'புத்த சாரம்' என்ற புத்தகத்தை வைத்திருந்தேன். அதன் அட்டையில் இருந்த மஞ்சள் நிற புத்தர் புன்னகை தவழ என்னைப் பார்த்துக்கொண்டிருந்தார்.

கடல் சத்தம் கேட்கும் அறையில் படுத்துக்கொண்டு, வாசிக்கத் துவங்கினேன். உறங்கும் தன் குழந்தையை முத்தமிட்டுவிட்டு, வீட்டைத் துறந்து வெளியேறுகிறார் புத்தர். வாசிக்க வாசிக்க, அந்த ஒரு இரவு கண்முன்னே தோன்றுகிறது. மனம் எதை எதையோ யோசிக்கிறது. புத்தர் அதன்பிறகு யாரையும் முத்தமிடவே இல்லை. அவரது உதட்டிலிருந்து கடைசி முத்தத்தை தனது குழந்தைக்கு கொடுத்துவிட்டார். கோதமனின் உதட்டில் இருந்த முத்தங்கள் யாவும் உறைந்து புன்னகையாகிவிட்டன. கௌதம புத்தரின் புத்தகத்தை மார்பில் கிடத்தியபடியே கண்ணை மூடிக் கொண்டிருந்தேன்.

உலகமெங்கும் காணாமல் போனவர்கள் ஒரு கூட்டமாக ஏதேதோ நகரங்களில் அலைந்து கொண்டிருக்கிறார்கள். இப்போது அவர்களில் நானும் ஒருவன். இப்படியே சுற்றித் திரிந்து கடலோடியாகவோ, துறவியாகவோ, சாகசக் காரனாகவோ என்றோ ஒரு நாள் வீடு திரும்புவேன். ஒருவேளை, நான் ஞானியாகக் கூடும் அல்லது ஒருவேளை சூதாடியாகலாம். ஒருவேளை எதிர்பாராத அதிர்ஷ்டத்தால் பணத்திலே புரளக்கூடும். இப்படியாக, இரவு வருமவரை கற்பனை செய்துகொண்டே இருந்தேன். அன்றிரவு தூக்கம் வரவில்லை. மாறாக, துர்சொப்பனங்கள் நுரைத்தன.

மறுநாள் பகலில் கன்னியாகுமரியில் சுற்றி அலைந்தபோது, கையிலிருந்த காசு வற்றிக்கொண்டிருந்தது. அறையைக் காலிசெய்துவிட்டு பசியோடு, வெயிலோடு அலைந்து கொண்டிருந்தேன்.

விவேகானந்தரின் தியான மண்டபக் குளிர்ச்சியில் கண்களை மூடினால், வீடும் சகோதரிகளுமே நினைவுக்கு வருகிறார்கள். என்னருகிலே நடப்பதுபோல, வீட்டின் காட்சிகள் துல்லியமாகத் தெரிகின்றன. கத்திரிக்காய் வதங்கும் வாசம்கூட நினைவில் மணக்கிறது. ஏனோ காணாமல் போவது பற்றி நினைக்க நினைக்க, மெதுவாகப் பயமும் குழப்பமும் உண்டாகத் துவங்கியது. அந்தப் பயம் மெதுவாகத் தலைக்கு ஏறி 'உடனே வீட்டுக்குப் போய்விட வேண்டும். இல்லாவிட்டால், வீட்டுக்கே திரும்பப் போய்விட முடியாமல் ஆகக்கூடும்' எனத்தோன்றியது. கையிலிருந்த பணத்தைச் செலவழித்துவிட்டேன். ஊருக்குப் போவதற்கு என்னிடம் பணமில்லை. யாரிடம் கேட்பது என்றும் தெரியவில்லை.

கன்னியாகுமரியில் பயணிகள் வந்திறங்கும் இடத்தருகே நின்றுகொண்டே இருந்தேன். ஒரு பகல், இரவு வேறிடம் போகவேயில்லை. கடலும் அலைச் சத்தமும் என்னைப் பரிகசிப்பது போலிருந்தது. ஒரு எட்டில் தாவி, வீட்டின் முன்னால் குதித்துவிடக்கூடாதா என மனது ஏங்கத் துவங்கியது. நீண்ட நாட்களுக்குப் பிறகு மனதில் அழுகை சுரக்கத்துவங்கியது. அமைதியாக, அழுகையைக் கட்டுப்படுத்திக் கொண்டு கைநிறைய மணலை அள்ளி அள்ளிக் காற்றில் பறக்கவிட்டபடி இருந்தேன். விடிகாலையில் எங்கள் ஊரின் ஆங்கிலப் பள்ளியின் ஊதாநிற பஸ் வந்து நின்றிருப்பதைக் கவனித்தேன். 'தெரிந்தவர்கள் எவரேனும் இருக்கிறார்களா?' எனப் பார்த்தபடி இருந்தேன். எப்போதோ பார்த்திருந்த ஆசிரியர் கண்ணில் பட்டார்.

கைகளைக் கட்டிக்கொண்டு, நான் ஊருக்குத் திரும்புவதற்குப் பணமின்றி நிற்பதாகச் சொன்னேன். அவர் பஸ்ஸில் ஏறிக் கொள்ளச் சொன்னார். மாணவர்கள் வழியெல்லாம் கூச்சல் போட்டுக்கொண்டு வந்தார்கள். நான் ஒரு வார்த்தைகூடப் பேசவில்லை.

வீட்டை அடைந்தபோது, அம்மா சமையல் செய்து கொண்டிருந்தாள். நான் அமைதியாக அடுப்படியில் நின்றபோது ஏறிட்டு என்னைப் பார்த்துவிட்டு, எதுவும் நடக்காததுபோலச் சமையலைத் தொடர்ந்தாள். வீட்டில் எவரும் என்னை எதுவும் கேட்காதது மிகவும் வேதனையாக இருந்தது.

அம்மா சுடுசாதமும் ருசிமிக்க காய்கறிகளும் சாப்பிடுவதற்காக எடுத்து வைத்துவிட்டு உள்ளே போய் விட்டாள். நாலைந்து நாட்களுக்குப் பிறகு வீட்டு உணவைச் சாப்பிட்டேன். சாப்பிடச் சாப்பிட, அழுகை பொங்கிக்கொண்டு வந்தது. பாதிக்குமேல் சாப்பிட விருப்பமில்லை. தண்ணீரைக் குடித்தபோது தொண்டை வலித்தது. அன்றிரவு அப்பா, என்னைத் தனியே அழைத்துக்கொண்டு போய், வீடே நான்கு நாட்களாகத் தூக்கமில்லாமல் வேதனையில் இருந்தது என்று சொன்னார். அவமானமாக இருந்தது.

காணாமல் போய்விடுவது தனிநபர் சம்பந்தப்பட்ட காரியம் இல்லை. அது ஒரு விபத்தை விடவும் வலிய துயரம். இப்போதும் நகரின் ஏதோ சாலையில் சிறுவர்கள் தனியே சுற்றி அலைவதைக் காணும்போது, தொண்டையில் மெலிதாக வலி உண்டாகிறது.

வீடு திரும்பாமல், ஏதோ காரணங்களால் வேறு ஊர்களில், வேறு தேசங்களில், வேறு பெயர்களில் வாழ்ந்து கொண்டிருப்பவர்கள் யாவரும் துயரவான்கள்.

அவர்களில் ஒருவரை நீங்கள் சந்திக்க நேர்ந்தாலும், அவர்களின் கண்களை உற்றுப் பாருங்கள். வீட்டை, ஊரை, குடும்பத்தைப் பிரிந்து வந்த நாள் இமையின் ஓரத்தில் ஒட்டிக்கொண்டிருக்கும். அவர்களிடம் பேசிப் பாருங்கள்... அவர்கள் வார்த்தைகளை விலக்கியவர்களாக இருக்கிறார்கள். அவர்களோடு பழகிப் பாருங்கள். உங்கள் அன்பை அவர்கள் விலக்குவார்கள். அவர்களால் வெறுப்பைக்கூட ஏற்றுக்கொள்ள முடியும். நேசிப்பைத் தாங்க முடியாது.

காரணம், சாவைவிடவும் வலியது காணாமல் போய் விடுவது.

6

ஒரு கொத்து சாவிகள்

காரைக்குடி அருகில் இருக்கிறது பழனியப்பனின் ஊர். பழனியப்பன் யார் என்று உங்களுக்குத் தெரியாது. ஆறு வருடங்களுக்கு முன்பாக என்னுடைய ஒரு கதையை வாசித்துவிட்டு அவர் எழுதியிருந்த கடிதத்தைப் படிக்கும்வரை எனக்கும் அவரைத் தெரியாது. வழக்கமான கடிதங்கள் போலில்லாமல் பத்திரயெழுத்துபோல அழகாக சாய்த்து எழுதப்பட்ட வரிகள். கதையைப் பற்றிய விமர்சனம் எதுவுமில்லை. மாறாக, தனக்குக் கதை பிடித்திருப்பதற்கான எளிய காரணங்களையும், தனக்கு விருப்பமான கதைகளைப் பற்றிய பட்டியலையும் எழுதியிருந்தார். அபூர்வமாகவே இதுபோன்ற கடிதங்கள் வருகின்றன. அவரைப் பார்க்க வேண்டும் போலிருந்தது. மறுநாளே கிளம்பிச் சென்றேன்.

பழனியப்பன் எப்படியிருப்பார், என்ன வயசில் இருப்பார், என்ன வேலை செய்து கொண்டிருப்பார் என்று மனம் விசித்திரமான சித்திரங்களை உருவாக்கியபடி வந்தது. ஊரில் அவர் வீட்டை விசாரிப்பது மிக எளிதாயிருந்தது.

தெருவில் எட்டே வீடுகள் இருந்தன. தெருவும் ரதவீதியைப் போல மிக அகலமாகவும் செம்மண் படர்ந்துமிருந்தது. வீடுகள் யாவும் உயரமாகயிருந்தன. அவர் வீட்டின் முற்றத்தில் முயல் ஒன்று காதுகளைத் தூக்கியபடி புல்லை மேய்ந்து கொண்டிருந்தது. கதவு தட்டும் சத்தம் கேட்டுத் திறந்து வந்த பழனியப்பனுக்கு நாற்பது வயது கடந்திருந்தது. அவர் என்னை எதிர்பார்த்திருக்கவில்லை. ஆச்சரியம் கலையாமல் கைகளைப் பிடித்துக்கொண்டார். பார்த்ததும் தொற்றிக்கொள்ளும் சாந்தமான முகம். வீட்டினுள் அழைத்துக்கொண்டு சென்றார். பெரிய மரஊஞ்சலில் ஒரு புத்தகம் விரிந்துகிடந்தது. கரிச்சான் குஞ்சுவின் 'பசித்த மானுடம்' நாவல். புத்தகத்தை எடுத்து என் கையில் கொடுத்தபடி ஊஞ்சலில் உட்காரச் சொன்னார். அவ்வளவு பெரிய மர ஊஞ்சலில் ஏறி உட்காருவதற்குக் கூச்சமாகயிருந்தது. அவர் தன் கைகளைக் கட்டிக்கொண்டு அருகிலே நின்றிருந்தார். வீட்டில் ஆட்கள் யாரையும் காணவில்லை. சுவரிலிருந்த பழைய புகைப்படங்களில் ஆஸ்டின் காரும் தொப்பியணிந்த இரண்டு மனிதர்களும் இருந்தார்கள். ஏதோ விழாவில் எடுக்கப்பட்ட புகைப் படங்கள். சிரியஸ் என்ற கப்பலின் மேல்தளத்தில் ஒருவர் நிற்கும் காட்சி. புகைப்படங்கள் யாவும் ஐம்பது வருடங்களுக்கு முன்பாக எடுக்கப்பட்டிருக்க வேண்டும். அவர் பொதுவாக கடிதங்கள் எழுதத் தயக்கமுடையவர் என்றும், இதுவரை நாலைந்து கடிதங்கள்தான் வெளியாட்களுக்கு எழுதியிருப்ப தாகவும் சொன்னார்.

அந்த வீட்டில் தானும் அப்பாவும் மட்டுமேயிருப்பதாகவும், அம்மா இறந்துபோன பிறகு பராமரிக்க முடியாமல் இரண்டு அறைகளைத் தவிர மற்றவற்றைப் பூட்டிவிட்டதாகச் சொல்லியபடி, அவர் ஒரு மூங்கில் கூடையை எடுத்துக் கொண்டு வந்தார். கூடை முழுவதும் சாவிகள், விதவிதமான சைஸ்களில்! ஒவ்வொரு சாவியிலும் எண்கள் பொறிக்கப் பட்டிருந்தன. அவரிடமிருந்த சாவிக் கூடையைத் தூக்கிப்

பார்த்தேன். மிகுந்த எடையிருந்தது. ஒவ்வொரு அறையாகத் திறந்து காட்டியபடி வந்தார். வீட்டில் எண்பத்து நான்கு ஜன்னல்களிருந்தன. அறைகளில் தேக்குக் கட்டில்கள், மர பீரோக்கள், பெல்ஜியம் லாந்தர் விளக்கு, வெள்ளி பிரேமிட்ட ஆள் உயரக் கண்ணாடிகள், இத்தாலிய மார்பிள் பதிக்கப்பட்ட தரை, கண்ணாடிக் குவளைகள், டீ பாட்டுகள், தங்கநிற கிராமபோன், பேட்டரியால் இயங்கும் ஆளுயரக் காற்றாடி எல்லாப் பொருட்களிலும் காலம் உறைந்திருந்தது.

பழனியப்பனிடம், 'இந்த வீடு நிறைய எப்போதாவது ஆட்கள் இருந்திருக்கிறார்களா?' என்று கேட்டேன். அவரிடமிருந்து பதிலில்லை. அறைகளை மூடிவிட்டு அவரது அப்பாவைப் பார்க்க வந்தேன். சிறிய ஒற்றையறையில் மருத்துவமனைப் படுக்கைபோல் வெள்ளைநிற பெயிண்ட் அடித்த கட்டிலில் படுத்திருந்தார்.

முற்றிய வயது. எழுந்து நடமாட முடியவில்லை. மூத்திரக் கோப்பை படுக்கையின் அடியிலிருந்தது. கசியும் கண்களுடன் என்னையே பார்த்துக்கொண்டிருந்தார். அவரால் பேச முடியவில்லை. வீட்டின் ஊஞ்சலுக்குத் திரும்பி வந்தோம்.

பழனியப்பன் தயக்கத்துடன் சொன்னார்- "பத்து வருஷமா வீட்டிலே நாங்க ரெண்டு பேர் மட்டும்தான் இருக்கோம். வீட்டு பேர்ல ஒரு கேஸ் நடக்குது" என்றபடி தனது புத்தக அலமாரியைத் திறந்து காட்டினார். புத்தகங்கள் பைண்ட் செய்யப்பட்டு நேர்த்தியாக அடுக்கப்பட்டிருந்தன. தமிழின் மிகச்சிறந்த புத்தகங்களைச் சேகரித்திருக்கிறார். ஒன்றை எடுத்துப் புரட்டிக்கொண்டிருந்தேன்.

இடையில், பழனியப்பனைக் காணவில்லை. சில நிமிஷங் களுக்குப் பிறகு நிழல் நுழைவதுபோல சத்தமின்றி உள்ளே திரும்பி வந்திருந்தார். சாப்பிடுவதற்கு தன் பெரியப்பா வீட்டில் சொல்லி வந்ததாகச் சிரிப்பு அடங்கிய முகத்துடன் சொன்னார். அவரது அப்பா ரங்கூனில் இருந்ததாகவும், தான் பர்மாவில் பிறந்ததால் தனக்கு பர்மீய பாஷை தெரியும் என்றும் சொன்னார். நாள் முழுவதும் பேசிக் கொண்டிருந்தோம்.

பாரதியார் கவிதைப் புத்தகங்களை மாணவர்களுக்கு இலவசமாகக் கொடுப்பதும், அருகில் உள்ள கிராமங்களில்

எஸ்.ராமகிருஷ்ணன்

வாசக சாலை அமைக்க உதவி வருவதாகவும் சொன்னார். அவரது கிராமபோன் ரிக்கார்டில் சைக்கோவெஸ்கியின் வயலின் இசையைக் கேட்டபோது, வீட்டு சுவர் சித்திரத்திலிருந்து பூக்கள் மலர்வது போலிருந்தது. இரவு மொட்டை மாடியில் அமர்ந்தபடி அவர் தனக்கு மோர்சிங் வாசிக்கத் தெரியும் என்று வாசித்துக் காட்டினார்.

கடைசி பஸ்ஸுக்கு நான் ஊர் திரும்புவதற்காகக் காத்திருந்த போது, அவர் தயக்கத்துடன் "வீடு மட்டும்தான் பெரிசாயிருக்கு. மற்றதெல்லாம் போச்சு! நீங்க காலையிலே கேட்டதுக்கு நான் சரியா பதில் பேச முடியலே. வீட்ல அக்காவுக்குக் கல்யாணம் நடந்துச்சு சார். அப்போதான் வீடு நிறைஞ்சிருந்தது. மறக்க முடியாத நாள் சார் அது. ஒரு பந்திக்கு நானூறு பேர்னு அவ்ளோ பேர் சாப்பிட்டாங்க. மல்லிகைப்பூ ஆயிரம் முழம் ஒரு வேளைக்கு வாங்கினோம்" என்று ஒரு கனவை விவரிப்பது போல சொல்லிக்கொண்டேயிருந்தார்.

பிறகு இவையெல்லாம் வெறும் கனவு என்பதை உணர்ந்தவர் போல கடுகடுத்த குரலில் சொன்னார் - "ஆனா, அந்தக் கல்யாணம்தான் இப்போ எங்களை நடுத்தெருவுக்குக் கொண்டுவந்து விட்டிருச்சு. மாப்பிள்ளைக்கும் எங்களுக்கும் சண்டை. சொத்துத் தகராறு. அக்காவே எங்க மேலே கேஸ் போட்டிருக்கு சார்."

பஸ்ஸில் நான் ஏறும்போது பாரதியார் பாடல் புத்தகம் ஒன்றை என் கையில் கொடுத்து, "குழந்தைக்குக் கொடுங்க சார்" என்றார். புறப்பட்டு ஊர் வந்து சேர்ந்த பிறகும் பலநாட்கள் பழனியப்பனின் சிரிப்பு மனதில் தேங்கியிருந்தது. எப்போதாவது வருடத்துக்கு ஒரு கடிதம் எழுதுவதோடு சரி.

இரண்டு மாதங்களுக்கு முன்னால் ஓர் அதிகாலையில், சென்னையில் என்னைப் பார்ப்பதற்காக பழனியப்பன் வந்து நின்றார். முகத்தில் சிரிப்பு மங்கியிருந்தது. அப்பாவை மருத்துவமனையில் அனுமதித்திருப்பதாகச் சொன்னார். இருவரும் மருத்துவமனைக்குச் சென்றோம். மருத்துவமனையின் தாழ்வாரத்தில் நடந்தபோது மெதுவாகச் சொன்னார் - "வீட்டை வித்துட்டோம் சார். கேஸை கோர்ட்டுக்கு வெளியே முடிச்சுக்கிட்டோம். ஊர்லே வீடு தரைமட்டமாகிப் போச்சு!"

என்னால் அதைக் கேட்டுக்கொண்டிருக்க முடியவில்லை. அவர் அருகில் இருந்து பார்த்திருக்கிறார். நிமிஷத்துக்கு முன் நடந்த சம்பவம் போல் அதைச் சொல்லத் துவங்கினார் - "ஒரு வாரமா ஜன்னல், கதவுன்னு ஒவ்வொண்ணா உடைச்சாங்க சார். நிலைக்கதவை பிய்ச்சு எடுக்கும்போதுதான் மனசு தாங்கலை. செத்துப் போயிரலாம்னு தோணுச்சு. பத்து, இருபது ஆளுங்க ஒரே வாரத்திலே வீட்டை உருக்குலைச்சிட்டாங்க சார்.

பர்மாவிலே ஜப்பான்காரன் குண்டு போட்டப்போகூட இப்படி மனசு பதறலை சார். என்ன செய்ய, போச்சு..! ராத்திரியோட ராத்திரியா வீட்டை இடிச்சுத் தள்ளினாங்க. கருங்கல்லு... லேசுல உடைக்க முடியலே. விடிய விடிய அந்தச் சத்தம் கேட்டுக்கிட்டேயிருந்தது. வீடு உடைஞ்சு விழுந்த புழுதி தெருவெல்லாம் நிறைஞ்சு போயிருந்தது. தெருவிலே நின்னு பார்த்துட்டேயிருந்தேன். என் நெஞ்செல்லாம் அந்தச் சுண்ணாம்புப் புழுதி நிறைஞ்சு போயிருக்கு சார்!"

பழனியப்பன் பேசப் பேச, ஒரு யுத்தக் காட்சியை விவரிப்பது போலிருந்தது. இருவரும் மருத்துவமனையினுள் அவரது அப்பாவைப் பார்ப்பதற்காகச் சென்றோம். அவர் கண்களை மூடியபடி படுத்திருந்தார். சலனமேயில்லை. அருகிலிருந்த இரும்பு நாற்காலியில் மாத்திரை, மருந்து புட்டிகளோடு பழனியப்பன் படிக்க எடுத்து வந்திருந்த லியோ டால்ஸ்டாயின் 'நடனத்துக்குப் பிறகு' குறுநாவல் கிடந்தது. அதை நான் கவனிப்பதைக் கண்டு தலைகவிழ்ந்து கொண்டார். கட்டிலுக்கடியில் மூங்கில் கூடையிருப்பதைக் கவனித்தேன்.

பழனியப்பன் அதைப் பார்த்தபடி, "வீட்டை இடிக்கப் போறாங்கன்னதும் அப்பா சாவி எல்லாத்தையும் பத்திரமா கொண்டுட்டு வரச்சொல்லிட்டாரு சார்" என்று சொன்னார். அந்தக் கூடையை வெளியே இழுத்துப் பார்த்தேன். சிறியதும் பெரியதுமாக நூற்றுக்கணக்கில் சாவிகள் கிடந்தன. இனி இந்தச் சாவிகளால் என்ன பயனிருக்கப் போகிறது? இவை வெறும் சாவிகள் மட்டும்தானா? பழனியப்பன் என்ன தவறு செய்துவிட்டார்? ஏன் இத்தனை துயரங்கள் அவர் காலைப் பற்றி இழுக்கின்றன?

மாலைவரை மருத்துவமனையில் இருந்தோம். விடைபெறும் போது பழனியப்பனிடம் "எனக்கு ஒரேயொரு சாவி தர முடியுமா?" என்று கேட்டேன். அவர் கண்கள் கலங்கிவிட்டன. மூங்கில் கூடையை வெளியே எடுத்துவந்து காட்டினார். அதிலிருந்து பிடி நீண்ட சாவியொன்றை எடுத்துக்கொண்டேன். அவர் அமைதியாகயிருந்தார். இன்றைக்கும் வீட்டில் எனது எழுதும் மேஜையருகே அந்தச் சாவி ஒரு ஆணியில் தொங்கிக் கொண்டிருக்கிறது. நிமிர்ந்து அதைப் பார்ப்பதற்குத்தான் தைரியம் வரமறுக்கிறது.

■

7. நதியிலொரு கூழாங்கல்

ஒரு கோடை காலத்தில் ரிஷிகேசத்துக்குப் போயிருந்தேன். கங்கையில் நீர்வரத்து அதிக மில்லை. வழியெங்கும் கூழாங்கல் படுக்கைகள். வெயிலில் காய்ந்து கொண்டிருந்த போதும் அந்தக் கற்களில் குளிர்ச்சி குறையவே இல்லை. எத்தனை பகலிரவுகள் நீருக்குள் கிடந்திருக்கின்றன! கல்லின் வழுவழுப்பும் குளிர்ச்சியும் ஒரு மலரைப்போல மிருதுவாகி இருக்கிறது.

நதியின் பேரோசையைக் குடித்துக் குடித்துத்தான் கூழாங்கற்கள் இப்படி நிசப்தித்துக் கிடக்கின்றனவா? ஒரு கல்லை எடுத்துக் கன்னத்தில் வைத்து அழுத்திக் கொண்டபோது, அதனுள் சுறுசுறுவென நதி ஓடுவது போலிருந்தது.

திரிவேணி சங்கமப் படித்துறையைக் கடக்கும் போது, அவர்கள் இருவரையும் மறுபடியும் பார்த்தேன். பத்ரிநாத்தின் பனிமலையில்,

டேராடூன் வீதியில்... என எனது பயணத்தின் ஊடாக மூன்றாவது முறையாகத் தென்பட்டார்கள்.

நடுத்தர வயது நிரம்பிய ஓர் ஆண், அவரோடு எழுபது வயதைக் கடந்துவிட்ட அவரது தாய். இருவரும் நான் செல்லும் வழியிலேயே கூடவே பயணம் செய்துகொண்டு வந்தார்கள். பச்சைக் கரைவேட்டி அணிந்த அந்த மனிதர், தன் கைகளால் அம்மாவை இறுக்கிப் பிடித்தபடி, 'இந்தப் பக்கம்மா. கங்கையைப் பாரு, எப்படி ஓடுது! கிழக்கே பாரும்மா. மெதுவா வா!' எனப் பேசிக்கொண்டே வந்தார். தாய் நடுக்கத்துடன் கைகளைத் தலைக்கு மேலாகக் குவித்து வணங்கினார். யாத்ரீகர்களின் கூட்டம் நதியெங்கும் நிரம்பி இருந்தது. படிகளில் வயதானவள் காலூன்றி நடந்தபோது, காற்றில் ஆடும் இலையைப்போல உடல் தானே நடுங்கிக் கொண்டிருந்தது.

தன்னைப் பிடித்திருந்த மகனின் கையை விலக்கிவிட்டபடி அந்தத் தாய் மெதுவாக கங்கையினுள் இறங்கி நின்றாள். காலை உரசிக்கொண்டு செல்லும் தண்ணீரை உணர்ந்தபடி, அவள் உதடுகள் எதையோ முணுமுணுத்துக்கொண்டிருந்தன. பார்த்துக்கொண்டிருந்தபோதே அவள் வேகமான நீரோட்டத்தை நோக்கித் தாவி விழுந்தாள். மரக்கிளையை இழுத்துப் போவது போல, விருட்டென நீரோட்டம் வயதானவளை உள்ளே இழுத்துப்போனது.

பதற்றத்துடன் மகன் கங்கையில் குதிப்பதற்குள் நதிக்குள் இருந்தவர்களில் ஒருவன் நீந்தி, வயதானவளைத் தூக்கி படித்துறைக்குக் கொண்டு வந்தான். 'அம்மாவுக்கு வயதாகி விட்டதால் தடுமாறிவிட்டார்கள்' என்று சொல்லியவாறே தாயை அணைத்துப் பிடித்தபடி, படிகளில் உட்காருவதற்குக் கூட்டிச் சென்றார் மகன். இருவரும் அரச மரத்தருகே இருந்த படிக்கட்டுகளில் உட்கார்ந்து கொண்டபோது அம்மாவின் உதடு நடுங்கிக்கொண்டிருந்தது. சட்டென கையால் நெற்றியில் ஓங்கியோங்கியறைந்தபடி வெடித்து அழத் தொடங்கினார். தாயின் கேசத்திலிருந்த ஈரம் கல்லில் சொட்டிக் கொண்டிருந்தது.

"எதுக்காகம்மா இப்படி செஞ்சே? நான் என்னம்மா தப்பு செஞ்சுட்டேன்?"

"வீட்டுல பாரமாயிருக்கிறதுக்குப் பதிலா, இங்கேயே செத்துப் போயிட்டா எல்லாருக்கும் நல்லதுதானேடா முருகேசா" என நிமிர்ந்து பார்க்காமலேயே சொன்னாள் அந்தத் தாய்.

முருகேசன் வேட்டியை வாயிலடைத்துக்கொண்டு தாள முடியாமல் அழுதார். அம்மா அவர் தலையில் கையை வைத்துத் தடவியபடி, "நீ அழுது என்னடா ஆகப்போகுது! எப்படியும் சாகப்போறவதானே! முருகேசா, கண்ணைத் துடை!" என்றாள். அம்மாவின் பேச்சுக்குப் பணிந்தவரைப் போல அவர் மெதுவாகக் கண்களைத் துடைத்துக்கொண்டார். இருவரும் மௌனமாக வெயிலில் உலர்ந்துகொண்டிருந் தார்கள்.

சற்று நேரத்தில் மகன் எழுந்துகொண்டு, "போவம்மா!" என்று அழைத்தபோது, அவள் "நான் இங்கேயே இருந்தும் றேன்டா முருகேசா... என்னை விட்டுட்டுப் போயிடு!" என்றாள் உறுதியான குரலில். தாயின் கைகளைப் பிடித்துக் கொண்டு மருகியபடி, "ஏம்மா குழந்தை மாதிரி முரண்டு பிடிக்கிறே! வா" என அழைத்தார் அவர். அவளிடமிருந்து பதிலேயில்லை.

படித்துறையில் யாரோ ஆலிலையில் குழல் செய்து ஊதிக்கொண்டு போனார்கள். அந்த வாத்திய சத்தம் சூழலின் வேதனையை அதிகமாக்கியது. இருவரையும் பார்த்துக் கொண்டிருந்ததில் என் மனம் ஈரத்துணியைப் போல கனம் கூடிக்கொண்டே இருந்தது.

ஒவ்வொரு குழந்தையையும் இந்த உலகமெனும் விநோத பரப்புக்கு கொண்டு வருபவள் தாய். அவள் விரல்களைப் பிடித்துத்தான் நடக்கக் கற்றுக்கொள்கிறோம். அவள் இடுப்பிலிருந்து பார்த்துத்தான் தெருக்கள், வீடுகள் எல்லாம் பரிச்சயமாகின்றன. தாயின் கண்கள் தான் எவ்வளவு தொலைவிலிருந்தபோதும் நம்மைக் கவனித்துக் கொண்டேயிருக்கின்றன. தாயின் ஆசைகள் வெளிப்படாதவை. அவை நதியினுள் உறைந்துவிட்ட கூழாங்கற்கள். நீர் வற்றிய பிறகுதான் கூழாங்கற்கள் வெளியே தெரிகின்றன. அது போலத்தான் அம்மாவின் ஆசைகளும்! அவை வெளிப்படாமலே ஒளிந்து கிடக்கின்றன.

எஸ்.ராமகிருஷ்ணன் • 49

ஒவ்வொருவருக்கும் பிறந்தநாள், பிறந்த வருடம், பிறந்த ஊர் என வேறு வேறு இருக்கலாம். ஆனால், யாவருக்கும் பிறந்த இடம் தாயின் கர்ப்பம்தானே!

நாட்களை முதுமை நீளமாக்கிவிடுகிறது. நாளை என்பது அவர்களுக்கு வெகுதொலைவில் இருக்கிறது. வயது ஏற ஏற, கனவுகள் வருவதேயில்லை. முதியவர்களுக்குக் கனவுகள் மிக அரிதாகவே வருகின்றன. மேலும் அவர்கள் உறக்கத்தை இழந்து வருவதால், பகலும் இரவும் வேறு வேறாக இருப்பதில்லை. அவர்களுக்கு மிக நெருக்கமாக இருப்பது தண்ணீர் மட்டும்தான். 'உலகில் மிக ருசியானது எது?' என வயோதிகர் எவரைக் கேட்டாலும், 'தண்ணீர்' என யோசிக்காமல் சொல்லிவிடுவதைக் காணலாம்.

உலகிலிருந்து விடைபெறுவதற்கு தன்னைத்தானே தயார் செய்து கொள்ளும் விசித்திரச் சடங்குதான் முதுமை. இதில், இந்த உலகின் சௌந்தர்யங்களை, இயற்கையின் அதியற்புத காட்சிகளை, நிசப்தம் பூத்து நிற்கும் பள்ளத்தாக்குகளைப் பார்க்காமல் உலகிலிருந்து விடைபெறுவதென்பது பாதிச் சாப்பாட்டில் எழுந்து கொள்வது போன்றதுதான்.

முதுமை விசித்திரமான ஆசைகளைக் கொண்டது. அது கவனிக்கப்படாமலும் நிறைவேற்றப்படாமலும் போகும்போது ஏற்படும் துக்கம் பகிர்ந்துகொள்ள முடியாதது. ஒரு குழந்தையைப்போல தனது பேச்சை, செயல்களை யாவரும் பார்த்துக்கொண்டிருக்க வேண்டும் என்றுதான் முதியவர்கள் விரும்புகிறார்கள். விருப்பம் மறுக்கப்படும்போது ஒரு குழந்தை தேம்பி அழுவதைப்போல் தேம்புவதற்கு அவர்கள் தயங்குவதே இல்லை. மரங்களில் தெரியும் பிரமாண்டம், விதையில் தெரிவதில்லை. ஒரு மனிதன் விதையாவதே முதுமை.

முருகேசன் தாயைச் சமாதானம் செய்துவிட்டார் என்பது மறுநாள் இருவரையும் ஹரித்துவாரின் மானசதேவி கோயிலில் பார்த்தபோது தெரிந்தது. சந்தனப் பொட்டிட்ட நெற்றியும் ஜரிகை மாலையுமாகக் கூட்டத்தினுள் கலந்திருந்தார்கள். முருகேசன் என்னை அடையாளம் கண்டுகொண்டவரைப்போல பரிச்சயமான சிரிப்புடன் நெருங்கி வந்தார். பரஸ்பர உரையாடலுக்குப் பிறகு, தான் மதுரையிலிருப்பதாகவும் அம்மா

தங்கள் சொந்த கிராமத்தைத் தவிர வேறு எந்த ஊரையும் பார்த்ததேயில்லை என்பதால் கங்கையைக் காண்பதற்காக அழைத்து வந்ததாகவும் சொன்னார். அவர் தன் தாயிடம் என்னை அறிமுகம் செய்து வைத்தார். முதிய கைகள் என்னை நமஸ்கரித்தன. நானும் வணங்கியபடி அவரைப் பார்த்துக் கொண்டிருந்தேன். அந்தத் தாயின் முகத்தில் முதிர்ச்சியின் அழகும் சாந்தமும் நிரம்பியிருந்தன. கண்கள் பழுத்துப்போய் நீர் கோத்திருந்தன.

அம்மாவுக்குப் பார்வை மங்கி நாலைந்து வருடமாகி விட்டது என்று சொன்னார். திகைப்பாக இருந்தது. பார்வை இழந்தபோதும் அம்மாவின் ஆசைகள் நிறைவேறாமல் போய் விடக்கூடாது என்று தான் கூட்டி வந்ததாகச் சொல்லியபடி, பிரசாதம் வாங்கி வருவதாக எழுந்து சென்றார். மலையை விட்டுக் கீழே இறங்கி வருவதற்குள் முருகேசனுடன் மன நெருக்கமுடையவனாக மாறியிருந்தேன்.

ஹரித்துவாரின் தெருக்களில் பேசியபடி நடந்தோம். தானும் சகோதரர்களும் மிளகாய் வற்றல் வியாபாரத்தில் இருப்பதாகவும், தாய் சொந்த கிராமத்தில் தனியே வசிப்ப தாகவும், அவர்களோடு சேர்ந்து வாழ விரும்பவில்லை என்றும், சகோதரர்கள் ஆளுக்கு ஒரு மாதம் அம்மாவின் தேவை களுக்குப் பணம் தந்துவிடுவதாகவும் சொல்லியபடி வந்தார். நீர்வற்றி உலர்ந்து போன கிணற்றைப்போல தாயின் முதுமை புறக்கணிக்கப்பட்டு இருந்தது. உலக அதிசயங்களில் ஒன்றான தாஜ்மகாலையும் அம்மாவுக்குக் காட்டிவிட வேண்டும் என டெல்லி ரயிலைப் பிடிக்க, என்னிடம் விடைபெற்றுத் தன் தாயுடன் கிளம்பிப் போனார்.

ஹரித்துவாரின் இருளில் நின்றிருந்தேன். அம்மாவின் ஆசைகளை நிறைவேற்றுவதற்காக அலைந்து கொண்டிருந்த முருகேசனைப் பார்க்கப் பார்க்க மனதில் குற்ற உணர்ச்சி உண்டாகியது. நதியிலொரு கூழாங்கல் மட்டும் மீனைப் போலத் தாவி வெளியே விழுந்துவிட்டது போலிருந்தது. கூழாங்கல்லின் குளிர்ச்சியை, அழகை உணரத் தெரிந்த நமக்கு, அது தண்ணீருக்குள் அடைந்த வேதனையை மட்டும் ஏனோ பார்க்கத் தெரியாமல் போகிறது! தொலை தூரத்துக்கப்பாலிருந்த

என் அம்மாவை உடனே காண வேண்டும் போலிருந்தது எனக்கு.

கங்கையின் வழியெங்கும் எவர் எவருடைய நிறைவேறாத ஆசைகளோ, பூக்களாக மிதந்து சென்றுகொண்டிருந்தன. கண்கள் தானாகக் கசிகின்றன.

8. கோல் போஸ்ட்

மின்சார ரயிலில் போய்க்கொண்டிருந்தேன். கிண்டி ரயில் நிலையத்தில் ஆரஞ்சு நிற ஸ்போர்ட்ஸ் உடையில் ஹாக்கி மட்டைகளுடன் பள்ளி மாணவிகள் பத்துப் பன்னிரண்டு பேர் ஏறினார்கள். ரயில் புறப்பட்ட நிமிஷத்தில் அவர்கள் ஒன்றாகக் கூச்சலிட்டார்கள்.

ஒரு மாணவி, தன் காலடியில் வைத்திருந்த பரிசுக் கோப்பை ஒன்றைத் தலைக்கு மேலாகத் தூக்கிக் காட்டினாள். மற்றவர்கள் அந்தக் கோப்பையின் மீது கையை வைத்தபடி 'வி ஆர் வின்னர்ஸ்' என்று கத்தினார்கள். ஒருத்தி கோப்பையைப் பிடுங்கித் தலையில் வைத்துக்கொண்டு ஆடத் துவங்கினாள்.

கொய்யாப்பழம் விற்பவன் கூடையோடு கடந்து வந்தபோது, மாணவிகள் அவனைச் சுற்றிக்கொண்டு கத்தினார்கள். ஒருத்தி மாஜிக் செய்பவன் பந்தைச் சுழலவிடுவதுபோல,

மூன்று கொய்யாப்பழங்களைத் தூக்கிப் போட்டுப் பிடிக்கத் துவங்கினாள்.

ஒரு கொய்யாப்பழம் தவறி, உட்கார்ந்திருந்தவரின் தலையில் விழுந்தது. சட்டென டீச்சரின் குரல் உயர்ந்தது. "கேர்ள்ஸ்... போதும்! அமைதியாயிருங்க" என்றதும் பறந்து கொண்டிருந்த பட்டம் நூலறுபட்டதுபோலச் சட்டென யாவரும் நிசப்தமாகிவிட்டார்கள்.

மாணவிகளுக்கு நடுவேயிருந்த ஸ்போர்ட்ஸ் டீச்சரைப் பார்த்ததும் எனக்கு வியப்பாக இருந்தது. அவள் ஜெயலட்சுமி. எங்கள் பள்ளியில் படித்தவள். பள்ளி நாட்களில் ஜெயா ஹாக்கி விளையாடுவதைப் பார்த்திருக்கிறேன்.

வீட்டுப் பெண்கள் பால் வாங்க வரிசையில் நிற்கும் அதிகாலை நேரத்தில், கறுப்பு பேன்ட்டும் ஊதா பனியனும் அணிந்தபடி மைதானத்தை நோக்கி சைக்கிளில் போய்க்கொண்டிருப்பாள்.

அவள் பெண்கள் பள்ளியில் படிக்காமல், பெரிய மைதானம் இருக்கிறது என்பதற்காகவே, இருபாலர் படிக்கும் எங்கள் பள்ளியில் சேர்ந்தாள். வகுப்பறையைவிடவும் அவளுக்கு வெகு நெருக்கமாக இருந்தது மைதானம்தான்!

ஜெயாவுக்கு நான்கு சகோதரிகள். அவளது அப்பா வக்கீல் குமாஸ்தாவாக இருந்தார். அவர்கள் வீட்டில் தையல் பள்ளி இருந்தது. படிப்பைப் பாதியில் நிறுத்திவிட்ட பெண்கள், அங்கே தையல் படித்துக்கொண்டிருப்பதைச் சில வேளைகளில் பார்த்திருக்கிறேன். ஜெயாவுக்கு எப்படி விளையாட்டில் ஆர்வம் வந்தது என்பது தெரியவில்லை!

விளையாடும் திறமையுள்ள பெண்கள் தனியான சுபாவம் கொண்டவர்கள். அவர்கள் ருசிமிக்க சாப்பாட்டுக்கோ, அழகான உடைகளுக்கோ ஆசைப்படுவதே இல்லை. பதிலாக, விதவிதமான ஷூக்களின் மீதே ஆசைப்படுகிறார்கள்.

ஜெயாவும் வெளிர் நீல ஷூ வைத்திருந்தாள். அவள் வளையல் போடுவதோ, பொட்டு வைப்பதோ கிடையாது. தண்ணீர் தொட்டியருகே உதிர்ந்து கிடக்கும் பன்னீர் பூக்களைக் கையில் எடுத்துக்கூடப் பார்த்ததில்லை!

சாகசக்காரர்கள் முதுகில் வாளை உறையிலிட்டுத் தொங்க விட்டிருப்பதுபோல, ஹாக்கி மட்டையைத் தொங்க விட்டிருப்பாள். 'நீ எவ்வளவு பெரிய வாளை எடுக்கிறாய் என்பது முக்கியம் இல்லை. வாளுக்கும் எதிரியின் இதயத்துக்கும் உள்ள இடைவெளிதான் முக்கியமானது' என்று சாமுராய்கள் சொல்வதுபோல, ஹாக்கி மட்டையைப் பிரயோகிப்பதில் ஜெயா தனியழகைக் கொண்டிருந்தாள்.

ஜெயாவுக்குப் பள்ளிச் சீருடைகளை விடவும் கறுப்புநிற ஸ்போர்ட்ஸ் பேன்ட்டும் ஊதா பனியனுமே அழகாயிருப்பதாக ஒரு நாள் அவளிடம் சொன்னேன். மிகுந்த சந்தோஷத்துடன் இதற்காகவே என்னை அழைத்துக் கொண்டுபோய் ரோஸ் மில்க் வாங்கிக் கொடுத்தாள்.

இரவு வீடு திரும்பும்போது, தனக்கு மிகவும் பிடித்தது ஜலந்தர் அணிதான் என்றும், பஞ்சாபிகள் ஹாக்கி மட்டையால் பந்தை முத்தமிடுவதுபோலத்தான் தொட்டு விளையாடுகிறார்கள் என்றும் சொல்லிச் சிரித்தபடி என்னை அவளது வீட்டுக்குள் அழைத்துப் போனாள்.

மிகச் சிறிய வீடாக இருந்தது. வீடெங்கும் தையல் துணிகள் வெட்டித் துண்டுகளாக இறைந்து கிடந்தன. அவள் என்னைத் தன்னோடு சாப்பிடச் சொன்னாள். ஆளுக்கு இரண்டு கேப்பை தோசை தந்தார்கள்.

ஜெயா தனக்கு இன்னொரு தோசை வேண்டும் எனக் கேட்டபோது, அவளது அம்மா ஆத்திரத்துடன் "போதும்டி... இந்தச் சாப்பாட்டுக்கே வீட்டுல நிக்கமாட்டேங்குறே! பசி வயித்துல இருந்தாத்தான், அடுத்தவங்க சொல்றதைக் கேக்கச் சொல்லும். எழுந்து தட்டைக் கழுவிப் போடு!" என்றாள். ஜெயா அமைதியாக எழுந்து, தட்டை கழுவாமல் போட்டுவிட்டு வாசலுக்கு வந்தாள். எஸ்.எஸ்.எல்.சி. தேர்வு நாளன்றுகூட, காலையில் ஜெயா ஜாலியாக ஹாக்கி விளையாடிவிட்டுத்தான் பரீட்சை எழுதினாள். பரீட்சையில் பாஸ் செய்தபோதும், அவளை ப்ளஸ்டூ படிப்பதற்கு வீட்டில் அனுமதிக்கவே இல்லை.

ஸ்பென்ஸி ஸ்டோர் ஒன்றில் விற்பனைப் பெண்ணாக வேலைக்குச் சேர்க்கப்பட்டாள். ஆனாலும், அதிகாலை

நேரங்களில் அவள் பள்ளி மைதானத்தில் தனியே விளையாடிக் கொண்டு இருப்பதைப் பார்த்திருக்கிறேன். ஒரு நாள் அவளது அப்பா ஆத்திரம் மிகுதியாகி, ஹாக்கி மட்டையை முறித்து வெந்நீர் அடுப்புக்குள் வைத்து எரித்தபோது, மற்ற பெண்கள் போல அவள் கோபப்பட்டு அழவேயில்லை!

மாறாக, அவள் தனது சைக்கிளை எடுத்துக்கொண்டு துணிகள், பரிசுக் கோப்பையுடன் வீட்டைவிட்டு வெளியேறி விட்டாள். பகலில் அதே வளையல் கடையில் வேலை பார்த்தாள். மாலை நேரத்தில் சைக்கிளில் சுற்றுவாள். விளையாடுவாள். இரவில் வளர்மதி டீச்சர் வீட்டில் உறங்கிக்கொள்வாள்.

ஜெயாவின் அப்பாவுக்கு ஆத்திரம் தாங்கவில்லை. தெருவில் நிறுத்திச் சண்டையிட்டார். அவள் ஆக்ரோஷத்துடன் தன்னைக் கண்டிக்க அவர் யார் எனக் கத்தியவளாக, தான் அவர்கள் மீது போலீஸில் புகார் செய்யப்போவதாக மிரட்டினாள்.

வீட்டின் உறவு துண்டிக்கப்பட்ட பிறகு, தானாக அரசினர் இலவச விடுதியில் சேர்ந்துகொண்டு பெண்கள் பள்ளியில் படிக்கத் துவங்கினாள். அந்த நாட்களில் பள்ளி மாணவிகளுக்கு எல்லாம் ரகசிய ஆதர்சமாக இருந்தாள் ஜெயா. 'அவள் கட்டாயம் தேசிய அளவில் விளையாடுவாள். ஒரு நாள் அவளது புகைப்படங்கள் பேப்பரில் வெளியாகும்' என்று ஆசிரியர்கள் கூடப் பேசிக்கொண்டார்கள். நான் படிப்புக்காக வேறு ஊர் மாறிப்போனேன். சில வருடங்கள் ஊர் நினைவுகள் யாவும் மறந்து போயின.

ஒரு முறை ஊர் திரும்பும்போது, ஜெயாவின் சகோதரிகளில் ஒருத்திக்குத் திருமணமும் நடந்திருந்தது. 'ஜெயா எங்கே இருக்கிறாள்?' என்று யாருக்கும் தெரியவில்லை. சில வருடங்களுக்கு முன்னால் ஜெயாவின் அப்பா இறந்து போய் விட்ட அன்று 'Hearty Congratulations' என்று ஜெயா தந்தி கொடுத்திருப்பதாக ஒரு தகவல் கேள்விப்பட்டேன்.

மாநில அளவிலோ, தேசிய அளவிலோ அவள் ஹாக்கி அணியில் வெற்றி பெறவேயில்லை! ஆக்டோபஸ்போல வாழ்க்கை அவளைத் தனது எட்டுக் கைகளால் உறிஞ்சி விட்டது.

தன்னால் வெல்ல முடியாத அந்தப் பரிசுக் கோப்பைகளின் ஆசையை விழுங்கியபடி, இன்று ஏதோவொரு பள்ளியின் விளையாட்டு ஆசிரியையாக இருக்கிறாள்.

ஜெயாவை அடையாளம் தெரிந்தவனாக அருகில் போய்ப் பேசினால், தான் தோற்றுப் போய்விட்டவள் என்ற குற்ற உணர்ச்சிக்கு உள்ளாகிவிடுவாள் என்று தோன்றியது. அவளோடு பேசவே இல்லை! அவளைப் பார்த்துக்கொண்டே இருந்தேன். உண்மையில் வெற்றிக்கும் தோல்விக்குமிடையில் என்ன வித்தியாசம் இருக்கிறது? ஒரு கோல், ஒரு ரன்தானே! விளையாடத் தெரியாமலோ, தவறாக விளையாடியோ எவரும் தோற்பதில்லையே!

வெற்றிபெற்றவனை விடவும் தோற்றவனிடம்தான் ஆட்டோ கிராஃப் வாங்க வேண்டும் போலிருக்கிறது. காரணம் - வெற்றி, விளையாட்டை பெருமைகொள்ளச் செய்கிறது. தோல்வி, விளையாட்டைப் புரிந்துகொள்ளச் செய்கிறது. எல்லா விளையாட்டு வீரர்களும் ஒரு முறையாவது தோற்றவர்கள்தானே!

முன்பொரு முறை ஹாக்கி விளையாடும்போது, ஜெயா என்னிடம் சொன்னது நினைவுக்கு வந்தது... 'உலகத்தில் எந்த விளையாட்டு வீரனுக்கும் தெரியாதது, மைதானத்தில் பந்து எந்தப் பக்கம் திரும்பப் போகிறது என்பது தான்! அது மிகப்பெரிய மர்மம்.'

இந்த மர்மத்தைத் தெரிந்துகொள்ளத்தான் வாழ்நாள் முழுவதும் விளையாட்டு வீரர்கள் விளையாடுகிறார்களா?

ரயில் அடுத்த நிலையத்துக்கு வந்தபோது ஜெயா, மாணவிகளோடு இறங்கிப் போனாள்.

அவளைச் சந்தித்தும் பேச முடியாதது ஏனோ வருத்தமாக இருந்தது. வீடு வரும்வரை யோசித்துக்கொண்டிருந்தேன். ஜெயா ஜெயித்தவளா, இல்லை தோற்றவளா? எனக்குத் தெரியவில்லை. உங்களுக்கு?

■

9.
வெப்போர்

எனக்கு வெயில் ரொம்பவும் பிடிக்கும். நான் சித்திரை துவங்கும் நாளில் பிறந்தவன். என் கண்கள் உலகின் முதல் காட்சியாக வெயிலின் பிரகாசத்தைத்தான் கண்டிருக்கின்றன. வெயிலைப்போல் அழகான பதார்த்தம் வேறில்லை என்று பாரதியார் தன் ஜகச்சித்திரம் கவிதையில் ஒரு வரி எழுதியிருக்கிறார்.

கோடை காலத்தில் மதுரையைக் கடந்து போகும்போது வெயில் ஒரு பருந்தைப்போல நகரை மூர்க்கமாகச் சுற்றிக்கொண்டிருப்பதையும் குடிதண்ணீரில், வெள்ளரிக்காய் களில் வெயிலின் ருசியே நிரம்பியிருப்பதையும் கண்டிருக்கிறேன்.

கோடை வெயில் முற்றிய தானியத்தைப் போன்றது. அது விளைந்து வெடித்திருக்கிறது. கோடை காலத்தின் நினைவுகள் யாவும் உக்கிரமானவை. புளிய இலைகளைப்போல சிறிது சிறிதாக மனதெங்கும் பழுத்து உதிர்ந்து கிடக்கின்றன.

சேவற்கட்டுக் காண்பதற்காக நந்தவனத்தின் வேம்படியில் காத்துக்கொண்டிருந்த நாட்கள் அவை. ஒரு காலத்தில் சேவற்போர் தென்மாவட்ட கிராமங்களில் மிகப்பெரிய சாகச விளையாட்டாகக் கருதப்பட்டது. சேவலைப் பழக்கிச் சண்டைக்கு விடுவதற்கென தனி வீரர்களும் வேறுவேறு யுத்தங்களில் வென்று ஜெயக்கொடி நாட்டிய சேவல்களும் பிரபல மாகயிருந்தன. கட்டபொம்மனின் தம்பி ஊமைத்துரைதான் சேவற் சண்டையிடுபவர்களுக்கு ஆதர்சமானவன். அவனிடம் வெவ்வேறு சண்டைச் சேவல்கள் இருந்தனவாம். கறுப்பு சேவல், செவப்பு சேவல், செங்கொண்டை என அவனது ஒவ்வொரு சேவலாகத் தோற்ற நாளில்தான் அவன் சண்டைக்குச் சென்று வெள்ளைக்காரர்களால் கொல்லப்பட்டான் என்று நாடோடிப் பாடல் பாடுகிறது.

சேவலின் காலில் சிறிய கத்தியைக் கட்டிவிடும் சண்டைதான் உண்மையான சேவற்கட்டு. சேவற்கட்டின் கதாநாயகர்களாக அப்போது மூன்று பேர் இருந்தார்கள். தேவிப்பட்டணம் நூர்முகம்மது, கழுதி செல்லையா, மூளிப்பட்டி ராமானுஜம். மூவருக்கும் சமவயது. மூவரும் தங்களின் ஆதர்ச சேவலைத் தாங்களே வளர்த்தார்கள். கலப்பில்லாத சுத்த சேவலாகத் தேர்வு செய்து வில்லாளிகளைத் தயார் செய்வதுபோல சண்டைக்குப் பழக்கிக்கொண்டு வருவார்கள்.

சேவற் சண்டையில் வெற்றியும் தோல்வியும் மிகுந்த முக்கியத்துவமானவை. தோற்பது சேவலாக இருந்தாலும் தங்கள் வீரம் தோற்றுப்போனதாகக் குரோதமும் பகையும் வளர்த்துக்கொண்டிருந்த மனிதர்களிருந்தார்கள். தங்கத்தில் பூண் கட்டி, புதுக்கோட்டை ராஜாவின் சேவல் யுத்தகளத்துக்கு வந்தபோது, அதற்குப் பணயமாகத் தனது சமஸ்தானத்தையே அவர் வைத்தாட முயன்றதாகக் கதைகள் சொல்கின்றன. சேவல் சண்டையை அரசு சூதாட்டம் என தடை செய்திருந்தது. ஆனாலும், கோடை காலத்தின் வெயிலில் ஏதேனும் ஒரு நந்தவனத்திலோ, வண்டிப்பேட்டையிலோ சேவல்கட்டு நடப்பதை விளையாட்டில் ருசியுள்ளவர்கள் அறிந்திருந் தார்கள்.

சேவற் சண்டைக்கும் விதிகளிருந்தன. ஒரு தண்ணி என்பது பாக்ஸிங்கில் இருப்பதுபோல ஒரு ரவுண்ட். எத்தனை தண்ணி

எஸ்.ராமகிருஷ்ணன்

ஒரு சேவல் நின்று சண்டையிடுகிறது, எதிராளியைப் பாய்ந்து தாக்கும்போது, அது எந்த இடத்தில் தாக்குகிறது என்பதைப் பொறுத்தது வெற்றி. தொடர்ந்து சண்டையிடுவதற்கு சேவலுக்கு மூச்சு பலமாகயிருக்க வேண்டும். இதற்காக கிணற்றில் அதை நீந்த வைத்துப் பயிற்சி தருவார்கள். சில சேவல்கள் கழுத்தறுபட்ட நிலையில்கூடச் சண்டையிடுவதைப் பார்த்திருக்கிறேன்.

சேவலின் காலில் கத்தி கட்டியவுடனே அது ஆக்ரோஷமாகி விடும். எதிர்சேவலைக் குறுகுறுவெனப் பார்த்துக்கொண்டிருந்து விட்டு றெக்கை படபடக்க எகிறி செட்டையோடு ஒரு வெட்டு. எதிர்சேவலின் இறகுகள் பிய்ந்து காற்றில் பறக்கின்றன. விசில் சத்தமும் ஆரவாரமும் கேட்கிறது. அடுத்த ரவுண்டுக்காக சேவலை தூக்கித் தடவிக் கொடுக்கிறார்கள். சேவலின் ஆவேசம் அடங்குவதேயில்லை. அதிலும் கழுதி செல்லையாவின் சேவல் இரண்டே அடியில் எதிர்சேவலின் தலையைத் துண்டித்து விடும். சேவற்கட்டிலும் மாவட்ட அளவில், மாநில அளவில் போட்டிகள் நடந்தன. மாநில அளவிலான போட்டியைக் காண்பதற்காக ஒருமுறை செல்லையாவோடு தஞ்சாவூருக்குச் சென்றிருந்தேன்.

அரண்மனையின் ஒரு பகுதியில் போட்டி நடந்தது. நூற்றுக் கணக்கான சேவற்கட்டுக்காரர்கள். விதவிதமான சேவல்கள். சேவலின் உருவ அமைப்புக்கு ஏற்றபடி ஜோடி பிரிக்கப்பட்டு சண்டை துவங்கியது.

செல்லையாவின் சேவல் வெயிலைக் குடித்து வளர்ந்திருந்தது. அதன் கண்கள் எதிராளியை நோக்கும்போது சலனமேயிருப்பதில்லை. ஆர்ப்பாட்டத்துடன் அது களத்தைச் சுற்றுவதில்லை. காத்துக்கொண்டேயிருக்கிறது. எதிராளி தன்மீது பாயும்வரை அது சண்டையைத் துவக்குவதேயில்லை. மாறாக, எதிர்சேவல் தன்மீது பாயும்போது, அது சட்டென விலகி, அதன் அடிவயிற்றோடு பொருந்துகிறது. குருதி பீச்சியடிக்கிறது. செம்புழுதி எழுகிறது. சேவல் ஆறு தண்ணி நின்று சண்டையிட்டு ஜெயித்தது. முதல் பரிசாக ஐந்நூற்று ஒரு ரூபாயும் பெரிய வெண்கல அண்டாவும் தந்தார்கள். ஜெயித்த சேவலைப் பெருமிதத்துடன் கொஞ்சிக்கொண்டிருந்த

செல்லையாவிடம் பாபநாசம் வாண்டையார்களில் ஒருவர் அதை இருபத்தைந்தாயிரம் விலைக்குக் கேட்டார். இறுமாப்போடு செல்லையா, "அது சேவல் றெக்கைக்குக்கூட காணாது. என் சேவல் விளையாட்டிலே சாகுமே தவிர, ஒரு நாளும் விக்கமாட்டேன்" என்றார். சேவற்சண்டையால் தகராறும் வெட்டுக்குத்தும் அதிகமாகிறதென்று, புதிதாக வந்த போலீஸ் சூப்பரின்டெண்டெண்ட் கண்காணிப்பை அதிகப்படுத்தியதோடு, சேவக்கட்டுகாரர்களைப் பிடித்து ஸ்டேஷனில் அடைக்கத் துவங்கினார். மடப்புரத் திருவிழா துவங்கிய நேரம். கோயிலடியில் சேவல்கள் மோதிக்கொண்டிருந்தன. போலீஸ் வருவதாகக் கத்திக்கொண்டு ஒருவன் ஓடினான். நிமிஷத்தில் அங்கிருந்த பாதிப்பேர் சேவலோடு ஒளிந்து கொண்டார்கள். செல்லையாவின் சேவல் மோதிக்கொண்டிருந்தது.

"விளையாட்டுதானே மாப்பிள்ளை, நடக்கட்டும். பிடிச்சா உள்ளே போயி இருப்போம்" என அமைதியாக நின்றிருந்தார் செல்லையா. ஆவேத்துடன் வந்த போலீஸ்காரர்கள், சண்டையில் எந்த சேவல் ஜெயிக்குமெனத் தெரிந்துகொள்ள, வந்த வேலை மறந்து வேடிக்கை பார்த்துக்கொண்டிருந்தார்கள். மதியம் வரை சண்டை முடியவேயில்லை. செல்லையாவின் சேவல் கண்ணில் அடிபட்டு ரத்தம் கொப்பளித்தது. அவர் சாராயத்தை அதன் கண்ணில் ஊற்றிவிட்டார். எரிச்சல் தாளாமல் அது துள்ளியபடி மோதியது. அன்றைக்கும் அவரே ஜெயித்தார். போலீஸ் விசாரணைக்காக அவரைக் கூட்டிப்போனபோது கூட, சேவலோடு ஜாலியாகப் பாடியபடியேதான் போனார்.

சேவற்கட்டு ஒவ்வொருவரின் ரத்தத்தோடு கலந்திருப்பதை அறிந்த போலீஸ் சூப்பரின்டெண்டெண்ட், 'இனிமேலும் சேவல் சண்டையிட வேண்டுமென்றால், அதன் காலில் கத்தி கட்டக்கூடாது. பந்தயத் தொகையாகப் பணம் கட்டக்கூடாது' என நிபந்தனைகள் விதித்து, ஆட அனுமதித்தார்.

கத்தியின்றி சேவல்கள் மோதிக்கொள்ளும் சேவற்சண்டையை 'வெப்போர்' என்று அழைக்கத் துவங்கினார்கள். 'விரலை வெட்டிவிட்டு, வில்லேந்தி சண்டையிடச் சொல்வது மாதிரி யிருக்கிறது' என்று முணுமுணுத்தபடியே விளையாட்டில் இருந்து ஒதுங்கிக்கொண்டார் செல்லையா.

அதுவரை அவருக்கு வீடோ, மனைவியோ, பிள்ளைகளோ நினைவுக்கே வரவில்லை. சேவற்கட்டிலிருந்து ஒதுங்கிக்கொண்ட பிறகு என்ன செய்வதென்றும் தெரியவில்லை. கீழக்கரை சாயுபு ஒருவர், அவரிடம் தான் ஒரு சேவலை வாங்கி வளர்ப்புக்கு விடுவதாகவும் தனக்காக அவர் சேவலை வளர்த்துச் சண்டைக்குக் கொண்டுபோக வேண்டும் என்றும் ஆசைப்பட்டார். செல்லையாவுக்கு அது விருப்பமேயில்லை.

ஒரு காலத்தில் விளையாட்டில் நாயகர்களாகயிருந்த நூர் முகம்மதுவும் செல்லையாவும் ராமானுஜமும் ஒவ்வொரு மாதமும் அமாவாசை அன்று சந்தித்துக் கொள்வதென்றும், மூவரில் யாராவது ஒருவரின் ஊரில் சேவற்கட்டைத் தொடர்வது என்றும் முடிவுசெய்து கொண்டார்கள். இரண்டு மாதத்துக்குள் அவர்களுக்குத் தங்கள் சேவல்களுக்குள் சண்டை யிடுவதில் விருப்பமற்றுப் போய்விட்டது. பிறகு சந்தித்துக் கொள்ளவேயில்லை. சண்டைச் சேவல்கள் வெயிலைக் கொத்திக்கொண்டு வீணே அலைந்தன.

மூவரில், முதலில் இறந்துபோனது ராமானுஜம்தான். அந்தச் செய்தி கேள்விப்பட்டு செல்லையா போனபோது, துக்கம் விசாரிக்க வந்தவர்கள் யாவரும் சேவல் சண்டையைப் பற்றியே பேசிக்கொண்டிருந்தார்கள். அதுதான் அவருக்கு மிகவும் துயரமாகயிருந்தது.

காலம் விருப்பமான யாவையும் அர்த்தமற்றுவிடச் செய்துவிடுவதுபோல, சேவற்கட்டு விளையாட்டே கொஞ்சம் கொஞ்சமாக அழிந்துபோகத் துவங்கியது. அந்த சாகசத்துக்கான சான்றுகளோ, வெற்றிக் கோப்பைகளோ எதுவும் நினைவாக்கூட எவரிடமும் இல்லை. பிராய்லர் கோழிகள் வந்தபிறகு, சேவல்களைக் காண்பதே அரிதாகிவிட்டது. ஆனாலும் ஒவ்வொரு கோடையிலும் கண்கள் தேடுகின்றன... எங்காவது நிழலில் சேவற்சண்டை நடக்கிறதா என்று. குத்துச்செடி நிழல் கூட இல்லாத வெம்பரப்பு மட்டுமே எங்கும் நீண்டிருக்கிறது.

பின்குறிப்பு: சில மாதங்களுக்கு முன்பு துவரங்குறிச்சியில் உள்ள நெடுஞ்சாலை உணவகத்தில் செல்லையா சாம்பார் வாளியுடன் சர்வராக வேலை செய்து கொண்டிருப்பதைப்

பார்த்ததாக நண்பன் ஒருவன் சொன்னான். இன்றுவரை எந்த நெடுஞ்சாலை உணவகத்தில் பேருந்து நிற்கும்போதும் செல்லையாவைப் பார்த்துவிடக்கூடாது என்று என் மனது நடுங்கிக்கொண்டிருக்கிறது.

■

10

வேலையில்லாதவனின் பகல்

உலகிலேயே மிக நீண்டது எது? சீனாவின் சுவரா அல்லது நைல் நதி கடந்து செல்லும் வழியா? இரண்டுமில்லை. வேலையற்றவனின் பகல்பொழுதுதான். அதிலும் திருமணமாகி யும் வேலையில்லாமல் இருப்பவனின் வீட்டைக் கடந்து செல்கிறதே ஒரு பகல், அது நத்தையைப் போல மிக மெதுவாகக் கடந்து போகிறது.

வேலைக்கு மனைவியை அனுப்பிவிட்டு, கதவைத் தாழிட மறந்து, திறந்து வைத்தபடி வெறும் தரையில் தலையணையைப் போட்டு, கைகளைத் தாடையில் ஊன்றியபடி ஏதேதோ யோசனைகளும், மனதின் அடியாழத்தில் பகிர்ந்துகொள்ள முடியாத துக்கமுமாக, அருகாமை வீட்டு தென்னை மரத்தில் ஏறி விளையாடும் அணிலை வேடிக்கை

பார்த்துக்கொண்டிருக்கிறீர்களா? நீங்கள் வேலையற்று பகலில் வீட்டிலிருப்பவர். உங்களில் ஒருவனாக நானுமிருந்திருக்கிறேன்.

சுவரில் தொங்கும் கண்ணாடியை நீங்கள் நெருங்கிப் பார்ப்பதேயில்லை. கண்ணாடியைப்போல மனதை உறுத்தும் பொருள் வேறு ஏதேனும் வீட்டிலிருக்கிறதா என்ன? எப்போதாவது கண்ணாடி முன் நின்றவுடன் உங்கள் கண்களுக்கடியில் மெல்லிய வரிகளாக வேதனை படிந்துள்ளதை அது காட்டி விடுகிறது. முகத்தைப் பார்த்துக்கொண்டிருக்க நிமிஷத்துக்கு மேல் முடியவில்லை. ஏதோவொன்று முகத்திலிருந்து உதிர்ந்து போய்விட்டிருக்கிறது. அது சிரிப்புதான் என்பதைக் குழந்தைகள் கண்டுபிடித்துவிட்டபோதும் ஒப்புக்கொள்ள மறுத்திருக்கிறீர்கள். வலிந்து கண்ணாடி முன்பு சிரித்துப் பார்க்கிறீர்கள். முயற்சித்துச் சிரிக்கும் சிரிப்பு இத்தனை கோரமானதா?

திருமணமான பிறகும் வேலையற்றிருப்பவனுக்கு உணவு கிடைக்கிறது. தோய்த்த துணிகள் கிடைக்கின்றன. சிகரெட் வாங்க சில்லறை நாணயங்கள் கொட்டிக் கிடக்கின்றன. பிறந்தநாளுக்குப் புத்தாடை கிடைக்கிறது. இரவில் முத்தமும் கிடைக்கிறது. குழந்தைகள் காலைக் கட்டிக்கொண்டு கொஞ்சுகிறார்கள். இத்தனையும் கடந்து ஒரு சிறிய பூரான் சுருண்டு கிடப்பதுபோல, மனதின் அடியில் வேலையின்மை சுருண்டு கிடக்கிறது. யாவரும் நேசிக்கிறார்கள் என்பதுதான் வேலையற்றவனின் துயரம்.

நோயுற்ற நாட்களில் படுக்கையிலிருந்தபடி சத்தங்களை மட்டும் எப்படிக் கேட்டுக்கொண்டிருந்தோமோ, அதுபோலவே வேலையற்ற நாட்களில் வீட்டைவிட்டு வெளியேறிப் போகாமல் தெருவின் சத்தங்களைக் கேட்டுக்கொண்டிருந்தேன். வீட்டுப் பகலில் விநோதமான சத்தங்கள் கடந்து போகின்றன. கீரைக்காரியின் குரலில் பச்சைநிற இலைகள் அசைந்து கொண்டிருப்பது போலிருக்கிறது. கூரியர் கொண்டு வருபவர்களின் நடைச்சத்தம் மிகுந்த வேகமுடையதாக இருக்கிறது. துணிகளைத் தேய்த்துத் தருபவனின் பள்ளி செல்லாத இரு குழந்தைகள், கீச்சுக் குரலில் அழைத்துக் கதவைத் தட்டுகிறார்கள்.

எஸ்.ராமகிருஷ்ணன் ● 65

ஒரு நாளில் யாரோ அழைக்கும் சத்தம் கேட்டு வாசலில் போய்ப் பார்த்தேன். ஒரு தாயும் இரண்டு குழந்தைகளும் நின்றிருந்தார்கள். முகச்சாடையிலே வடமாநிலத்தவர்கள் என்பது தெரிந்தது. அந்தப் பெண், தன் கையில் வைத்திருந்த லேமினேட் செய்யப்பட்ட அட்டையை நீட்டினாள். 'குஜராத் பூகம்பத்தில் நாங்கள் வீட்டை இழந்துவிட்டோம். வாழ்வதற்கு உதவி செய்யுங்கள்' என்று இந்தியிலும் ஆங்கிலத்திலுமாக எழுதியிருந்தது. அந்தப் பெண்ணோடு வந்திருந்த இரண்டு மகள்களில் ஒருத்தி, கையில் ஒரு குச்சியை எடுத்துத் தெருவில் கோடு கிழித்தபடி சுற்றிக்கொண்டிருந்தாள்.

பர்ஸிலிருந்து பணத்தை எடுத்துக் கொடுத்தபோது, அவள் வாங்க மறுத்தவளாக "கப்டா கப்டா" என்று தன் குழந்தைகளைக் காட்டினாள். அந்தக் குழந்தைகளுக்குத் தருவதுபோல பழைய உடைகள் வீட்டில் எதுவுமில்லை என்பதை அவளுக்குப் புரியவைக்க முடியவில்லை. அவள் வந்த நிமிஷத்திலிருந்து சுவரில் மாட்டப்பட்டிருந்த கிருஷ்ணன் படத்தையே பார்த்துக் கொண்டிருந்தாள். அந்த ஊஞ்சலாடும் கிருஷ்ணனின் படத்தை மதுராவிலிருந்து வாங்கி வந்திருந்தேன். நீலநிற வானின்கீழ் கிருஷ்ணன் மரக்கிளையில் ஊஞ்சலாடிக் கொண்டிருக்கிறான். தொலைவில் பசுக்கள் மேய்ந்து கொண்டிருக்கின்றன. ஓவியத்தில் உறைந்திருந்த மாலைநேர ஆகாசம் சிறிய திட்டுபோல வசீகரமாயிருந்தது.

அந்தப் பெண் தன் மகளை அழைத்து, வீட்டுக்குள் இருந்த கிருஷ்ணனைக் காட்டினாள். சுவரிலிருந்த ஓவியத்தை அவர்கள் அதிசயமாகப் பார்த்துக்கொண்டிருந்தார்கள். கிருஷ்ணனை நமஸ்கரித்துக்கொள்ளச் சொன்னாள். இரு சிறுமிகளும் கைகளைக் குவித்து வணங்கினார்கள். அந்தப் பெண்ணின் முக்காடிட்ட முகத்தில் பகிர்ந்துகொள்ளப்படாத துயரத்தின் கறை படிந்திருந்தது.

அவளிடம் "சாப்பாடு வேண்டுமா?" என்று கேட்டேன். மறுத்துவிட்டு "கப்டா கப்டா" என்று திரும்பவும் சொன்னாள். வீட்டிலிருந்த ரோஸ் நிற பூப்போட்ட சேலையொன்றைக் கையில் எடுத்து வந்து அவளிடம் தந்தேன். தயக்கத்துடன் வாங்கிக்கொண்டபடியே, திரும்பவும் கிருஷ்ணனைப் பார்த்துக் கொண்டேயிருந்தாள். குழந்தைகள் என்னவோ சொல்லியதும்,

தன் முக்காடிட்ட சேலையால் கண்களைத் துடைத்துக் கொண்டாள்.

நான் சுவரிலிருந்த ஓவியத்தைக் காட்டி, அவளுக்கு வேண்டுமா என்று கேட்டேன். அவசரமாக வேண்டாம் எனச் சொல்லியபடி கலைந்த தன் முக்காடைச் சரிசெய்துகொண்டாள். சிறுமி வேண்டும் என்று கைகளை நீட்டினாள். அம்மா முறைத்துப் பார்த்தால், தலை கவிழ்ந்த சிறுமியிடம் "பரவாயில்லை, வைத்துக்கொள்" என்று சுவரிலிருந்து ஓவியத்தைக் கழற்றித் தந்தேன். ஒரு குழந்தையை வாங்கிக்கொள்வதுபோல கவனமாக வாங்கிக்கொண்டாள்.

நன்றி சொல்லிய சிறுமியின் தாய், அதுபோல ஒரு கிருஷ்ணன் படம் தன் வீட்டிலிருந்தது என்றும், பூகம்பத்தின் இடிபாடுகளில் சிக்கி மண்ணுக்குள் புதைந்து போய்விட்டது என்றும், பூமி தன் கணவனையும் வீட்டிலிருந்த ஒரு பசுவையும் கூட விழுங்கிவிட்டது என்றும் சொன்னாள். மண்ணுக்குள் புதைந்து போன கடவுளை மீட்டுவிட்டது போன்ற மகிழ்ச்சியுடன் கிருஷ்ணனை சிறுமிகள் விரலால் தடவிக்கொண்டிருந் தார்கள். அவர்கள் மூவரும் தலையில் ஓவியத்தைத் தூக்கி வைத்தபடி சந்தோஷமாகத் தெருவில் கடந்து போவதைப் பார்த்துக்கொண்டேயிருந்தேன்.

ஓவியத்தை எடுத்த வெற்றிடத்தில் மீசை நீண்ட கரப்பான் செத்துப்போய் சுவரில் ஒட்டிக்கொண்டிருந்தது. பூகம்பத்தில் வீட்டை இழந்து, பாஷையறியாத ஊரில் உணவுக்கும் உடைக்கும் அலைந்து கொண்டிருக்கும் வாழ்வில், எந்த வீட்டில், எந்தச் சுவரில் இந்த கிருஷ்ணனை அவர்கள் மாட்டி வைக்கப் போகிறார்கள்!

ஊரை, நேசித்த மனிதர்களை, சேர்த்துவைத்த செல்வங்களை பூகம்பம் விழுங்கிக்கொண்டபோது கைகொடுக்காத கடவுளை எதற்காக இப்படி நேசிக்கிறார்கள்! அவள் கண்கள் இதைப் பார்த்ததும் ஏன் கசிகின்றன? வாழ்வை நேசிப்பதற்குத்தான் வலிமை வேண்டியிருக்கிறது. சந்தோஷத்தில் அல்ல, வேதனையில்தான் வாழ்வின் நிஜமான ருசி தெரிகிறது.

வீடு இழந்தபோதும் நம்பிக்கை இழக்காத அந்தப் பெண்ணைக் கண்டதும் புகை காற்றில் கலந்துவிடுவதுபோல,

வேலையற்றிருந்த மனநிலை மெல்ல மறையத் துவங்குகிறது. ஒரு மலை எத்தனை ஆயிரம் வருடங்களாகத் தன் இருப்பிடம் விட்டு விலகாமல் சலனமற்றிருக்கிறது! எனில், மலையைப் போல தனிமையை ருசிக்க முடியாதா என்று தோன்றியது. யோசிக்க யோசிக்க வாழ்வின் மீது படிந்த கசப்பு மெதுவாக விலகுகிறது. திருநீறு போட்டுத் துடைத்த சிம்னியைப்போல மனது துல்லியமாகிறது.

வீட்டைப் புரிந்துகொள்ளத் துவங்கியபோது, அதை அணைத்துக்கொள்வதற்கு இரண்டு கைகள் போதாது போலிருந்தது. ஒருவேளை, அதனால்தான் பெண்ணும் குழந்தைகளும் என பத்துக் கைகள் தேவைப்படுகின்றதோ?

வீட்டை அறிந்துகொள்ளத் துவங்கிய பிறகு, பகல் பொழுது, பாதரசம் தரையில் கொட்டி ஓடிக்கொண்டிருப்பதுபோல கையில் எடுக்க முடியாதபடி அங்குமிங்கும் வசீகரமாக ஊர்ந்து கொண்டிருப்பதைக் காண முடிந்தது.

உத்திரத்து பல்லிபோல வீட்டோடு ஒன்றிக்கிடந்த நாளில் புதியதொரு வேலை வந்துவிட்டது. பரபரப்பு மிக்க காலை நேரத்தில் வீட்டிலிருந்து வெளியேறும் மனிதர்களில் ஒருவனாகிறேன்.

பஸ் சாலையைக் கடந்து போகிறது. சைதாப்பேட்டையின் பிளாட்பாரப் பகுதியில் சட்டென அந்த ரோஸ்நிற பூப்போட்ட புடவை தென்படுகிறது. ஜன்னலிலிருந்து எட்டிப் பார்க்கிறேன்.

புங்கை மரமொன்றில் தொங்கிக்கொண்டிருக்கிறது அந்த ஊஞ்சலாடும் கிருஷ்ணன் சித்திரம். நாலைந்து பெண்களும் ஆண்களும் மரத்தடியில் கூடி வாழத் துவங்கியிருக்கிறார்கள். புகையும் அடுப்பு கசிய, ரேடியோவில் ஏதோ இந்திப் பாடல் கேட்கிறது.

இழந்துவிட்டோம் என்று எதையும் நினைத்துக் கவலைப் படாமல், மீண்டும் விரும்பியதை உண்டாக்கிக் கொள்வதுதான் வாழ்வின் சாரம் எனப் புரியவைத்தவளுக்கு கண்கள் தாழ்த்தி நன்றி சொன்னேன். அதோ, பிளாட்பார மரத்தடியில் சுவர்கள் எதுவுமற்று ஒரு வீடு உண்டாகிக் கொண்டிருக்கிறது. மனதில் ஆழ்ந்த சந்தோஷம் உண்டாகிறது.

உயிரோசை

ஒரு காட்சி -

கொல்கத்தாவிலிருந்து துர்கா மூன்றாவது முறையாக சென்னைக்கு வந்திருந்தாள். அவளுக்குத் திருமணமாகி நான்கு மாதங்களே ஆகின்றது. கணவன் பெங்காலி. இன்ஜினீயர். தேனிலவுக்காக அவர்கள் அந்தமான் தீவுகளுக்குப் போயிருந்தபோது, அவளுக்கு உடல் நலக் குறைவானது. மருத்துவப் பரிசோதனையில் அவள் கர்ப்பமாகியிருப்பது தெரிந்தது. அதுதான் அவளை சென்னைக்கு முதல்முறையாக வரவழைத்தது.

அவளது கர்ப்பத்தில் மூன்று கருக்கள் வளர்வதாக மருத்துவர்கள் கண்டறிந்தார்கள். அதிநவீனமான மெடி ஸ்கேன் அவளது கர்ப்பத்தில் மூன்று உயிர்கள் சிறிய புள்ளியென துடித்துக்கொண்டிருப்பதைக் காட்டியது. அவளது உடல்நலன் மிகவும் பலவீனமாக

எஸ்.ராமகிருஷ்ணன் ● 69

இருப்பதால் குழந்தைகளின் எதிர்காலம் பாதிக்கப்படக்கூடும். எனவே, அவள் மிகக் கவனமாக இருக்க வேண்டும் என்று சொன்னார்கள்.

அவள் மனதின் துக்கத்தை மறைத்துக்கொண்டு மாலையில் அஷ்டலட்சுமி கோயிலுக்குச் சென்றாள். அவளது கணவன் கவலையை மறைக்கத் தெரியாத முகத்துடன் கைகள் நடுங்க கோயிலில் காணிக்கை செலுத்திக்கொண்டிருந்தான். இருவருமாக சாய்பாபா கோயிலில் தியானம் செய்தார்கள்.

இரவு அவளால் எதையும் சாப்பிட முடியவில்லை. கணவன் பயத்தோடு அவளிடம் "என்ன செய்யப்போகிறோம்?" என்று கேட்டான். அவள் உதட்டைக் கடித்துக்கொண்டு "பயமாயிருக்கிறது" என்றாள். அன்றிரவு இருவருமே உறங்கவில்லை. வேறு பெண் மருத்துவரை மறுநாள் காலையில் சந்தித்தார்கள். மீண்டும் அதே பரிசோதனை. கர்ப்பத்தில் மூன்று உயிர்கள். தாயும் சேயும் பாதிக்கப்படுவார்கள் என்று சொன்ன மருத்துவ பயம். குழப்பத்துடன் அவர்கள் கொல்கத்தாவுக்குத் திரும்பினார்கள்.

துர்காவின் அம்மாவும் அப்பாவும் காளியைப் பிரார்த்தனை செய்தார்கள். கணவன் வீட்டார் ஏதேதோ யோசனைகளைச் சொன்னார்கள். நம்பிக்கையைப் பரிசீலனை செய்துகொள்ள ஜோதிடம் கூடப் பார்த்தார்கள். மருத்துவர்கள் ஒரேயொரு வழியிருக்கிறதென்று சொன்னதாகத் தயங்கித் தயங்கி துர்காவிடம் சொன்னான் கணவன்.

"ஒரேயொரு கருவை மட்டும் அழித்துவிடலாம்."

அவள் பயத்தோடு கேட்டாள் - "மூன்றில் எந்தக் கருவை?"

இதை முடிவு செய்வதற்காக மறுபடியும் சென்னைக்கு வந்தார்கள். மூன்று கருக்களும் ஒன்றுபோலவே வளர்ச்சி கொண்டிருந்தன. அவளது உடல்நலம் மூன்று கருவைத் தாங்கக்கூடியதாக இல்லை. கரு வளர வளர, அதன் உறுப்புகள் அங்கஹீனமாகிவிடும் என்று அவளைப் பயங்கொள்ளச் செய்தார்கள். துர்கா கபாலீஸ்வரர் கோயிலுக்குச் சென்றாள். கண்கலங்க வணங்கினாள். வெளியிலிருந்த பிச்சைக்காரர்களுக்கு

கைநிறைய காசுகள் அள்ளிப் போட்டாள். மிக எளிமையான, பாதுகாப்பான முறையில் ஓர் உயிரை மட்டும் விலக்கிவிடலாம் என்று மருத்துவர்கள் உறுதி சொன்னார்கள். அதற்கான நாள் குறிக்கப்பட்டது. அவள் ஒவ்வொரு வேளை சாப்பிடும்போதும் வளரும் கருவில் எந்தக் கரு அழியப் போகிறது என்று நடுக்கத்துடனும் பயத்துடனும் தானறியாமல் விம்மிக் கொண்டிருந்தாள்.

மூன்றாம் முறையாக சென்னைக்கு வந்தவள், மருத்துவமனைக்குப் போவதற்கு முன், உலகில் உள்ள எல்லா தெய்வங்களிடமும் தனது தவறுக்காக மன்னிப்புக் கேட்டுக் கொண்டாள். பிறக்காமலே தன்னைப் பிரிந்து போகவிருக்கிற குழந்தையிடமும் மன்னிப்புக் கேட்டாள்.

தான் இறந்து போனாலும் பரவாயில்லை என கொல்கத்தாவுக்கு இப்படியே திரும்பிப் போய் விடலாமா என்று மருத்துவமனைக்குள் போனபோது அவளுக்குத் தோன்றியது. அதைக் கணவனிடம் சொல்ல தைரியம் வரவில்லை. அவளோடு கணவனின் சகோதரியும் தாயும் வந்திருந்தார்கள். மருத்துவமனையில் அன்றும் ஸ்கேன் செய்தார்கள். மயக்க மருந்தில் கண்கள் சொருகிக் கொண்டிருக்க, அவள் மருத்துவர்களின் பேச்சொலியைக் கேட்டுக் கொண்டிருந்தாள். சில நிமிஷங்களில் முள்ளின் முனை முறிவதுபோல் மூன்றில் ஒரு உயிர் துண்டிக்கப்பட்டது. அவள் இரண்டு நாட்கள் ஓய்வுக்காக மருத்துவமனையில் அனுமதிக்கப்பட்டாள். யாவரும் மிகுந்த சந்தோஷமாக இருந்தார்கள்.

மூன்று உயிர்களில், பிறக்காமலே இறந்து போனது எது? எப்படித் தெரிந்து கொள்வது? பெயர் கூட இல்லையே! ஆணா, பெண்ணா? எதற்காக அந்த ஒரு சிசுவின் வாழ்க்கை கர்ப்பத்திலேயே முடிந்து போனது? எப்படி அதைத் தேர்வு செய்தார்கள்? உயிர்கள் எங்கிருந்து தோன்றுகின்றன? கர்ப்பத்தில் சிசு வளர்வது தெரிகிறது. ஆனால், எங்கிருந்து உயிர் உருவாகிறது? யோசிக்க யோசிக்க மன அழுத்தம் கூடுகிறது. அவள் களைத்துப் போயிருந்த கண்களால் மன்னிக்க முடியாத தன் குற்றத்தை நினைத்து அழுதபடி இரவெல்லாம் உறக்கமற்றுக் கிடந்தாள். கர்ப்பத்தில் மீதமிருந்த இரு உயிர்கள்

துடித்துக் கொண்டிருந்தன. மறு நாள் புறப்படும்போது துயரத்தை எல்லாம் விழுங்கியபடி, இனி ஒரு போதும் சென்னைக் கே வரக் கூடாது என்று முடிவுசெய்துகொண்டாள்.

உண்மையில் என்ன நடக்கிறது நம்மைச் சுற்றி? அறியாமை தந்த பயத்தை விடவும் அதிகமாக அல்லவா இருக்கிறது நவீன மருத்துவம் தரும் பயம்! மனிதர்களைத் தவிர, வேறு எந்த உயிரினமாவது தனது கர்ப்பத்தை அழித்துக்கொள்கிறதா என்ன? ஒரு கனியில் நூறு விதைகளுடன் மாதுளை வளரத்தானே செய்கிறது! உலகிலிருந்து கருணை விடை பெற்றுச் சென்று விட்டதா? உயிர் இத்தனை மலிவானதா? பயமாக இருக்கிறது.

துர்கா இந்த நகரத்துக்குத் திரும்பி வரமாட்டாள். ஆனாலும், இந்த நகரம் அவளது பிறக்காத குழந்தையின் நகரமில்லையா?

ஒரு கதை. ரே பிராட்பரி என்ற அமெரிக்க எழுத்தாளர் எழுதியது.

அணுவீச்சுக்குள்ளான ஒரு நகரில் ஒரு பெண்ணுக்குக் குழந்தை பிறக்கிறது. கணவன் ஆவலோடு குழந்தையைப் பார்க்கச் செல்கிறான். தொட்டிலில் சிறிய அலுமினியத் தகடு போல குழந்தை இருக்கிறது. எடையேயில்லை. காகிதத்தில் வரையப்பட்ட ஓவியம்போல சிறிய கண்கள், வாய்... மூச்சு விடுவது மட்டுமே அது குழந்தை என்பதற்கான சாட்சி. தங்கள் குழந்தையை விரலால் தொடுவதற்குக்கூட அவர்கள் பயப்படுகிறார்கள்.

சில வாரங்களுக்குப் பிறகு குழந்தையை வீட்டுக்குக் கொண்டு போகிறார்கள். குழந்தையை எப்போதும் தொட்டிலில் துணி பொத்தி வைத்திருக்கிறார்கள். குழந்தை அழுவதுமில்லை. சிரிப்பதுமில்லை. மாறாக, எப்போதாவது காகிதத்தில் பேனா ஏற்படுத்தும் ஒலியைப்போல் மெல்லிய சத்தமிடுகிறது. ஆனாலும் அவர்களின் முதல் குழந்தை இல்லையா? பெயரிட்டு, புத்தாடைகள் அணிவித்து, சந்தோஷமாக வளர்க்கிறார்கள்.

மாதங்கள் கடந்த பிறகு, திடீரென ஒரு நாள் தொட்டிலில் விசில் சத்தம்போல ஒரு ஓசை கேட்கிறது. அது குழந்தையிடமிருந்து வருவது தெரிகிறது. ஆனால்,

குழந்தையைச் சமாதானம் செய்ய முடியவில்லை. மருத்துவர் வந்து பரிசோதிக்கிறார். 'உங்கள் குழந்தை பேசத் துவங்குகிறது. இதுதான் அதன் பாஷை. அதன் விசில் சத்தத்தை உற்றுக் கேளுங்கள்' என்கிறார். தாய் சந்தோஷமாக தினந்தோறும் அந்தச் சத்தத்தை அவதானிக்கிறாள். எது பசிக்கான விசில், எது சந்தோஷத்துக்கான விசில் என்பதை அறிந்துகொண்டவளாக அவளும் அதைப்போலவே விசில் அடிக்கிறாள். குழந்தையும் பதிலுக்குச் சத்தமிடுகிறது. குடும்பமே விசில் அடிக்கப் பழகுகிறது.

குழந்தையிடமிருந்து ஒரு பாஷையை கற்றுக்கொண்டு விட்டார்கள். அதில் சொற்களேயில்லை. வெறும் சத்தம் மட்டுமே இருக்கிறது. குழந்தை வளர வளர, அவர்கள் தங்களுக்குள் கூடப் பேசிக்கொள்வதில்லை. விசில் சத்தமே போதுமானதாக இருக்கிறது. ஒரு மழைக்காலத்தில் அவர்களின் குழந்தைக்கு மூச்சிரைப்பு உண்டாகிறது. அவர்கள் பகலிரவாகப் பிரார்த்தனை செய்கிறார்கள். ஆனாலும், குழந்தை இறந்துவிடுகிறது. துக்கத்திலே அழுந்திக் கிடக்கிறார்கள். காலம் கடந்து செல்கிறது. அவர்கள் அதன்பிறகு ஒரு வார்த்தைகூடப் பேசிக்கொள்ளவேயில்லை. எப்போதாவது விசில் அடித்துக் கொள்கிறார்கள். அது பசியிலா, அழுகையிலா என்று கண்டுபிடிப்பதற்கு அவர்களைத் தவிர அங்கே வேறு யாருமேயில்லை.

12. கடவுளின் சமையற்காரன்

ஒன்று ஆண்டுகளுக்கு முன்பாக மகாபாரதம் பற்றிய எனது நாவலான உப பாண்டவத்தின் வெளியீட்டு விழா அன்று அவரைச் சந்தித்தேன். கூட்டம் முடியும்வரை காத்திருந்தவர் மெதுவாக அருகில் வந்து தனது பெயர் திருலோகம் என்றும் திருவல்லிக்கேணியில் உள்ள ஒரு ஓட்டலில் சமையற்காரராக வேலை பார்ப்பதாகவும் தன்னால் விலை கொடுத்து புத்தகம் வாங்க முடியாதென்பதால் ஒரு புத்தகம் இரவல் தந்தால் படித்துவிட்டுத் தருவதாகவும் சொன்னார்.

ஐம்பது வயதைக் கடந்திருக்கும். ஒற்றை தட்டு வேஷ்டியும் அரைக்கை சட்டையும் அணிந்திருந்தார். 'பரவாயில்லை. வைத்துக் கொள்ளுங்கள்' என்று ஒரு நாவலை அவருக்குப் பரிசாகத் தந்துவிட்டு வீடு திரும்பினேன். பத்து நாட்களுக்குப் பிறகு பென்சிலில் கிறுக்கலாக எழுதப்பட்ட ஒரு அஞ்சல் அட்டை வந்தது.

அஞ்சல் அட்டை முழுவதும் கேள்விகள். அந்தக் கேள்விகள் யாவும் மகாபாரதம் பற்றியவை.

அந்தக் கடிதத்திலிருந்த ஒரு கேள்வி எனக்கு மிகவும் ஆச்சரியமாக இருந்தது. 'ஸ்ரீகிருஷ்ணனுக்கு அந்தரங்கமான சமையற்காரன் ஒருவன் இருந்தான் என்று கேள்விப் பட்டிருக்கிறேன். அவன் யார்? அவனைப் பற்றி நீங்கள் ஏன் எதுவும் எழுதவேயில்லை?'

மகாபாரதம் நடந்ததாகச் சொல்லப்படும் இடங்களை நேரில் பார்த்தறிவதற்காக நான்கு ஆண்டுகள் இந்தியாவின் பல்வேறு மாநிலங்களிலும் அலைந்து திரிந்திருக்கிறேன். துவாரகையும், அஸ்தினாபுரமும், குருக்ஷேத்திரமும், பாண்டவர்கள் ஒளிந்த குகைகள், குந்தியின் பாதச்சுவடு படிந்த பாறைகள், காண்டவ வனம், பகாசுரனை வதம் செய்து வீசி எறிந்த எலும்புகள் என எத்தனையோ பார்த்திருக்கிறேன். அஸ்ஸாமின் அஸ்வமேத யாகம் பற்றிய பப்ருவனின் கதைப் பாடலில் இருந்து புரிசையில் நடக்கும் படுகளம் வரை எத்தனையோ கண்டிருந்தபோதும் நான் கேள்விப்படாத ஒரு மகாபாரத கதாபாத்திரத்தைப் பற்றியதாக இருந்தது அந்தக் கேள்வி.

இதற்காகவே திருலோகத்தைச் சந்திப்பதற்காக ஓட்டல் மூடும் சமயத்தில் சென்றேன். சமையற்கட்டுக்குள் என்னை அழைத்துப் போனான் ஒரு சிறுவன். வாழை இலைக்கட்டுகளுக்கும், வெங்காயக் கூடைகளுக்கும் நடுவே ஒரு சிறிய இருட்டறையில் பக்தி மணம் கமகமத்துக் கொண்டிருந்தது. நாற்பது வாட்ஸ் மஞ்சள் பல்ப் வெளிச்சத்தில் சம்மணமிட்டு அமர்ந்தபடி எதையோ படித்துக் கொண்டிருந்தார் திருலோகம். அவர் என்னை எதிர்பார்க்கவில்லை. பதற்றத்துடன் எழுந்து கைகூப்பி வணங்கினார். அவரோடு பேசிக்கொண்டிருக்க விரும்பி வந்ததாகச் சொன்னதும், அவசரமாக கடை முதலாளியிடம் எதையோ சொல்லிவிட்டு, திரும்பி வந்து "போலாம் சார்" என்றார்.

இருவரும் பார்த்தசாரதி கோயிலின் அருகே போய் உட்கார்ந்துகொள்ளலாம் என முடிவு செய்தபடி நடந்தோம். கைகளை மார்பின் குறுக்காகக் கட்டிக்கொண்டு பள்ளி மாணவனைப்போல அவர் நடந்து வந்தது எனக்குக் கூச்சமாக இருந்தது.

எஸ்.ராமகிருஷ்ணன் ● 75

"லெட்டர் போட்டது தப்பா சார்?" என்று தயக்கத்துடன் கேட்டார். "இல்லை திருலோகம். எனக்கு நீங்கள் குறிப்பிடும் கிருஷ்ணனின் சமையற்காரனைப் பற்றித் தெரியாது. அதனால்தான் உங்களைப் பார்த்துத் தெரிந்துகொள்ள வந்தேன்" என்றேன். "நான் படிப்பாளியில்லை சார். ஏதோ பட்டறிவில் தெரிஞ்சிட்டிருக்கேன்" என்றார். இருவரும் விளக்குக் கம்பமொன்றின் அருகில் உட்கார்ந்து கொண்டபோது, அவர் மெதுவான குரலில் இந்தக் கதையை அவரது அம்மா சொன்னதாகச் சொல்லத் துவங்கினார்.

"கிருஷ்ணர் போஜனப் பிரியர். அதுக்காகவே தன்னோடு ஒரு சமையற்காரனை வைத்திருந்தார். கிருஷ்ணன் எந்த தேசத்துக்குப் போனாலும் கூடவே அவனும் போயிருவான். அவனுக்குத்தான் கிருஷ்ணனின் சாப்பாட்டு ருசி தெரியும். ஒரு நாள் கிருஷ்ணரோட தேசத்துக்கு துர்வாசர் வந்தாரு. கோபக்கார ரிஷி. ஏதாவது சரியா இல்லேன்னா சாபம் கொடுத்திருவாரேன்னு தேசமே பயந்துக்கிட்டு இருந்தது.

துர்வாசர் மனசிலே என்ன சமையல் நினைச்சிருக்கிறாரோ, அதை செஞ்சா மட்டும்தான் சாப்பிடுவாரு. அது கிடைக் காட்டா சாபம் கொடுத்துட்டுப் போயிருவாரு. 'நீங்க என்ன செய்வீங்களோ தெரியாது. அவர் மனசிலே நினைச்சதை செஞ்சு வெச்சிருங்கன்னு கிருஷ்ணரே சமையற்காரனைக் கூப்பிட்டுச் சொல்லிட்டாரு. இவ்வளவுதானாக்கும் என்று சமையற்காரன் வழக்கம்போல தன் வேலைகளைப் பார்த்துக்கிட்டு இருந்தான்.

துர்வாசர் சாப்பிட உட்கார்ந்தார். அவர் மனசிலே நினைச்ச பொரியல், அவியல், கூட்டு, இனிப்புன்னு எல்லாமேயிருந்தது. ஆச்சரியத்தோட, 'இதுநாள் வரைக்கும் நான் ஆசைப்பட்ட எல்லாமும் ஒரே விருந்திலே கிடைச்சதில்லே. எப்படி இது சாத்தியமாச்சு?'ன்னு கேட்டாரு. சமையற்காரன் கையைக் கட்டிக்கிட்டே சொன்னான் - 'உங்க தாயார் யாரு, அவங்க என்ன சமைப்பாங்கன்னு கேட்டுத் தெரிஞ்சுக்கிட்டேங்க. அந்த சமையலை செஞ்சா பிடிக்காதவங்களே இருக்கமாட்டாங்கன்னு அதேமாதிரி செஞ்சேன்'னாரு."

இதைச் சொல்லி முடித்துவிட்டு சட்டென மௌனமாகி விட்டார். ஆச்சரியமாகயிருந்தது. எவ்வளவு நிஜம்! தாயின்

சமையல் ருசி பிடிக்காதவர்கள் உலகில் இருக்கிறார்களா என்ன? சாப்பாட்டோடு அவளது விரலையும் சேர்த்துத்தானே நம் நாக்கு ருசித்திருக்கிறது.

அவரிடம் நான் கேட்க விரும்பியதைச் சொல்பவர்போல சட்டெனச் சொன்னார் -

"எங்க அம்மாவுக்கு சமையலே வராது சார். உப்பு போடணும்னா கை நடுங்கும். ஒரு குடும்பம் சந்தோஷமா இருக்குதுன்னா அந்த வீட்டிலே சாப்பாட்டுக்குத் தனி ருசி வந்திருச்சுன்னு அர்த்தம். உப்பை அளவா போடத் தெரிஞ்ச பொம்பளை பிழைச்சுக்கிடுவா சார். மத்தவங்களுக்கு நாளெல்லாம் சண்டை சச்சரவுதான்.

உப்புதான் சார் மனுஷன் கண்டுபிடிச்ச சுவை. இனிப்பு, கசப்பு, துவர்ப்பு, புளிப்பு எல்லாம் ஏதாவது ஒரு காய்கனியில இருக்கு. ஒவ்வொரு வீட்டுக்கும் ஒரு உப்போட அளவிருக்கு சார். அது தெரியாமப் போறதுதான் புதுசா கல்யாணம் பண்ணிக்கிட்ட புருஷன் பொண்டாட்டிக்குள்ள ஆரம்பமாகிற முதல் சண்டை.

எங்கப்பாவுக்கு சாப்பாடு வைக்க "தட்டு போட்டவுடனே உப்பை வெச்சிரணும். இல்லாட்டி அவ்வளவு கோபம் வந்திரும். ஒரு நாள் குழம்புல உப்பு குறைவா போட்டுட்டான்னு ஒரு ஜாடி உப்பையும் குழம்புல போட்டு எங்கம்மாவை சாப்பிடச் சொன்னாரு. அம்மா மறுபேச்சு பேசாம சாப்பிட்டா. நாலு வாய் வைக்கலே. மயங்கி விழுந்து கண் சொருகிருச்சு. அன்னிக்கு நினைச்சேன். சமைக்கக் கத்துக்கிடணும்; விதவிதமா அப்பாவுக்கு சமைச்சுப் போடணும்னு. கத்துக்கிட்டு நான் சமைக்கிறதை சாப்பிடாமலே போய்ச் சேர்ந்துட்டாரு அவரு. அப்புறம் சமைக்கிறதே இப்போ பிழைப்பா போச்சு."

இருவரும் இருளில் உட்கார்ந்திருந்தோம். கோயிலின் கோபுரவிளக்கு மெலிதாக எரிந்து கொண்டிருந்தது. தனது கதையைச் சொல்லியிருக்கக் கூடாதோ என்ற குற்ற உணர்ச்சியுடன் அவர் எழுந்து நடக்கத் துவங்கினார். இருவரும் அவரது ஓட்டலை நோக்கி நடக்கத் துவங்கினோம். வழியில் அவரிடம் கேட்டேன் -

"உங்களுக்கு மகாபாரதத்திலே பிடித்தது யார்?"

ஒரு நிமிஷம் கூட யோசிக்காமல் சொன்னார் - "விதுரன். உலகத்திலேயே தனக்கு ஏற்படுற அவமானம் எல்லாத்தையும் சகிச்சுக்கிட்டு நல்லதை மட்டுமே நினைச்ச ஒரே ஆளு விதுரன் சார். அவன் தான் மகாபாரதத்துக்கே உப்பாயிருக்கான்."

ஓட்டலின் முன்பாக வந்தபோது, நான் வீட்டுக்குக் கிளம்புவதாகச் சொன்னேன். அவர் தனது அறைக்கு வந்து போக வேண்டும் என்று கேட்டுக்கொண்டார். இருவரும் அவரது அறைக்குள் நடந்தோம். சிறுவர்கள் நாலைந்து பேர் பாத்திரங்களைக் கழுவிக்கொண்டிருந்தார்கள். அவர் தனது மரப்பெட்டி ஒன்றை வெளியே எடுத்தார். அதற்குள் திருப்புகழ், ஜெயகாந்தன் கதைகள், சித்தர் பாடல்கள், தேவாரத் திரட்டு, ஒன்றிரண்டு விவேகானந்தரின் பிரசுரங்கள் இருந்தன. ஒரு புத்தகத்திலிருந்து மடித்து வைக்கப்பட்டிருந்த இருபது ரூபாய் நோட்டு ஒன்றை எடுத்து என்னிடம் கொடுத்து "உங்க புத்தகத்துக்குப் பணம் கொடுக்காதது என்னமோ போல இருக்கு சார். காசு கொடுத்து வாங்காட்டா புத்தகம் மனசிலே நிக்காதுன்னு சொல்வாங்க. இதையாவது வைத்துக்கொள்ளுங்கள்" என்றார். பணத்தை வாங்கிக் கொண்டேன்.

அருகில் பஸ் நிறுத்தம் கிடையாது. ஆட்டோ பிடிக்கத் தான் கூட வருவதாகச் சொல்லியபடி முகம் கழுவிக்கொண்டு வர, அவசர அவசரமாக அடிகுழாயை நோக்கி நடந்தார். ஈரத்தோடு திரும்பி வந்தபோது பார்த்தேன். அவரது முதுகிலிருந்து நீளமாக அடிவயிறுவரை தீக்காயம் போலிருந்தது. முகத்தைத் துடைத்தபடியே திருலோகம் நான் கவனிப்பதைத் தெரிந்து கொண்டவரைப்போலச் சிரித்தபடியே சொன்னார்.

"உப்பு போடாம சாம்பார் வெச்சிட்டேன்னு ஒரு வாளி சுடு சாம்பாரை தலையிலே ஊத்தினான் ஒரு ஓட்டல் மகராஜன். அந்தப் புண்ணியம்தான் இது" என்றபடி சட்டையைத் திரும்பவும் போட்டுக்கொண்டார்.

எப்போதாவது மனச்சோர்வு அடையும் நாளில் என்னை நானே கேட்டுக்கொள்வதுண்டு - 'ஏன் எழுதுகிறேன்? இதனால்

என்ன பிரயோசனம்?' ஆனால், அந்த நிமிஷத்தில் தோன்றியது. எழுத்தாளனாக இல்லாமல் போயிருந்தால் திருலோகத்தைச் சந்திக்க முடியாமல் போயிருக்குமல்லவா? எழுதுவதற்கான சந்தர்ப்பத்தையும் சொற்களையும் தந்தபடியிருக்கும் உலகின் பெருங்கருணைக்கு நன்றி சொன்னபடி அவரோடு இருளில் நடக்கத் துவங்கினேன்.

13

"இனி நாம் செய்ய வேண்டியது என்ன?"

லியோ டால்ஸ்டாயின் 'போரும் அமைதியும்', நட்ஹாம்சனின் 'நிலவளம்', அனதோலியா பிரான்சிஸின் 'தாசியும் தபசியும்', செல்மா லாகர்லெவியின் 'மதகுரு, தாமஸ்மனின் 'மாறிய தலைகள்' - இந்த ஐந்து புத்தகங்களை எனது கல்லூரி நாட்கள் முழுவதும் தேடியலைந்து கொண்டிருந்தேன். சிறந்த உலக இலக்கியத்தின் மொழிபெயர்ப்புகளான இவை 1960-களில் வெளியானவை. பழைய புத்தகக் கடைகள், நண்பர்களின் வீடுகள் என எங்கெங்கோ அலைந்தபோதும் இந்தப் புத்தகங்கள் கண்ணில் படவேயில்லை!

ஒரு சந்தர்ப்பத்தில் என்னைப்போலவே இதே புத்தகங்களின் பட்டியலைக் கையில் வைத்துக்கொண்டு தேடியலையும் பலரையும்

சந்திக்க நேர்ந்ததேயன்றி, புத்தகங்கள் கைவசமாகவேயில்லை. அப்போதுதான் நண்பர்களில் ஒருவன் வேட்டைக்குச் செல்பவர்களிடம் இந்தப் பொறுப்பை ஒப்படைத்தால் அவர்கள் கட்டாயம் கொண்டு வந்துவிடுவார்கள் என்று ஒரு யோசனையைத் தெரிவித்தான்.

பழைய நூலகங்கள், தமிழ் அறிஞர்கள் வீடுகள், கூட்டுறவு சங்க வாசகசாலைகள் எனப் பல்வேறு புத்தகச் சேகரிப்புக் கூடங்களில் புகுந்து, தேவைப்படும் புத்தகத்தைத் திருடி வந்துவிடுவதற்கு பெயரே 'வேட்டை'. இந்த வேட்டையில் ஈடுபடும் கலைஞர்கள் நாலைந்து பேர் இருந்தார்கள். அவர்களில் ஒருவனான சார்லஸிடம் சொல்லிவிட்டால் புத்தகத்தைத் திருடி வந்துவிடுவான் என்று நம்பகமான வட்டாரத்தில் தெரிவித்தார்கள்.

எப்படியாவது அந்தப் புத்தகங்களைக் கைவசப்படுத்திவிட வேண்டும் என்ற வெறியில் சார்லஸைப் பார்ப்பதற்காக தூத்துக்குடியிலிருந்த அவனது வீட்டுக்குச் சென்றிருந்தேன். பெரிய நாய் ஒன்றைத் தன்னோடு ஓடுவதற்குப் பழக்கிக் கொண்டிருந்த சார்லஸ், மிகுந்த வெட்கத்தோடு, தான் அவ்வளவு பெரிய சாகசக்காரன் கிடையாது. புத்தகம் திருடுவது, மூன்றாவது உலக நாடுகளில் ஒரு எதிர்க் கலாசார நடவடிக்கை என்பதால், தான் அதைச் செய்வதாகச் சொன்னான். சார்லஸுக்குத் திக்குவாய். ஐந்தரையடி உயரமிருப்பான். பதினெட்டு வயதிருக்கும்போது எண்பது கிலோ எடையிருந்தான். அவனது சாகசத்தைப் பற்றி எத்தனையோ கதைகளிருந்தன. அதில் ஒன்று திருவள்ளுவர் மன்ற நூலகம் ஒன்றிலிருந்து ஒரே நேரத்தில் நாற்பது அகராதிகளை சார்லஸ் திருடி வந்துவிட்டான் என்ற அதிசயத் தகவல். நான் எனது புத்தகப் பட்டியலை அவனிடம் கொடுத்துவிட்டு, 'இவை கிடைக்குமா?' என்று கேட்டேன்.

அவன் பட்டியலைப் பலமுறை வாசித்துப் பார்த்துவிட்டு, "நான் மற்றவர்களுக்காகத் திருடுவது கிடையாது. என்னோடு வருவதாகயிருந்தால் இந்தப் புத்தகங்களைத் திருடி ஒப்படைக்கிறேன்" என்று சொன்னான். தயக்கமாகவும் பயமாகவும் இருந்தது. ஆனாலும் லியோ டால்ஸ்டாய்க்காகத்

திருடுவது தப்பில்லை என்று சுயசமாதானம் செய்துகொண்டு ஒப்புக்கொண்டேன். சில வாரங்களுக்குப் பிறகு ஒரு நாள் காலை கல்லூரியில் என்னைப் பார்ப்பதற்காக சார்லஸ் வந்து காத்திருந்தான். ரகசியமான குரலில் "உன்னிடம் இருநூறு ரூபாய் பணமிருக்கிறதா? இப்போதே கிளம்பு. நாம் ஒரு இடத்துக்குப் போக வேண்டும்" என்றவன், கல்லூரி கேன்டீனில் இருப்பதாகச் சொல்லிவிட்டு நடந்தான்.

பணத்தை ரெடி செய்துகொண்டு கேன்டீனுக்குப் போனபோது ஒரு மேஜையில் ஆராய்ச்சி மாணவனைப் போல புத்தகங்களை வைத்துப் புரட்டிக்கொண்டிருந்தான்.

இருவரும் புறப்பட்டோம். திருநெல்வேலிக்கு வரும்வரை எங்கே போகிறோம் என்பதைச் சொல்லவேயில்லை.

இரவு மணி பதினொன்று ஆனபோது மெதுவாக அவனிடம் கேட்டேன். "நாம் எந்த ஊருக்குப் போகிறோம்?" பதில் பேசாமல் அவன் வெகு சிரத்தையாக 'குமாவும் புலிகளும்' என்ற ஜிம் கார்பெட் புத்தகத்தைப் படித்துக் கொண்டிருந்தான். பின்னிரவில் வந்து சேர்ந்த ஒரு பாசஞ்சர் ரயிலில் ஏறிக்கொள்ளச் சொன்னான். ரயிலே காலியாகயிருந்தது. அப்பர் பெர்த்தில் ஏறிப் படுத்தபடியே "திருவனந்தபுரம் வந்ததும் என்னை எழுப்பிவிடு!" என்று நிமிஷத்தில் உறங்கிவிட்டான்.

தி கிரேட் டிரெயின் ராபரி, போனி அண்ட் கிளைடு என ரயிலில் ஏறியது முதல் வங்கிக் கொள்ளை, ரயில் கொள்ளை பற்றிய படங்களே எனக்கு நினைவு வந்து கொண்டிருந்தன. உறக்கம் வரவேயில்லை. லியோ டால்ஸ்டாயின் ஒரு புத்தகத் தலைப்பு மனதில் தோன்றியது. 'இனி நாம் செய்யவேண்டியது என்ன?' யாரோ அருகில் உட்கார்ந்துகொண்டு இதைத் திரும்பத் திரும்பச் சொல்வதுபோல இருந்தது. விடிகாலையில் திருவனந்தபுரத்துக்கு ரயிலில் போய் இறங்கியபோது, சார்லஸ் உற்சாகமாக ஒரு அயல்நாட்டு தூதுவரைப்போல அங்ககரின் ஈரக்காற்றை ஆழ்ந்து சுவாசித்துக்கொண்டு சிரிப்போடு கடும் சாயா வாங்கிக் கொடுத்தான்.

மாநிலம் விட்டு மாநிலம் வந்து திருட வந்தவனுக்கு உடந்தையாக இருக்கிறேன். மன்னித்துக்கொண்டு இந்தச் செயல்

நல்லபடியாக நடக்க உதவி செய்ய வேண்டும் என பத்மநாப சுவாமியை மனதளவில் வேண்டிக்கொண்டேன். பத்து மணி வரைக்கும் என்ன செய்வது என்று தெரியாமல் நடந்து தெருத் தெருவாகச் சுற்றினோம். சார்லஸ் ஒரு மலையாள பேப்பரை வாங்கிச் சுருட்டிக் கையில் வைத்துக்கொண்டான் (திருட முயற்சிப்பவன் செய்யும் முதல் காரியமிது). அவன் இந்த நகருக்குப் பலமுறை வந்தவனாகயிருக்க வேண்டும். ஒரு ஆட்டோவில் போய் நாங்கள் இறங்கிய இடம், திருவனந்தபுரம் பல்கலைக்கழகம். ஆச்சரியமாகயிருந்தது. இங்கேதான் நான் தேடிக்கொண்டிருந்த புத்தகங்கள் இருக்கின்றனவா? எப்படி இது சார்லஸுக்குத் தெரிந்தது? அவனிடம் நான் எதையும் கேட்கவோ, பேசவோ கூடாது என்று காலையிலேயே சொல்லியிருந்தான் (திருட முயற்சிப்பவன் செய்யும் இரண்டாம் காரியமிது). பல்கலைக் கழகத்தின் நூலகம் பிரமாண்டமானதாகயிருந்தது. அவன் என்னை அழைத்துக்கொண்டு உள்ளே நுழைந்தான். வரவேற்பறையில் இருந்த நோட்டில் இருவரும் பெயர்களை மாற்றி எழுதினோம். டாக்டர் பட்ட ஆய்வு மாணவர்கள் என்று குறித்தோம். நூலகத்தின் ஆயிரக்கணக்கான புத்தகங்களுக்குள் நாங்கள் தேடிய புத்தகங்களுமிருந்தன. கையில் தொட்டுப் பார்த்தபோது மெய்சிலிர்த்தது.

மதியம்வரை நூலகத்துக்குள்ளாக ஒரு மேஜையில் உட்கார்ந்தேயிருந்தோம். சாப்பாடு நேரத்தில் அவன் மெதுவாக என்னிடம் வந்து பல்கலைக்கழகத்துக்கு வெளியே உள்ள ஓரிடத்தில் நான் நிற்க வேண்டும் என்றும் புத்தகங்களை எடுத்து வந்து தந்ததும் நான் ரயில்வே ஸ்டேஷனுக்குப் போய்விட வேண்டும் என்றும் சொன்னான். நடுக்கத்துடன் பரபரப்பான சாலையொன்றின் பிளாட்பாரத்தில் நின்று கொண்டிருந்தேன்.

சார்லஸ் எப்படித் திருடுகிறான் என்று பார்க்க ஆசையாகயிருந்தது. அதேநேரம் பயமாகவுமிருந்தது. சில நிமிஷங்களுக்குப் பிறகு சார்லஸ் என் அருகில் வந்து இரண்டு புத்தகங்களை ரகசியமாக அடிவயிற்றிலிருந்து உருவி எடுத்துத் தந்துவிட்டு 'இதை வைத்துக்கொண்டு நில்லு. வருகிறேன்' எனத் திரும்பவும் நூலகத்தை நோக்கி நடந்தான். 'போரும் அமைதியும்' நாவலின் இரண்டாம் பாகமும், நட்ஹாம்சனின் 'நிலவளமும்'

எஸ்.ராமகிருஷ்ணன் ● 83

கைவசமாகியிருந்தன. தாங்கமுடியாத சந்தோஷத்துடன் முதல்பாகம் வருவதற்காகக் காத்துக் கொண்டிருந்தேன். நேரம் போய்க்கொண்டிருந்தது. சார்லஸ் வரவேயில்லை. என்ன ஆகியிருக்கும் என்று யோசித்துக் கொண்டேயிருந்தேன். ஒரு மணி நேரத்துக்கும் மேலாகியிருந்தது. நூலகத்துக்குள் போய்ப் பார்க்கலாம் என்றால் பயமாகயிருந்தது. சார்லஸின் டெக்னிக்கைப் பயன்படுத்தி ஒரு கடையில் கையிலிருந்த புத்தகங்களை வைத்துவிட்டு நூலகத்துக்கு நடந்தேன். நூலக வாசலில் கூட்டமாகயிருந்தது.

உதடு கிழிந்து முகத்தில் அடிபட்டவனாக சார்லஸ் நின்றிருந்தான். அவனது தலை கவிழ்ந்திருந்தது. டால்ஸ்டாயின் முதல் பாகத்தால் அவன் முகத்திலே ஒருவன் அறைந்து கொண்டிருந்தான். சார்லஸ் அடியைத் தடுக்கவேயில்லை. எனக்குக் கால்கள் நடுங்கத் துவங்கின. கூட்டத்தைவிட்டு அவசரமாக வெளியேறி வேகவேகமாக நடந்து கடையில் கொடுத்து வைத்திருந்த புத்தகத்தைத் திரும்ப வாங்கிக்கொண்டு உடனே திருவனந்தபுரத்திலிருந்து கிளம்பும் பஸ்ஸில் கன்யாகுமரிக்கு வந்து சேர்ந்தேன்.

சார்லஸை போலீஸில் பிடித்துக் கொடுத்திருப்பார்களா? அவன் எனது முகவரியைக் கொடுத்திருந்தால் என்னைத் தேடியும் போலீஸ் வருமா? வீட்டுக்குப் போகாமலே ஒரு நாள் அலைந்து கொண்டிருந்தேன். டால்ஸ்டாயைப் படிக்கப் பிடிக்கவேயில்லை. வீடு திரும்பிய பிறகு அந்த இரண்டு புத்தகங்களையும் ரகசியமாக ஓரிடத்தில் ஒளித்து வைத்தேன். சார்லஸை அப்படியே விட்டுவந்த குற்ற உணர்ச்சி இருந்து கொண்டேயிருந்தது.

சில மாதங்களுக்குப் பிறகு ஒரு நாள் வகுப்பு நடந்து கொண்டிருந்தபோது என்னைத் தேடி யாரோ வந்திருப்பதாக பியூன் அழைத்தான். போய்ப் பார்த்தபோது சார்லஸ் நின்று கொண்டிருந்தான். அவனது கையில் டால்ஸ்டாயின் 'போரும் அமைதியும்' முதல் பாகம் மற்றும் நான் கேட்ட மற்ற மூன்று புத்தகங்களுமிருந்தன. அவன் சிரித்துக்கொண்டே தான் காக்கை வலிப்பு வந்ததுபோல் அன்று நடித்தவுடன் விட்டு விட்டார்கள் என்றபடி சில நாட்களுக்கு முன்பு வேறு ஓரிடத்திலிருந்து அடித்து வந்ததாக அந்தப் புத்தகங்களைத் தந்தான்.

பிறகு "கேன்டீனுக்குப் போகலாம்" என்றான். கேன்டீன் படிகளில் ஏறியபோது சற்றும் எதிர்பாராமல் என் முகத்தில் ஓங்கி அறைந்தபடி "காட்டிக் கொடுத்திருவேன்னுதானே ஓடி வந்துட்டே?" என்றான்.

நான் செய்வதறியாமல் நின்றுகொண்டிருந்தேன். அவன் கல்லூரியை விட்டு நடந்து வெளியே போய்க்கொண்டிருந்தான். அதன் பிறகு சார்லஸை இன்றுவரை சந்திக்கவேயில்லை. இப்போதும் லியோ டால்ஸ்டாயின் புத்தகங்களைப் பார்க்கும் போது கன்னத்தில் வலிக்கிறது. ஆனால், அந்த வலி இன்னொரு கன்னத்தையும் அவனிடம் காட்டும் ஆசை கொண்டதாகவே இருக்கிறது!

14. நிறமில்லாதொரு குடும்பம்

நான் ஒரு எறும்பைக் கொன்றேன் என் மூன்று குழந்தைகள் அதை நிசப்தமாக கவனித்துக் கொண்டிருக்கிறார்கள்.

- இந்த ஜென் கவிதையை நீங்கள் எப்போதாவது வாசித்திருக்கிறீர்களா? இந்தக் கவிதையைப் படிக்கும்போதெல்லாம் மனதில் மெல்லிய நடுக்கம் உண்டாகிறது. குழந்தைகளின் முன்னால்தான் நாம் கோபப்படுகிறோம். நம்மைவிட மெல்லிய உயிர்களை நசுக்கிக் கொல்கிறோம். நம் இயலாமைகளை மற்றவர்களின் குறைகளாகத் திட்டுகிறோம். நமது டெலிபோன் உரையாடல்கள் குழந்தைகளின் முன்னால்தான் நடக்கின்றன. நமது பொய்களும் சில்லறை ஏமாற்றுகளும் அவர்களுக்குத் தெரிந்துதானிருக்கின்றன. ஆனாலும் குழந்தைகள் நம்மைக் கவனிப்பதை நாம் பொருட்படுத்துவதேயில்லை. காரணம் - நாம் பெரியவர்கள். அவர்கள் குழந்தைகள்.

ஆறு வருடங்களுக்கு முன்பாக சென்னையின் ராயப்பேட்டை பகுதி அறையொன்றிலிருந்தேன். மிகச்சிறிய ஆஸ்பெஸ்டாஸ் போட்ட மாடியறை. வீட்டு உரிமையாளரும் மூன்று வெவ்வேறு குடித்தனங்களும் அங்கே இருந்தன. அதில் இருந்தவர்களில் இருவர் அச்சக ஊழியர்கள். ஒருவர் பாடலாசிரியர். பக்திப் பாடல்கள் எழுதுவதற்காக சென்னைக்கு வந்தவர். அவரது வீட்டில் இரண்டு பெண் குழந்தைகள் இருந்தார்கள். மூத்தவள் தேஜஸ். இளையவள் சாரதா.

தேஜஸுக்கு பத்து வயதிருக்கும். மெலிந்து போய் எப்போதும் ஒரு நீல கலரில் பிராக் போட்டுக்கொண்டிருப்பாள்.

இரண்டு மூன்று நாட்களுக்கு ஒரு முறை தேஜஸ் மாடியறைக்கு என்னைத் தேடி வருவாள். சத்தமில்லாமல் படியேறி நடந்து வரும் தேஜஸ், வாசற் கதவைப் பிடித்துக்கொண்டு கண்களைத் தாழ்வாக வைத்தபடி நின்றிருப்பாள். அறையிலிருந்த நண்பர்கள் யார் எது கேட்டாலும் பேசவே மாட்டாள். அறையின் உள்ளே வரச்சொன்னாலும் வரமாட்டாள். மிகத் தயக்கத்துடன் என்னைப் பார்த்துக்கொண்டிருப்பாள். "என்ன வேண்டும் தேஜஸ்?" என்று கேட்கும்போது, அவள் உதடுகள் சத்தம் வராமல் எதையோ முணுமுணுக்கும். சட்டைப் பையிலிருந்த பணத்திலிருந்து பத்தோ, இருபதோ எடுத்து அவளிடம் தரும்போது கெட்டியாகப் பணத்தைப் பிடித்துக்கொண்டு "நாளைக்கு அப்பா திருப்பித் தந்துருவாங்க சார்" என்று சொல்வாள். நான் தலையாட்டிக்கொண்டே அவளை அனுப்பி வைப்பேன்.

அவள் கீழேபோன சில நிமிஷங்களுக்குப் பிறகு வெள்ளை வேஷ்டி சட்டையுடன், கையில் ஒரு மஞ்சள் பையை எடுத்துக் கொண்டு, நெற்றியில் குங்குமம், திருநீறு பளிச்சிட தேஜஸின் அப்பா வெளியே கிளம்பிப்போவார். வீட்டிலிருந்த ஒரு வயதுப் பெண் குழந்தையைப் பார்த்துக்கொள்வதற்காகவே தேஜஸ் பள்ளிக்கூடத்துக்குப் போவதை நிறுத்தியிருந்தார்கள். அவளது அம்மா ஸ்க்ரீன் பிரிண்டிங்கில் வேலை செய்து கொண்டிருந்தாள்.

எனது அறை மட்டுமல்ல, அருகிலிருந்த தெரிந்தவர்கள் யாவர் வீட்டுக் கதவையும் பிடித்துக்கொண்டு தேஜஸ் நின்றிருக்கிறாள்.

எஸ்.ராமகிருஷ்ணன் ● 87

யாருடைய பணத்தையும் அவளது அப்பா திருப்பித் தந்ததே கிடையாது. அவளுக்கு அப்பாவின் நண்பர்கள் யாவரின் வீடும் தெரிந்திருந்தது. ஒன்றிரண்டு முறை பணம் கேட்பதற்காக வீடு வீடாக தேஜஸ் நடந்து போய்க்கொண்டிருப்பதைக் காண நேரிடும். அதுபோன்ற நேரங்களில் அவளைக் கவனித்துப் பார்த்தால், அந்த முகத்தில் இனம் புரியாத கவலையும் மெல்லிய பயமும் ஒளிந்திருப்பது தெரியவரும்.

தேஜஸைப் பார்க்கும்போதெல்லாம் தோன்றும் - எட்டு வயது முடிவதற்குள் வாழ்வின் அத்தனை அவமானங் களையும் கசப்பையும் குடித்துவிட ஏன் இப்படி அலைகிறாள்? மற்ற சிறுமிகளைப்போல இல்லாமல் இவள் ஒருத்தி மட்டும் அவசரமும் சீக்கிரமுமாக பெரியவர்களின் உலகத்துக்குள் தன்னைப் பொருத்திக் கொண்டுவிட்டது எதன் பொருட்டால்? நினைக்க நினைக்க ஆத்திரமாக வரும்.

தேஜஸின் அப்பா இரவில் யாவரும் உறங்கிய பிறகுதான் வீடு திரும்புவார். அவர் கேட்டைத் திறக்கும் சத்தம்கூட கேட்காது. கதவில் பூட்டு தட்டிவிடாமல் பிடித்துக்கொண்டு அவர் திறப்பதைப் பார்த்திருக்கிறேன். இதுபோலவே அவர் இரவில் லைட்டைப் போடுவதே கிடையாது. இருட்டிலே கிணற்றடிக்குப் போய் தண்ணீர் இறைத்து முகம் கழுவிக் கொண்டு போவார். எதற்காக இந்தக் குடும்பம் இப்படி நகரில் வந்து தன்னைச் சிதைத்துக்கொள்ள வேண்டும் என்று தோன்றும். அப்பாவின் ஒவ்வொரு செயலும் தேஜஸின் மீது படிந்து கொண்டே வந்தது.

சில நாட்கள் தேஜஸ் கடன் கேட்க வரும்போது கொடுக்கக்கூடாது என்று கோபமாயிருக்கும். மறுப்பைக் காட்டுவதற்காக, "உன் அப்பாவை வந்து வாங்கிக்கொண்டு போகச் சொல்" என்று சொல்லும்போது, அவள் கண்கள் ஈரமேறி அழுவதற்குத் தயாரானதுபோலாகிவிடும். அவள் கைகளைக் கட்டிக்கொண்டு மெதுவான குரலில் சொல்வாள். "அப்பா பாட்டு எழுதிக்கிட்டு இருக்காங்க சார். கட்டாயம் திருப்பிக் கொடுத்திருவாங்க சார்." இதைக் கேட்டால் ஆத்திரம் அதிகமாகும். தேஜஸைப் பார்க்காமல் திருப்பிக்கொள்வேன். அவள் என்னைவிட்டு பார்வையை விலக்கவே மாட்டாள்.

கண்டிப்பான குரலில் "வீட்டுக்குப் போயிட்டு வா..." என்று சொல்லிய பிறகு கதவைவிட்டு விலகி கீழ்ப்படியில் போய் உட்கார்ந்து கொள்வாள். அறையைவிட்டு வெளியே போகும்போது அமைதியாக கூடவே வருவாள். கேட்டைத் திறக்கும்போது சொல்வாள் - "உங்க சட்டையை வேணும்னா துவைச்சுப் போட்டு வைக்கிறேன் சார். அப்பா காத்துக்கிட்டு இருக்காங்க சார்."

"அதெல்லாம் வேண்டாம் தேஜஸ்" என்றபடியே பையிலிருப்பதை எடுத்துக் கொடுக்கும்போது அவள் கண்கள் சந்தோஷத்துடன் நன்றி சொல்லும். எத்தனை நாட்கள், எத்தனை வீடுகள். காபிப் பொடியிலிருந்து அப்பாவின் சட்டை அயர்ன் பண்ணும் கடைவரை எல்லாக் கடனையும் தன் மீது சுமத்திக்கொண்டு தேஜஸ் அலைந்து கொண்டே இருந்தாள்.

ஒரு நாள் தேஜஸ் வீட்டின் முன்பாகத் தனது பைக்கை துடைத்துக்கொண்டிருந்த என் அறை நண்பன், வீட்டினுள் அடிவாங்கிக் கொண்டிருக்கும் தேஜஸின் சத்தத்தைக் கேட்டுக் கொண்டிருந்தான். அவள் "போக மாட்டேன்பா" என்ற ஒரே வார்த்தையை திரும்பத் திரும்பச் சொல்லிக்கொண்டிருந்தாள். ஆத்திரத்தில் தேஜஸின் அப்பா அவளைப் போட்டு அடிப்பது கேட்டது. பிறகு அவளது அப்பா தேஜஸை வெளியே தள்ளிக் கதவை மூடினார். அதைப் பார்த்துக்கொண்டிருந்த என் அறை நண்பன், ஆத்திரமாகி கீழே விழுந்த தேஜஸைத் தூக்கி இழுத்துக்கொண்டு அவள் வீட்டு கதவைப் படபடவென தட்டினான். தேஜஸின் அப்பா மிரட்சியோடு கதவைத் திறந்தார்.

"எதுக்காகய்யா இப்படி போட்டு அடிக்கே? வீடு வீடா பிள்ளையை அனுப்பி பிச்சையெடுக்கயே கேவலமாயில்லை?" என்று கத்தினான்.

தேஜஸின் அப்பா மிரட்சியோடு, "அது என் பொண்ணு. நீங்க யாரு சார் கேட்கிறதுக்கு? நான் உங்ககிட்டே கடன் வாங்கலையே" என்று தயங்கித் தயங்கிச் சொல்லிக்கொண்டு இருந்தார். அறை நண்பன் ஆத்திரம் அதிகமாகித் திட்டினான். சச்சரவு, சத்தம் கேட்டு அருகிலிருந்த பலரும் கூடியிருந்தார்கள். ஒவ்வொருவரும் தனக்கு எவ்வளவு கடன் பாக்கியென்று

சொல்லிக்கொண்டிருந்தார்கள். வாடகை பாக்கி, பால் கடன், அயர்ன் கடன் என நூறு கடன்கள் பின்னியிருந்தன. பொது இடத்தில் நிர்வாணப்படுத்தப்பட்டுவிட்டது போல தேஜஸின் அப்பா வார்த்தைகளற்று நின்றுகொண்டிருந்தார். தொட்டிலில் உறங்கிக்கொண்டிருந்த தங்கை வீறிட்டு அழத் துவங்கினாள். தேஜஸ் அவளைச் சமாதானப்படுத்தியபடியே ஆட்டிவிட்டுக் கொண்டிருந்தாள்.

அன்றிரவு அவர்கள் வீட்டில் விளக்கு எரியவேயில்லை. யாரும் சாப்பிட்டார்களா என்றுகூடத் தெரியாது. அன்றைய பகல் முழுவதும் குழந்தையின் அழுகைச் சத்தம் கூட இல்லை. பயந்துபோன வீட்டுக்காரன், ஜன்னலைத் தள்ளிப் பார்த்த போது இருட்டினுள் அவர்கள் நால்வரும் ஒரு பாயில் படுத்திருப்பது தெரிந்தது. வீட்டுக்காரர் கதவைத் தட்டினார். கதவைத் திறந்து வந்த தேஜஸின் அப்பா கண்கள் வீங்கியிருந்தன. வீட்டுக்காரர் கோபத்துடன் கத்தினார்.

"வாடகை கொடுக்காட்டியும் பரவாயில்லை, செத்துகித்துப் போயிட்டா யாரு போலீஸுக்குப் பதில் சொல்றது? நாளைக்கே வீட்டைக் காலி பண்ணிருங்க."

தேஜஸின் அப்பா ஆத்திரத்துடன் சொன்னார்.

"சாகுறதா இருந்தாக்கூட பத்து ரூபா கடன் வாங்கித்தான் பாஷாணம் வாங்கணும், போதுமா. போங்க, காலையிலே வீட்டைக் காலி பண்ணிடுறோம்."

யாவரும் உறங்கிக்கொண்டிருந்த பின்னிரவில் அவர்கள் வீட்டைக் காலிசெய்து போயிருந்தார்கள். விடிகாலையில் வீடு திறந்து கிடந்தது. உள்ளே போய்ப் பார்த்தபோது தேஜஸ், பென்சிலால் சுவர் முழுவதும் யார் யாரிடம் கடன் வாங்கியிருந்தார்களோ அந்தக் கணக்கு முழுவதையும் எழுதியிருந்தாள்.

■

15.
ஹிரண்ய ஸ்நேகம்

தஞ்சாவூரிலிருந்து அரைமணி நேரப் பயண தூரத்திலிருக்கிறது நார்த்தேவன்குடிகாடு. வயல்களுக்கு நடுவேயுள்ள சிறிய கிராமம். பிரகலாத சரித்திரம் கூத்து நடத்துவதில் தங்களுக்கென்று தனியான பாணிகொண்டிருந்தது இந்தக் கிராமம். வழக்கமான கூத்து நிகழ்ச்சிகள் போல் இல்லாமல், இந்தக் கிராமத்தில் கூத்தை நிகழ்த்துபவர்கள் யாவரும் கிராமத்து விவசாயிகள். அதைவிடவும் இந்தக் கூத்தில் ஒவ்வொரு கதாபாத்திரத்தையும் இரண்டு பேர் நடிப்பார்கள். அதாவது இரண்டு ஹிரண்யன், இரண்டு பிரகலாதன், இரண்டு லீலாவதி, இரண்டு மந்திரிகள். ஆச்சரியமான முறையில் ஒரே நேரத்தில் இருவரும் அரங்கில் பிரவேசமாகி, ஒருவர் ஒரு வசனம் சொல்லி முடித்ததும் மற்றவர் அடுத்த வசனம் பேசுவார். நூறு வருடங்களுக்கு மேலாக நடந்து வரும் இந்த

டபுள் ஆக்ட் கூத்தைப் பற்றித் தெரிந்துகொள்வதற்காக 1990-ம் வருடம் அந்தக் கிராமத்தில் ஒரு மாத காலம் கூத்துக் கலைஞர்களுடன் தங்கியிருந்தேன்.

தினமும் ஒரு வீட்டில் சாப்பாடு. இரவில் தங்குவதற்கு கிராமத்துச் சாவடியில் பாயும் தலையணையும் தந்தார்கள். பஸ் போக்குவரத்து இல்லாத கிராமமாக இருந்ததால், ஊரில் அமைதி ஊறிக் கிடந்தது. எப்போதாவது கேட்கும் அக்கக்கா குருவியின் சத்தமும், பசுவின் ஓசையும் தவிர பகலில் வேறு சத்தங்களையே கேட்க முடியாது.

ஊரின் நடுவேயிருந்த மண்மேடையொன்றில் கூத்து நடப்பதாக இருந்தது. கூத்தில் அரிதாரம் பூசிக்கொள்ளும் முன்பாக நடிகர்கள் ஆசானிடம் ஆசி வாங்குவார்கள். அவர் தனது விரலால் அரிதாரத்தைத் தொட்டு நெற்றியில் சிறிய சாந்துப் பொட்டுபோல வைத்து ஆசி தருவார். கூத்தைப் பார்ப்பதற்காக வந்திருந்த நானும் தினமும் ஆசானிடம் ஆசி வாங்குவேன். கைகள் நடுங்க அவர் என் நெற்றியில் வெண்சாந்துப் பொட்டு வைத்துவிடுவார். அது ஒரு அடையாளம். நடிகர்களைப்போலவே கூத்தோடு இவனும் சம்பந்தமுடையவன் என்பதற்கான அங்கீகாரம்.

பயிற்சி நாட்களிலிருந்து பேசிப் பழகி பின்பாட்டுக்காரர்கள், கட்டியக்காரன், ஸ்திரீபார்ட் என யாவரும் மிக நெருக்க முடையவர்களாகி விட்டார்கள். ஆனாலும் இரண்டு ஹிரண்யன்களில் ஒருவரான, சைக்கிளில் வியாபாரம் செய்துவரும் முத்துதான் எனக்குப் பிடித்த நண்பர்.

ஒவ்வொரு நாளும் விடிகாலை வெளிச்சம் படரத் துவங்கும்போதுதான் கூத்து முடியும். தூக்கமும் களைப்புமாக நடிகர்கள் அரிதாரத்தைக் கலைத்துவிட்டு சாவடிக்குப் படுக்க வருவார்கள். பகல் முழுவதும் உறங்கிக் கிடக்க நேரிடும். எப்போதாவது தூக்கத்தில் புரளும்போது அருகில் ஹிரண்யனும் நாரதரும் தேவாதி தேவர்களும் உறங்கிக் கிடப்பார்கள். ஹிரண்யன் கனவில் யாரோடோ வாதம் செய்து கொண்டிருப்பவனைப் போலவே இறுக்கம் கலையாமல் உறங்கிக் கொண்டிருப்பார்.

பின் மதியத்தில் கண்விழிக்கும்போது ஆடுகள்கூட நிழலில் அசைவற்றுப் படுத்திருப்பதைக் கண்டபடி ப்ரியமான ஹிரண்யனுடன் குளிக்கச் செல்வேன். கிணற்றில் தண்ணீர் இறைக்கும்போது, 'எங்கடா உன் ஹரி சொல். எங்கிருக்கிறான் உன் ஹரி? சொல் சொல் தூணிலா இல்லை துரும்பிலா, சொல்லு?' என்று உரக்கப் பாடியபடி கிணற்றில் தண்ணீர் இறைப்பார். பகல் அடங்காத நீண்ட ஆகாசத்தின் அடிவானத்தை நோக்கி ஈரத் தலையுடன் இருவரும் ஒரே சைக்கிளில் பயணம் செய்வோம்.

ஐந்தடி உயரத்துக்குச் சற்றே மிகுந்திருந்த முத்து, மேடையில் வேஷம் கட்டியதும் ஆறடிக்கும் அதிகமான மனிதரைப் போலாகிவிடுவது ஆச்சரியமாயிருந்தது. ஒவ்வொரு நாளும் ஏழெட்டு மணி நேரம் இடைவிடாமல் பாடுவதற்குத் தொண்டையின் பக்குவமும் துள்ளிக் குதித்து நடிப்பதற்கு உடல் வலுவும் தேவைப்படுகிறது. ஆனாலும் ஒரு முறைகூட அவர் பெருமூச்சு வாங்கிப் பார்த்ததேயில்லை.

ஒரு வார காலம் நடக்கும் கூத்து. மூன்றாம் நாளின் கூத்தில், அவர் பாடல் ஒன்றின்போது தடுமாறி வேறு ஒரு பாடலைப் பாடிவிட்டார். கூட்டத்திலிருந்த வயதானவர் எழுந்து பாட்டைத் திருத்திவிட்டு, "கவனம் எங்கேயோ போயிட்டு இருக்கு. என்ன பாட்டுப் பாடுறே?" எனத் திட்டினார். தலைமை ஹிரண்யன் தவறை ஒப்புக்கொண்டு ஆவேசமாகப் பாடத் துவங்கினார்.

நான்காம் நாளில் அவரது நடிப்பில், பாடல்களில் உற்சாகம் இருந்தபோதும் முகத்தில் பாவம் வரவேயில்லை என்பதைக் கவனித்தேன். அவரது கண்கள் எதையோ கண்டு பதற்றம் அடைந்திருப்பதைப்போல இருந்தன. அவர் தனது ஆசனத்தில் உட்கார்ந்ததும் அடிக்கடி கூட்டத்துக்குள் பிறர் அறியாமல் கண்களால் எதையோ

தேடுவதைக் கவனித்தேன். ஐந்தாம் நாளின் மாலையில் அவருடன் டீ குடித்துவிட்டு வரும்போது, அவரது முகபாவம் மாறி வருவதைப் பற்றிச் சொல்லி, "ஏதாவது பிரச்னையா?" என்று கேட்டேன். அவர் "அப்படியெல்லாம் ஒன்றும் இல்லை" என்றபடியே தனக்குத் தொண்டையில் திடிரென

வலியுண்டாகிவிடுவதாகச் சொன்னார். அன்றைய கூத்தில் அவர் யாரைக் கவனிக்கிறார் என்பதைப் பார்ப்பதற்காகவே மேடையின் வலதுபுறத்தில் நின்றுகொண்டிருந்தேன்.

கூட்டத்துக்குள் ஒரு பெண் தனது மடியில் நான்கு வயதுச் சிறுமியைப் படுக்கவைத்தபடி கூத்து பார்த்துக்கொண்டு இருந்தாள். அவளைப் பார்த்தபடியே ஹிரண்யன் பெருமூச்சிடுவதைக் கவனித்தேன். அன்றைக்கு இரண்டு முறை பாடல்களை மாற்றிப் பாடிவிட்டார்.

காலையில் சாவடிக்குத் தூங்க வந்தபோது, தெருவில் அவர் தனக்குத்தானே எதையோ பேசிக்கொண்டவரைப் போல நின்றுகொண்டேயிருந்தார். மதியம் வரை உறங்கி எழுந்து பார்த்தபோது, அருகில் ஹிரண்யன் இல்லை. படுத்து உறங்கினாரா, இல்லையா என்றுகூடத் தெரியவில்லை. தனியே குளிப்பதற்காக நடந்து சென்றேன். வழக்கமான டீக்கடையில் டீ குடித்துக்கொண்டிருந்தபோது, அவர் சைக்கிளில் அந்தப் பெண்ணையும் குழந்தையையும் பின் சீட்டில் உட்கார வைத்து கிழக்கிலிருந்து வந்து கொண்டிருந்தார். அவர் என்னைக் கவனிக்காததுபோல் போக வேண்டும் என்று விரும்பியிருக்கக்கூடும். ஆனால், டீக்கடைக்காரன் நான் இருப்பதாக அழைத்தவுடன், அருகில் வந்து சைக்கிளை நிறுத்தி, அது தனது மனைவி, மகள் என்று அறிமுகம் செய்துவைத்தார்.

இரண்டு, மூன்று நாட்களாக இரவானதும் மகளுக்குக் காய்ச்சல் வந்து விடுகிறதென்றும், அதனால் பகலில் சாப்பிடாமல் அழுதுகொண்டேயிருப்பதாகவும் அதற்காக நாட்டு மருத்துவரிடம் காட்டிப் பத்துப் போட்டு வந்ததாகவும் சொன்னார். குழந்தையின் நெற்றியில் மஞ்சள் பத்திட்டிருந்தார்கள்.

அவரோடு பேசியபடியே ஊருக்குள் வந்து சேர்ந்தோம். அன்றிரவு அவரது மனைவி கூத்துக்கு வரவில்லை. ஹிரண்யன் மிகவும் நன்றாக நடித்தார். கூத்து முடிந்தபோது ஒருவர், "இன்னிக்குத்தாண்டா ஹிரண்யன் முழிச்சிருக்கான்" என கம்பீரமாகச் சொல்லியபடி போனார். அன்றிரவும் அவரது மகளுக்குக் காய்ச்சல் அதிகமாக இருந்தது.

கடைசி நாள் நரசிம்ம அவதாரம். காலையிலிருந்தே விரதமிருந்து தெய்வத்தை வணங்கி, ஹிரண்யன் முக அலங்காரம் செய்துகொண்டு தயாராக இருந்தார். கூட்டத்துக்குள் அன்று அவரது மனைவி சிவப்பு சேலையால் மகளைச் சுற்றிக்கொண்டு உட்கார்ந்திருந்தாள். கூத்தின் உச்சநிலையில், ஹிரண்யன் தனது பற்களை நறநறவெனக் கடித்தபடி பாடிக்கொண்டிருந்தார்.

நான் கூட்டத்துக்குள்ளிருந்த அந்தப் பெண்ணையும் சிறுமியையும் பார்த்துக்கொண்டேயிருந்தேன். சிறுமியின் உதடுகள் நடுங்கிக்கொண்டிருந்தன. அவள் அண்ணாந்து வானத்து நட்சத்திரங்களைப் பார்த்துக்கொண்டு இருந்தாள். நரசிம்மம் உக்கிரமாகி ஹிரண்ய வதம் செய்யப் பாய்ந்தபோது, கூட்டத்திலிருந்த ஒரு பெண்ணுக்குச் சந்நதம் வந்து ஆடத் துவங்கினாள். சூடம் ஏற்றி சாந்தி செய்தார்கள். நரசிம்ம வேஷமிட்டவர், ஆவேசம் தணியாமல் துள்ளிக்கொண்டிருந்தார். கூட்டத்திலிருந்த ஹிரண்யனின் மனைவியையும் மகளையும் காணவில்லை. அவர்கள் எப்போது எழுந்து போனார்கள் என்பதைக் கவனிக்கவேயில்லை.

கூத்து முடிந்த மறுநாளின் மதியத்தில் தூங்கிக்கொண்டிருந்த என்னைத் தயக்கத்துடன் எழுப்பினார் அவர். தனது மகளை அரசாங்க மருத்துவமனையில் அனுமதித்திருப்பதாகவும் அதற்காக நூறு ரூபாய் பணம் தந்து உதவ வேண்டும் என்றும் கேட்டார். நான் பணம் தந்ததோடு, அவரோடு மருத்துவமனைக்குப் போனேன். குழந்தை காய்ச்சல் முற்றி, இரும்புக் கட்டில் ஒன்றில் சுருண்டு படுத்துக் கிடந்தது.

அவர் கைகளைக் கட்டிக்கொண்டு மிகவும் தயக்கத்துடன் என்னிடம் சொன்னார் - "வேஷம் கட்டி நடிக்கிறதை நிஜம்ணு நினைச்சுக்கிட்டு, பிரகலாதனை அடிச்சது மாதிரி நான் இவளையும் அடிச்சிருவேன். யானையை வெச்சு தலையில் மிதிக்க விட்ருவேன்னு பயந்து போயிருக்குங்க. அதான் காய்ச்சல் வந்திருக்கு. இன்னிக்குத்தான் இவ எங்கிட்டே சொல்றா. அறியாப்பிள்ளை பாருங்க, பயந்து போச்சு. நடிச்சு என்ன கிடைக்கப் போகுது சொல்லுங்க. பிள்ளைக்கு ஏதாவது ஒண்ணு ஆச்சுன்னா தாங்க முடியுங்களா? வேஷம் கட்டுறதை விட்ற வேண்டியதுதாங்க."

அவருக்கு எப்படி சமாதானம் சொல்வது என்றே தெரியவில்லை. மாலைவரை மருத்துவமனையில் இருந்தோம். இரவு பரிசோதனைக்காக மருத்துவர்கள் வருவது தெரிந்ததும் வேகவேகமாக அருகில் ஓடிப் பதற்றத்துடன், "என் பொண்ணுக்குக் காய்ச்சல் சரியாகிடுங்களா சார்?" என்று கேட்டபடி கூடவே நடந்து போய்க் கொண்டிருந்தார். பதில் பேசாமல் நடந்து போன மருத்துவர்களின் பின்னால் சேவகனைப் போலக் கைகளைக் கட்டிக்கொண்டு ஹிரண்யன் பயந்து போவதைப் பார்க்கக் கஷ்டமாக இருந்தது.

அவரிடம் சொல்லிக்கொள்ளாமலே ஊர் திரும்பிவிட்டேன். இப்போதாவது ஹிரண்யனின் மகள் பயம் தெளிந்திருப்பாளா? இன்றும் அந்த ஊரில் கூத்து நடக்கிறதா? கடவுள் ஏன் வேஷமிடும் ஹிரண்யனைக்கூட பிள்ளையால் நிலைகுலையச் செய்கிறார்? யோசிக்க யோசிக்க, மனம் எதை எதையோ பின்னுகிறது.

16
அன்பின் விதைகள்

கையில் ஒரு முகவரிச் சீட்டை வைத்துக் கொண்டு, நடுத்தர வயதுப் பெண் ஒருவரும் பன்னிரண்டு வயதுச் சிறுவனும் எனது தெருவில் யாரையோ தேடிக்கொண்டிருந்தார்கள்.

இரண்டாவதோ, மூன்றாவதோ முறையாகத் தெருவைக் கடந்துபோகும்போது கவனித்தேன். அவர்கள் யாரிடம் கேட்பது என்று குழப்பத்துடன் தெருவில் நின்றுகொண்டிருந்தார்கள். அருகில் இறங்கி, யாருடைய முகவரி என்று பார்த்தபோது 'பூமிநாதன், நான்காவது தெரு' என்று மட்டுமிருந்தது. வீட்டு எண் இல்லை.

'யார் பூமிநாதன்?' என்று யோசித்தபடியே, "அவர் என்ன வேலை செய்கிறார்?" என்று கேட்டேன். தங்களுக்குத் தெரியாது என்று அவர்கள் சொன்னார்கள். "எந்த ஊரிலிருந்து வந்தவர், எத்தனை வருடமாக இருக்கிறார்?" என்று கேட்ட எதற்கும் தெரியாது என்றே சொன்னார்கள்.

அருகிலிருந்த கடைகளில் விசாரித்தபோது, அவர்களுக்கும் தெரியவில்லை. லாண்டரிக்காரர் மட்டும் யோசனை செய்துவிட்டு, "நம்ம புதுப் பள்ளிக்கூட வாட்ச்மேன் இருக்காரே, அவரா இருக்குமா சார்?" என்றார்.

அவர் பெயரை இதுவரை யாரும் கேட்டுக்கொள்ளவே இல்லை. ஒருவேளை அவராகத்தான் இருக்கக் கூடும் போலிருந்தது. புதிதாக ஆரம்பிக்கப்பட்ட பாலர் பள்ளிக்கு அவர்களை அழைத்துக்கொண்டு போனபோது, வாட்ச்மேன் கேட் அருகே நின்றுகொண்டிருந்தார்.

ஐம்பது வயதைக் கடந்திருக்கும். வெளிறிப்போன காக்கி உடுப்பு அணிந்திருந்தார். அவர்தான் பூமிநாதன் என்று தெரிந்தது. அவரைப் பலமுறை பார்த்திருக்கிறேன். இரவில், பாதி இருட்டில் கேட் அருகே உட்கார்ந்துகொண்டு எதையாவது வாசித்துக் கொண்டிருப்பார்.

அந்தப் பெண் ஒரு காகிதக்கட்டை விரித்து, அதிலிருந்து ஒரு பழைய தினசரி பேப்பரைக் காட்டியபடி, "என் கணவர் பெயர் கிருஷ்ணமூர்த்தி. அவருக்குச் சிறுநீரக அறுவை சிகிச்சைக்காகப் பணஉதவி கேட்டு பேப்பரில் விளம்பரம் கொடுத்திருந்தோம். நீங்கள் கூட நூறு ரூபாய் அனுப்பியிருந்தீர்கள்" என நினைவுபடுத்தினாள்.

அவர் இயல்பாக "அப்படியா! இப்போ சுகமாயிட்டாரா?" என்று கேட்டார். அந்தப் பெண்மணி, தனது பையிலிருந்து ஒரு கல்கண்டு பாக்கெட்டும் எலுமிச்சம்பழம் ஒன்றையும் எடுத்து நீட்டினாள். அவர் புரியாதவரைப்போல, "இவையெல்லாம் எதற்கு?" என்று கேட்டார்.

"போன வருஷம் இதே மாசம் அறுவை சிகிச்சை நடந்தது. அப்போ பணம் அனுப்பி உதவுனீங்க. உங்க தயவுக்கு எப்படி நன்றி சொல்றதுன்னு தெரியலை. அவரு குணமாகி, இப்போ வேலைக்குப் போக ஆரம்பிச்சுட்டாரு. அதான், உங்களைப் பார்த்து சேவிச்சுட்டுப் போகலாம்னு வந்தோம்."

'அதெல்லாம் பெரிசா எதுவும் செய்துவிடவில்லை' என்பது போல அவர் உட்காரச் சொல்லி, "காபி சாப்பிடுகிறீர்களா?" என்று கேட்டுக்கொண்டிருந்தார். அவர்கள் பேசிக்கொண்டிருந்த

போது புரிந்தது - கணவரின் அறுவை சிகிச்சைக்கு உதவி செய்தவர்கள் ஒவ்வொருவராகப் பார்த்துப் பார்த்துத் தாயும் பிள்ளையும் நன்றி சொல்லிக்கொண்டு வருகிறார்கள். இதுவரை இருபதுக்கும் மேற்பட்டவர்களை அவர்கள் சந்தித்து விட்டார்கள். வியப்பாக இருந்தது!

உலகில் அன்பைவிடவும் மிருதுவான பகிர்தல் வேறு ஏதேனும் இருக்கிறதா என்ன? நன்றியும் நேசமும்தானே அன்பின் எளிய வெளிப்பாடுகள்.

பிலிப்பைன்ஸ் நாட்டின் திரைப்படம் ஒன்று நினைவுக்கு வந்தது. தான் இறப்பதற்கு முன்பாகத் தன்னோடு நெருக்கமாக இருந்த மூவருக்கு நன்றி சொல்ல வேண்டும் என்று ஒரு வயதானவர் ஆசைப்படுகிறார்.

அவரது மனைவி, அந்த மூவரைத் தேடிக்கொண்டு கணவரின் பிறந்த ஊருக்குச் செல்கிறாள். மூவரில் முதலாவது - அவரது ஆசிரியர். இரண்டாவது நபர் - அவருக்கு முதன் முதலாக வேலை கொடுத்தவர். மூன்றாவது - அவரது பால்ய நண்பர். மூவரையும் தேடிக் கண்டுபிடிப்பதற்குள் சாவு தேவதை வயதானவரின் வீட்டுக் கதவைத் தட்டுகிறாள். கதவைத் திறந்த மனைவிக்கு, அது மரண தேவதை என்று தெரிந்துவிடுகிறது. அவள், 'எனது கணவர் நன்றி சொல்லாமல் உலகிலிருந்து பிரிந்துபோவது மிகவும் வேதனைக்குரியது. ஆகவே, சில மாதங்கள் அவகாசம் தந்தால், அவர்களைத் தேடிக் கூட்டி வந்துவிடுவேன். பிறகு, கணவரைக் கூட்டிச் செல்லலாம்' என்கிறாள். சாவு தேவதையும் வேண்டுகோளை ஏற்றுக்கொள்கிறது.

கணவரின் நண்பரையும் முதலாளியையும் ஆசிரியரையும் தேடிக் கண்டுபிடித்துக் கூட்டி வருகிறாள். அவர்கள் மிகுந்த சந்தோஷத்துடன், தங்களை நினைவு வைத்துக் கொண்டிருந்ததற்காக வயோதிகருக்கு நன்றி சொன்னார்கள்.

வீட்டில் அவர்கள் சந்தோஷமாக விருந்து உண்பதை வயோதிகர் படுக்கையில் இருந்தபடியே பார்த்துக் கொண்டிருந்துவிட்டு, தான் மிகச் சந்தோஷத்துடன் பிரிந்து போவதாகச் சொல்லியபடி உலகைத் துறந்து செல்கிறார்.

கடற்பாசியைப்போல, நன்றி எப்போதும் ஈரமிக்கதாகவும் நிசப்தமாகத் தன் இருப்பைக் காட்டிக்கொள்வதுமாகவே இருக்கிறது. மன்னிப்பும் நன்றியும்தான் மனிதனின் மாபெரும் கண்டுபிடிப்புகள் என்றுகூடத் தோன்றுகிறது.

மெதுவாக வீட்டுக்கு வந்து சேர்ந்தேன். நெடுநேரத்துக்குப் பிறகு, அந்தப் பெண்ணும் மகனும் தெருவில் போவது தெரிந்தது. அன்றிரவு நானாக நடந்து, பள்ளியின் வாட்ச்மேனைப் பார்த்துப் பேசுவதற்காகப் போனேன்.

அவர் மூடியிருந்த இரும்பு கேட்டின் அருகே உட்கார்ந்தபடி காலை பேப்பரை வாசித்துக்கொண்டிருந்தார்.

என்னைப் பார்த்ததும் சிரித்தபடியே, "பாருங்க சார்... இதுக்குப் போய் அம்பது ரூபா செலவழிச்சுட்டு வந்திருக்காங்க..." என்று தானாகப் பேசத் துவங்கினார். வாசலில் கிடந்த பெஞ்சில் உட்கார்ந்துகொண்டேன்.

அவர் உள்ளேயிருந்து ஒரு ஊதா நிற டைரியை எடுத்துக் கொண்டு வந்தார். அதில் வரிசை வரிசையாக ஏதேதோ முகவரிகள் கிறுக்கலான கையெழுத்தில் இருந்தன. அவர் டைரிக்குள் மடித்து வைக்கப்பட்டிருந்த சில மணியார்டர் ஃபாரம்களை எடுத்துக் காட்டினார்.

"நேத்து பேப்பர்ல வந்திருந்ததே சார். நீங்க பார்த்திருப்பீங்க. ரெண்டு வயசுப் பிள்ளைக்கு இதயத்துல கோளாறாம். பேரு சிவகாமி. அப்பா பேருகூட கோவிந்தராசன்.

தமிழ்நாடு ஹாஸ்பிட்டல்ல இருக்காங்களாம். இல்லாத குடும்பம்போல சார். அதான், நம்மால் முடிந்த உதவி - ஒரு அம்பது ரூபா அனுப்பி வைக்கலாம்னு இருக்கேன்."

எனக்கு அவரைப் புரிந்துகொள்ள முடியவேயில்லை. அவர் என் முகக் குறிப்பிலிருந்து தெரிந்துகொண்டவரைப் போலச் சொன்னார் -

"பேப்பர்ல 'உதவி தேவை' ன்னு விளம்பரம் கொடுக்காங் கன்னா, நம்மளை மாதிரி நாலு பேரு படிப்பாங்க, உதவி செய்வாங்கன்னு நம்பித்தானே செய்யறாங்க. எனக்குப்

படிச்சவுடனே மனசு துவண்டு போயிடும் சார். அதான், மாச சம்பளத்துல ஜம்பதும் நூறுமா ஏதோ ஒரு நாலஞ்சு பேருக்கு அனுப்பி வைப்பேன். பெத்த பிள்ளைகள் எல்லாம் செளக்கியமா இருக்குது. பள்ளிக்கூடத்துல ஆயிரத்து ஐந்நூறு ரூபா சம்பளம் தர்றாங்க.

காசைப் பொத்திப் பொத்தி வெச்சு என்ன சார் செய்யப் போறோம்? நம்மால் முடிஞ்சதைச் செய்யணும் இல்லையா?" என்றபடி, அவர் பூர்த்தி செய்து வைத்திருந்த மணியார்டர் ஃபாரத்தை எடுத்துக் காட்டினார்.

எனக்குக் குற்ற உணர்வாக இருந்தது. ஒவ்வொரு நாளும் காலை பேப்பரில் எத்தனை மெடிக்கல் அப்பீல் விளம்பரங் களைப் பார்க்கிறேன். அவையெல்லாம் யாரோ படிப்பதற்காக என்று எவ்வளவு எளிதாகக் கடந்து போயிருக்கிறேன். ஏன் அவை என்னைப் பாதிக்கவேயில்லை?

அந்த விளம்பரங்களில் எந்த ஒன்றுக்கும் பத்து ரூபாய்கூட அனுப்பியதே இல்லையே! தயக்கம் காரணமாகவோ... இல்லை, உதவி என்றால் பல்லாயிரம் ரூபாய் அனுப்புவதுதான் என்று எனக்கு நானே பொய்யான ஒரு காரணத்தை நம்பி வந்திருக்கிறேனா? யோசிக்க யோசிக்கத் தாழ்வு உணர்ச்சி உண்டானது.

அவர் பேசிக்கொண்டே இருந்தார்.

"ஒரு செடியை வெச்சாக்கூட, அதுல நூறு பூ பூக்குது. வாசனையா இருக்குது. ஒரு தென்னை மரத்தை வெச்சா, வாழ்நாள் பூரா காய்ச்சுத் தள்ளிக்கிட்டே இருக்கு. இயற்கையில் அதுகளுக்கு, மத்தவங்களுக்குப் பிரயோஜனப்படற மாதிரி அமைப்பு இருக்கு. மனுஷன் மட்டும்தான் ஒவ்வொண்ணுக்கும் கணக்குப் பார்த்துக்கிட்டு, யாருக்கும் பிரயோஜனமில்லாமல் போயிட்டு இருக்கான். சொல்றது சரிதானே சார்?"

நான் அவரது சொற்களை மனதில் நிரப்பிக்கொண்டே இருந்தேன். நெடுநேரம் இருவரும் அமைதியாக இருந்தோம். நான் கூச்சத்தைத் துடைத்தெறிந்துவிட்டுக் கேட்டேன்.

"அந்த விளம்பரம் உங்களிடம் இருக்கிறதா?"

அவர் பேப்பரில் இருந்து கிழித்து வைத்திருந்த விளம்பரத்தை எடுத்துக் காட்டினார். நான் அதை வாங்கிக்கொண்டு வீடு திரும்பினேன். மறுநாள் காலை மணியார்டர் ஃபாரம் வாங்க வரிசையில் நின்றபோது, வாட்ச்மேன் பூமிநாதன் உள்ளே நுழைந்து கொண்டிருந்தார்.

தற்செயலாக என்னைப் பார்த்ததும் அவர் லேசாகச் சிரித்துக் கொண்டார். அந்தச் சிரிப்பு - குளத்தில் வீசியெறியப்பட்ட கல்லைப்போலச் சிறிய அலைகளை ஏற்படுத்தியபடி ஆழத்துக்குள் போய்க்கொண்டே இருந்தது.

17

குட்டிச்சுவர் ஞானம்

'கழுதையை நீங்கள் நேரில் பார்த்திருக் கிறீர்களா?'

- மெட்ரிகுலேஷன் பள்ளியில் டீச்சர் கேட்டதாக, என் மகன் வீட்டில் வந்து சொல்லிக்கொண்டிருந்தான்.

கழுதையைப் பார்க்காதவர்களை கைதூக்கச் சொன்னபோது, வகுப்பில் இருந்தவர்களில் ஒரிருவரைத் தவிர, யாவரும் கைதூக்கினார் களாம்.

'புலியை நேரில் பார்த்திருக்கிறீர்களா?' என்று அடுத்த கேள்வியைக் கேட்டதும், மிருகக்காட்சி சாலையில் பார்த்திருப்பதாகப் பெரும்பான்மை மாணவர்கள் கை தூக்கினார்களாம். இதைக் கேட்டதும் எனக்கு ஆச்சரியமாக இருந்தது.

ஒரு புலியை நான் நேரில் பார்ப்பதற்காகப் பல வருடங்கள் காத்துக்கொண்டிருந்தேன்.

சிறுவயதிலிருந்து கதை கேட்டுக் கேட்டு, புலி மிகவும் பிடித்திருந்தது. ஆறாம் வகுப்பின்போதுதான் புலியை நேரில் பார்த்தேன். சர்க்கஸுக்காகக் கொண்டுவரப்பட்ட புலி அது. பெரிய சங்கிலியால் அதைப் பிணைத்து, ஊர் ஊராகக் கூட்டி வந்தார்கள்.

புலியை அத்தனை நெருக்கத்தில் பார்க்க அச்சமாக இருந்தது. ஆனாலும், அதன் பச்சை நிறம் படிந்த கண்கள், துருத்திக்கொண்டிருக்கும் மீசை ரோமங்கள், வசீகரமான மஞ்சள் திட்டுகள் மனதில் பதிந்துவிட்டன.

புலி சர்வ அலட்சியமாகத் தெருவில் நிற்பவர்களைப் பார்த்தபடி கடந்து போனது. புலி போன பிறகு, அதன் கால் தடங்களைக் குனிந்து தொட்டுப் பார்த்துக் கொண்டிருந்தேன். புலியின் உக்கிரம், அதன் கால்தடத்தில் கூட இருந்தது.

புலியைப் பார்ப்பதற்காகவே சர்க்கஸுக்குப் போனேன். சர்க்கஸ் துவங்கியதும் புலி பந்தின் மீது ஏறியது. தீ வளையத்தினுள் தாவியது. முக்காலியில் ஏறி அமர்ந்து காட்டியது.

ஒரு புலி எதை எதையெல்லாம் செய்யக்கூடாதோ, அதையெல்லாம் செய்தது. இது நிஜமான புலிதானா, இல்லை.. வேறு மிருகத்தைப் புலித் தோலைப் போர்த்திக் கொண்டுவந்து விட்டார்களா என்று திகைப்பாக இருந்தது.

சவுக்கு நுனியை மட்டுமே புலியின் கண்கள் பார்த்துக் கொண்டிருந்தன. ஒரே நாளில் புலியின் மீதிருந்த பயம் கலைந்து போய்விட்டது.

ஊர்த் திருவிழாவில் புலி வேஷம் கட்டுபவன்கூட, தன் பல்லால் கடித்து ஒரு ஆட்டுக்குட்டியை தூக்கிப் போடுவான். பார்க்கப் பயமாக இருக்கும். அதுகூட இல்லாத சைவப் புலியாக இருக்கிறதே என்று கேலி செய்தபடியே வீடு திரும்பினேன்.

ஆனால், சிறுவயதிலிருந்து கழுதைகள் மீதிருந்த வசீகரம் மாறவே இல்லை. அதிலும், கழுதைகளின் மௌனம் புரிந்துகொள்ளப்பட முடியாதது. இயல்பிலேயே கழுதைகளுக்கு ஒரு துயர சாடை இருக்கிறது. அதன் கிழிந்த மூக்கு, தான் ஒரு சாது என்று சொல்லாமலேயே சொல்வதாக இருக்கும்.

கழுதைகள்தான் உலகின் புராதன பொதி சுமப்பவர் என்று அப்போது தெரியாது. ஊரில் எக்கச்சக்கக் கழுதைகள் இருந்தன. அதிலும் இரண்டு கழுதைகளின் கால்கள் ஒன்றுசேர்ந்து பிணைத்துக் கட்டப்பட்ட பிறகு, இரண்டும் ஒரே நேரத்தில் காலைத் தூக்கித் தாவித் தாவிப் போவதைப் பார்க்க என்னவோ போலிருக்கும். இது போன்றதொரு தண்டனையைக் கண்டுபிடித்தவர் நிச்சயம் ஹிட்லரை விடவும் கொடூரமானவராகத்தான் இருக்கக்கூடும்.

இயேசுநாதர் கழுதையில் ஏறித்தான் ஒரு ஊரிலிருந்து மற்றொரு ஊருக்குப் போனார். யுவான்சுவாங், பன்னிரண்டு கழுதைகளில் தனது பொதியை ஏற்றிக்கொண்டுதான் யாத்திரையில் அலைந்தார்.

பாரதியார் கழுதைக் குட்டியைத் தூக்கி முத்தமிடுவார் என நூலகத்தில் படிக்கப் படிக்க, கழுதைகள் மீது மரியாதையும் உண்டானது. ஜான் ஆப்ரஹாம் எடுத்த 'அக்ரஹாரத்தில் கழுதை' திரைப்படத்தைப் பார்த்த பிறகு, கழுதைகளின் மீது தனிப் பிரியம் ஏற்பட்டது.

ஆனால், நகர வாழ்வு கழுதைகளைக் கண்ணிலிருந்து மெதுவாக விலக்கிவிட்டது என்பது இப்போதுதான் புரிந்தது. ஒரு மௌன சாட்சியைப்போல, குட்டிச்சுவரோடு ஒடுங்கியிருந்த கழுதைகள், இன்று வெறும் சொல்லாக மட்டும் மிஞ்சிவிட்டதா என்ன?

'கழுதை மாதிரி ஏண்டா நின்னுக்கிட்டே இருக்கே? வாயைத் திறந்து சொல்லு...' என்ற வசவு பள்ளியில் எதிரொலிக்காத நாட்களேயில்லை. இப்போது வசைச் சொல்லில் இருந்து கூட கழுதை மறைந்துவிட்டது போலும்!

நான் என் மகனிடம் திரும்பவும் கேட்டேன்.

"நீ கழுதையைப் பார்த்திருக்கிறாயா?"

அவன் டெலிவிஷனில் பார்த்திருப்பதாகச் சொன்னான். ஆச்சரியமாக இருந்தது.

நகரில் கழுதைகள் எங்காவது இருக்கக்கூடுமா? கழுதைகளின் தேவையிருக்கிறதா என்ன?

எஸ்.ராமகிருஷ்ணன்

'எப்படியாவது ஒரு கழுதையை நேரில் காட்டிவிட வேண்டும்' என்று மனதுக்குள் முடிவுசெய்தபடியே, "நாளை ஒரு கழுதையைப் பார்க்கலாமா?" என்று கேட்டேன். இந்தக் கேள்வி அவனுக்குப் பரிகாசமாக இருந்திருக்க வேண்டும்.

சிரித்துக்கொண்டே கேட்டான் - "நிஜமாகவா?"

இரவு முழுவதும் யோசித்துக்கொண்டிருந்தேன். நகரில் எங்கே கழுதைகள் இருக்கக்கூடும்? லாண்டரிகளும் டிரைகிளீனர்ஸும் வந்த பிறகு, எங்கே துணி துவைக்கிறார்கள் என்றே தெரியாமல் போய்விட்டிருந்தது.

அதனால், எங்கும் கழுதையைப் பார்த்ததாக நினைவில்லை. ஏதேனும் பாலத்தடியில் கழுதைகள் நிற்கக்கூடுமோ? எந்தப் பாலத்தடியில் போய்த் தேடுவது? எப்போதோ ஒரு முறை சைதாப்பேட்டை பாலத்தருகே கழுதைகள் நிற்பதைப் பார்த்தது போல நினைவிருந்தது.

மறுநாள் சைதாப்பேட்டையின் பாலத்தடியில் பைக்கில் வந்து நின்றபோது, கழிவுகளின் கூடாரமாக இருந்தது கூவம். 'எதற்காக இங்கே நடந்து போகிறார்கள்?' என்பதுபோல துணி துவைத்துக்கொண்டிருந்த பெண்கள் பார்த்துக் கொண்டிருந்தார்கள்.

கழுதையைக் காணவில்லை. 'யாரிடம் கேட்பது?' எனத் தெரியாத தயக்கத்துடன் ரிக்ஷாக்காரர்களில் ஒருவரிடம் கேட்டேன். அவர் குழப்பத்துடன், "எதுக்குக் கேக்குறீங்க? கழுதைப் பால் வாங்கணுமா, மருந்துக்கா?" என்று கேட்டார்.

'இல்லை'யெனத் தலையாட்டிவிட்டு, "சும்மா கழுதையைப் பார்க்கணும்" என்றேன். அவர் "அடையாறு பாலத்தருகே இருக்கும்" என்றார். இருவரும் அடையாறு பாலத்துக்குப் போனோம். அடுக்குமாடிக் குடியிருப்புகள், வாகன இரைச்சல்கள் இருந்தனவே அன்றிக் கழுதையைக் காணவில்லை. நந்தனம், கிண்டி, மவுண்ட் என எங்கு எங்கோ சுற்றினோம். ஒரு கழுதைகூடக் கண்ணில் படவே இல்லை!

சாலையோரப் பணியாளர்கள், டீக்கடைக்காரர்கள், போலீஸ் காரர்கள் என யார் யாரிடமோ தயக்கத்துடன் "கழுதையை

எங்காவது காண முடியுமா?" என்று கேட்டேன். பலரும் 'தாங்களும் பார்த்து நெடுநாட்களாகிவிட்டன' என்றார்கள்.

'வண்ணாந்துறையில் நிச்சயம் இருக்கும்' என்று அடையாளம் சொன்னதால், வெயிலோடு நாங்கள் போன போது இரண்டு கழுதைகள் வயதாகிக் கால் வீக்கமடைந்ததாக நின்றுகொண்டிருந்தன.

அதிசயமான விலங்கைப் பார்ப்பதுபோலக் கழுதைகளைப் பார்த்துக்கொண்டிருந்தோம். ஏனோ அதைத் தொட்டுப் பார்க்க வேண்டும் போலிருந்தது. கைகளை அதன் நெற்றியில் வைத்தேன். உடம்பு நடுங்கிக்கொண்டிருந்தது.

"கழுதைகளை இப்போது மணல் மூட்டை சுமப்பதற்காக வாங்கிப் போய்விடுகிறார்கள்" என்றாள் துணி துவைப்பவள்.

வீடுவரை இருவரும் பேசிக்கொள்ளவே இல்லை. சில நாட்களுக்குப் பிறகு எனது மகன், என்னிடம் கேட்டான் -

"கழுதையை டீச்சர் முட்டாள்னு சொல்றாங்களே அது தப்புதானப்பா?"

"ஏன் அப்படிக் கேட்கிறே?" என்று கேட்டேன்.

"பாவம்பா, கழுதை ரொம்பக் கஷ்டப்படுது. ஆனா, அது கனைச்சா மட்டும் எல்லாரும் சிரிக்கிறாங்க. மத்த நேரம் அதைக் கவனிக்கவே மாட்டேங்குறாங்க. அப்போ நாமதானப்பா முட்டாள்."

அவன் சொன்னது சரிதான் என்று தட்டிக் கொடுத்தேன். குழந்தைகள் உண்மையை எளிதில் புரிந்துகொண்டு விடுகிறார்கள் என்பது மறுபடியும் உறுதியாகியது.

எஸ்.ராமகிருஷ்ணன்

18

சாக்பீஸ் ருசி

உயர்நிலைப் பள்ளியின் விழா ஒன்றுக்காக சிறப்பு அழைப்பாளராக என்னை அழைத் திருந்தார்கள். அது, நான் படித்த பள்ளி.

இருபது ஆண்டுகளுக்கு மேலான பிறகும் பள்ளி நாட்களின் சாக்பீஸ் ருசி நாக்கில் இருந்து கொண்டே இருந்தது. அதனால் ஆசையாகவும் கொஞ்சம் பயத்தோடும் விழாவில் கலந்துகொள்வதற்கு ஒப்புக்கொண்டேன்.

விழா நாளின் காலையில் பள்ளிக்குப் போனபோது, அதன் இரும்புக் கதவுகள் முன்பாக பெரிதாகக் கோலமிட்டு பூசணிப்பூ வைத்திருந்தார்கள். இதுபோல பூசணிப்பூ வைப்பதற்காக எத்தனை நாட்கள் பூப்பறிக்க அலைந்திருக்கிறேன் என்று பார்த்துக் கொண்டிருந்தேன். படிகளில் ஏறும்போது கைகளில் மெல்லிய நடுக்கமுண்டாகியது. படிகளில் மெதுவாக நடந்தேன். பள்ளியில்

அனுமதிக்கப்பட்ட எனது முதல் நாள், கசக்கியெறியப்பட்ட ஒரு காகிதத்தைப்போல எங்கோ ஓரமாக விழுந்து கிடப்பது போலவே தோன்றியது.

அதே வகுப்பறைகள், கரும்பலகைகள், புகைப்படங்கள், நூலக அறை. பள்ளியில் நுழைந்ததில் இருந்தே என்னை ஆசிரியர்கள் பலரும் 'சார், சார்' என்று அழைத்து மனதை உறுத்திக்கொண்டிருந்தது. "நான் இந்தப் பள்ளியின் மாணவன். என்னை அப்படி அழைக்க வேண்டாம். பெயர் சொல்லி அழைக்கலாமே" என்றபோதும் அவர்கள் கூச்சத்துடன் "பரவாயில்லை சார்" என்றார்கள்.

காலம் மிக விசித்திரமானது. எந்த வராந்தாவைக் கடந்து போகவேண்டும் என்றால் கைகளைக் கட்டிக்கொண்டு தலை கவிழ்ந்தபடி போகவேண்டுமோ, அந்த வராந்தாவில் கைகளை வீசிக்கொண்டு நடக்கிறேன். எங்கிருந்தோ தலைமையாசிரியரின் மிரட்டும் குரல் கேட்டுவிடுமோ என்று மனதுக்குள் பயம் அப்போதும் இருந்துகொண்டுதானிருந்தது. வகுப்பறையில் அதே சீருடை அணிந்த மாணவர்கள். ஒன்றிரண்டு புதிய கட்டடங்களைத் தவிர வேறு எதுவும் பள்ளியிலிருந்து மாறவில்லை.

பள்ளி நாட்களில் நான் முதல் மாணவன் இல்லை. சராசரியை விடவும் சராசரி. பள்ளி நாட்கள் இனிப்பானவை அல்ல. 'பள்ளிக் கட்டடம் இடிந்துவிடக்கூடாதா? வெள்ளம் வந்து அடித்துக்கொண்டு போய் விட்டால் லீவு விட்டுவிடுவார்கள் இல்லையா?' அல்லது 'திடீரென ஒரே நாளில் பத்து வயது அதிகமாக வளர்ந்துவிட்டால் பள்ளியில் படிக்க வேண்டிய அவசியம் இருக்காது அல்லவா?' என்று எதை எதையோ யோசித்திருக்கிறேன். அந்த நாட்களில் பள்ளிக்குச் செல்வது சர்க்கஸில் சிங்கத்தின் வாயினுள் தலையைக் கொடுத்து வெளியே எடுத்துக்காட்டிச் சிரிக்கிறானே. அதை ஒத்த அபாயமும் சாகசமுமாக இருந்தது.

பள்ளி முடிந்து வீடு திரும்பும் ஒவ்வொரு இரவும் 'நாளை பள்ளிக்கு விடுமுறை என்று அறிவித்துவிட மாட்டார்களா?' என்று நினைக்கும்போது மனதில் உண்டாகும் சந்தோஷத்துக்கு இணையாக இதுவரை வேறு சந்தோஷம் எதுவும்

எஸ்.ராமகிருஷ்ணன் ● 109

உண்டாகவில்லை. ஆனாலும் வகுப்பறையில் ஏற்பட்ட நட்பும் அந்த நாட்களில் ஒளித்துவைத்த ரகசியங்களும் இன்றும் வெளிப்படுத்தப்படாமலேயே இருக்கின்றன.

சுற்றுலாத்தலங்களையும், வேடிக்கை மையங்களையும் குழந்தைகளுக்கு அழைத்துப்போய்க் காட்டுவதற்குப் பதிலாக ஒவ்வொருவரும் தமது பிள்ளைகளை ஒரு முறையாவது தான் படித்த பள்ளிக்கு அழைத்துப்போய் காட்ட வேண்டும். அந்தப் பள்ளியின் மைதானத்தை, வகுப்பறையிலிருந்து தெரியும் ஆகாசத்தை, பள்ளிக்கூட அணில்களை, டெஸ்கின் டிராயரில் சிந்திய பேனா மைக்கறையை, கைகளில் அடிவாங்கிய தலைமையாசிரியரின் பிரம்பை, வகுப்பறையின் வாசனையை அவர்களும் தெரிந்துகொள்ளச் செய்ய வேண்டும்.

நான் கலந்துகொண்ட நிகழ்ச்சிக்குப் பழைய பள்ளி மாணவர்கள் சிலர் வந்திருந்தார்கள். பேச்சும் நினைவும் எங்கோ சென்று திரும்பும்போது 'முத்துராஜ் எங்கிருக்கிறான் தெரியுமா?' என்று கேட்டேன். அவர்கள் எவருக்கும் நினைவில்லை. ஒருவன் மட்டும் இரண்டு மாதங்களுக்கு முன்பு அவனது மகளுக்குத் திருமணம் என்று அழைப்பு அனுப்பியிருந்ததாகவும், இப்போது கோவையில் ஏதோவொரு மில்லில் வேலை பார்த்துக் கொண்டிருப்பதாகவும் சொன்னான்.

முத்துராஜ் என்னோடு ஏழாவது படித்தவன். ஒவ்வொரு நாள் பள்ளிக்கு வரும்போதும் முத்துராஜ் தலையைப் படிய வாரியபடி, தெருவிலிருந்த பிள்ளையார் கோயிலில் சாமி கும்பிட்டுவிட்டுப் பெரிதாக திருநீறு பூசிக்கொண்டு வருவான். ஸ்பின்னிங் மில்லில் பயிற்சிக்கு ஆள் எடுக்கிறார்கள் என்று படிப்பை பாதியிலேயே விட்டுவிட்டு வேலைக்குச் செல்லத் துவங்கியவன். காக்கி டவுசரும் காக்கிச் சட்டையும் போட்டுக்கொண்டு அவன் சைக்கிளில் மில்லுக்கு வேலைக்குப் போவதைப் பலமுறை பார்த்திருக்கிறேன். பதினான்கு வயதிலேயே சம்பாதிக்கத் துவங்கிவிட்டான்.

பள்ளியில் ஆண்டுதோறும் குரூப் போட்டோ எடுத்துக் கொள்வார்கள். அதற்காக ஒரு நாள் மாணவர்கள் யாவரும் காலையிலிருந்து தயாராகிக் காத்திருப்பார்கள். ஒவ்வொரு வகுப்பாக மைதானத்துக்கு அழைத்துக்கொண்டு வந்து

நிற்கவைத்து புகைப்படம் எடுப்பார்கள். எங்கள் வகுப்பு மாணவர்கள் மைதானத்துக்குப் போனபோது ஒரு மரத்தடியில் காக்கி உடை அணிந்த முத்துராஜ் நின்றிருந்தான். அவன் தன் கைகளைக் கட்டியபடி தானும் குரூப் போட்டோவில் வந்து நிற்க வேண்டும் என்று ஆசைப்படுவதாகச் சொன்னான். "பள்ளியில் படிக்காதவர்களை போட்டோவில் நிற்க அனுமதிக்க முடியாது" என்று ஆசிரியர் கடுமையாகச் சொன்னார். அவன் "நான் பாதி வருஷம் படிச்சேன்ல சார்" என்று தழுதழுப்பான குரலில் சொன்னான். அவனை போட்டோ எடுக்க எப்படி அனுமதிப்பது என்பதைப் பற்றி ஆசிரியர்கள் விவாதித்துக் கொண்டிருந்தார்கள். தலைமையாசிரியரின் அறைக்கு அவனை அழைத்துக்கொண்டு போனார்கள். கணித ஆசிரியர் மட்டும் "அவன் என்ன சார் சர்டிபிகேட்டா கேட்கிறான். போட்டோதானே, எடுத்துட்டுப் போகட்டுமே" என்று சிபாரிசு செய்ததால் முத்துராஜ் புகைப்படம் எடுத்துக்கொள்ள அனுமதிக்கப்பட்டான்.

நாங்கள் யாவரும் பள்ளியின் சீருடையில் மூன்று வரிசையாக நிற்கிறோம். அதன் இரண்டாவது வரிசையின் கடைசியில் காக்கி சட்டை, டவுசர் அணிந்து கைகளை இறுக்கமாக மூடிக்கொண்டு வெறித்துப் பார்த்தபடி புகைப்படத்திலிருக்கிறான் முத்துராஜ். அவன் வகுப்பில் படித்த மாணவர்கள் பலரும் நினைவிலிருந்து உதிர்ந்து போய்விட்டார்கள். ஆனால், பள்ளியை விட்டுப் போன முத்துராஜ் மட்டும் ஞாபகத்திலிருந்து கொண்டே இருக்கிறான்.

அவனுக்குத் தன்னோடு படித்த இருபத்தாறு மாணவர்களின் பெயர்களும் நினைவிருந்தன. ஒவ்வொரு பொங்கலின்போதும் அவர்களுக்கு வாழ்த்து அட்டைகள் வாங்கி அனுப்பி வைப்பான். நான் பள்ளியை முடித்து கல்லூரிக்குப் போவதற்குள் அவனுக்குத் திருமணம் நடந்துவிட்டது என்று தெரிய வந்தது. ஒரு நாள் அவன் தன் மனைவியோடு சைக்கிளில் போய்க்கொண்டிருந்தபோது வகுப்பில் லீடராக இருந்த பரமசிவத்தைப் பார்த்தவுடன், சைக்கிளை நிறுத்தி அவனுக்குத் தன் மனைவியை அறிமுகப்படுத்திவிட்டு, ரோஸ் மில்க் வாங்கிக் கொடுத்து நெடுநேரம் பேசிக்கொண்டிருந்திருக்கிறான். அப்போதும் அவன் கைகளைக் குறுக்காகக் கட்டிக்கொண்டு

வகுப்பு மாணவனைப்போல பயத்தோடுதான் பேசினான் என்றார்கள்.

முத்துராஜ் படிப்பைப் பாதியிலேயே விட்டுவிட்டாலும், அவனால் பள்ளியின் நினைவுகளைத் துண்டிக்க முடியவில்லை. நாங்கள் ஏழாம் வகுப்பைக் கடந்து வந்துவிட்டோம். அவன் தனது ஏழாவது வகுப்பில் நின்றுகொண்டேயிருக்கிறான். ஆற்றின் நடுவிலே படகு அலைந்து கொண்டிருப்பதுபோல அவன் நினைவுகள் வகுப்பறையிலேயே சுற்றிக்கொண்டிருக்கின்றன.

வாழ்வை எப்படித் துவக்குவது என்று நான் முதலடி எடுத்து வைத்து இப்போதுதான் நடக்கத் துவங்குவதற்குள், அவன் தனது மகளுக்குத் திருமணம் செய்து கொடுத்து வெகு தூரம் வாழ்வைக் கடந்து சென்றுவிட்டான். எதற்காக இத்தனை அவசரமும் வேகமுமாக அவன் வாழ்வில் ஓடிக்கொண்டிருக்கிறான்?

நான் வீடு மாறிச் செல்லும் ஒரு சந்தர்ப்பத்தில் எனது பள்ளி நாட்களின் புகைப்படங்கள் யாவற்றையும் தொலைத்து விட்டேன். என்னிடம் இப்போது முத்துராஜின் புகைப்படம் இல்லை. ஆனால், அவன் கலக்கத்துடன் புகைப்படம் எடுப்பதற்காக வந்து நின்ற நிமிஷமும் அவன் கண்களில் தான் துரத்தப்பட்டுவிடுவோமோ என்றிருந்த பயமும் எனக்குள் துல்லியமாகப் பதிந்திருக்கின்றன.

பள்ளியின் நாட்களில் வகுப்பிலும் கூட வாய்க்குள் ஒதுக்கிவைத்திருந்த நெல்லிக்காயின் புளிப்பைப்போல அவனைப் பற்றிய ஞாபகம் கொஞ்சம் கொஞ்சமாகக் கசிந்து கொண்டிருக்கிறது. தான் படிக்காமல் விட்டுப்போன ஏழாம் வகுப்பின் புகைப்படம் இன்றும் அவன் வீட்டுச் சுவரில் தொங்கிக்கொண்டிருக்கும். ஒரு வடுவைப்போல அவன் உடலில் அந்த நாள் ஒட்டிக் கொண்டுதானிருக்குமில்லையா?

விழாவை முடித்துக்கொண்டு சென்னை திரும்பிய சில நாட்களுக்குப் பிறகு பள்ளியில் நடைபெற்ற நிகழ்ச்சியின் புகைப்படத்தை எனக்கு அனுப்பி வைத்திருந்தார்கள். அந்தப் புகைப்படங்களில் நானும் கைகளை இறுக்கமாக மூடிக் கொண்டு எதையோ வெறித்துப் பார்த்துக்கொண்டுதான் இருந்தேன். பள்ளிக்கூட பயம் எளிதில் கலைந்துவிடக்கூடியதா என்ன?

19

உப்பில்லாத கடல்

எந்த இடத்திலிருந்து துவங்குகிறது ஒரு கடல்? கடற்கரைப் பாதையில் எங்கிருந்து வந்தாலும் கடல் ஒரே தொலைவிலிருப்பது வியப்பாகத்தான் இருக்கிறது. கடற்கரையின் வசீகரம் மணல். மணல் துகள்களைப்போல உலகில் தொடர்ந்து பயணித்துக்கொண்டிருக்கும் சஞ்சாரி எவனையும் நான் கண்டதேயில்லை. ஒரு மணலின் விதி மிக அபூர்வமானது. அது எதனால் தீர்மானிக்கப்படுகிறதென அறிந்த மனிதன் எவனுமேயில்லை. உள்ளங்கைகளில், கால்விரல் இடுக்குகளில், புறங்கைகளில், வஸ்திரங்களில் மணல் தொற்றி ஏறிக்கொண்டு ஏதோ புலப்படாத இடங்களை நோக்கிச் செல்கிறது. கையில் அள்ளாமல் ஒரு தனி மணல் துளியைக் காண்பதென்பது சாத்தியமற்றது.

கடலைப் பார்ப்பதற்கான மனநிலை எல்லா நாளிலும் கூடுவதில்லை. ஒரு பார்வையிலேயே

கடல் நிரம்பி நமக்குள் அடங்கிவிடுவதில்லை. அது தொடர்ந்து சந்திப்பை வேண்டிக்கொண்டேயிருக்கிறது. முதலில் கடல் தனது நிறத்தை சொட்டுச் சொட்டாக நிரப்பத் துவங்குகிறது. பிறகு கடலின் அலைகள் மெல்ல நிரம்பிவிடுகின்றன. பல நாட்களின் பரிச்சயத்தில் மீன்கள், கடலில் மிதக்கும் சூரியன் என யாவும் கொஞ்சம் கொஞ்சமாக நமக்குள் பிரவேசிக்கின்றன.

கடலை எப்படி விவரிக்க முயன்றாலும் இயலாமை மட்டுமே மிஞ்சுகிறது. இரண்டு கைகளையும் முடிந்த வரை அகலமாக விரித்து இதுதான் கடலென காட்டும் சிறுவரிடமிருந்து, கடலென்பது அலையடிக்கும் ஆகாசம் என மேலே கைகளை உயர்த்திக் காட்டும் கிராமத்துப் பெண்கள்வரை கண்டிருக்கிறேன். யாரும் கடலை முழுமையாகக் காட்ட முடிந்ததில்லை. வரைபடத்தில் கடலைப் பார்க்கும்போது அதன் சீற்றம் நமக்குப் புலனாவதில்லை. ஒவ்வொரு மனிதனும் மனதுக்குள் ஒரு கடலைக் கொண்டிருக்கிறான்.

ஆறு ஆண்டுகளுக்கு முன்பு நான் மகாபலிபுரத்தில் ஆண்டுதோறும் நடைபெறும் நடன விழாவைப் பற்றிய டாக்குமெண்டரி படம் எடுப்பதற்காக இரண்டு மாத்துக்கும் மேலாக அங்கே தங்கியிருக்க வேண்டிய சந்தர்ப்பம் உண்டானது. வேறெந்த கடலையும் விடவும் மகாபலிபுரத்தின் கடலுக்கு விநோத ஓசையிருப்பதை உணர்ந்தேன். அதுவும் பின்னிரவு நேரங்களில் கடற்கரைக் கோயில் உள்ள பகுதியில் நின்று கேட்கும்போது கடலின் சத்தம், குதிரைகள் மொத்தமாக எழுச்சி கொள்வதுபோல் இருக்கும். பல்லவ சிற்பிகள் இதே கடற் சத்தத்தைக் கேட்டபடி தான் வேலை செய்திருப்பார்கள். கல்லில் அலைமோதிச் சரியும் சத்தம்தான் இந்த ஊரின் நாதம். இடைவிடாமல் இன்றும் கல்லொலி கேட்டுக்கொண்டேயிருக்கிறது. ஏதோ ஒரு கரம் கல்லைச் செதுக்கிக்கொண்டிருக்கிறது.

இன்று மாமல்லபுரத்திலிருக்கும் சிற்பங்களைப்போல இருமடங்கு கடலுக்குள் இருக்கின்றன. இப்போது நாம் பார்ப்பது பாதிதான். மீதியுள்ள ரதச்சிற்பங்களும் தவம் செய்யும் பாண்டவர்களும் கல் யானைகளும் சிங்கங்களும் கடலினுள் துயில் கொண்டிருக்கின்றன என்று உள்ளூர்வாசிகள் நம்புகிறார்கள்.

ஒரு நாள் கடற்கரையின் முழு இருளில் உட்கார்ந்திருந்தேன். கடல் குமுறிக்கொண்டிருந்தது. கடலின் பிரமாண்டம் பற்றி மனம் யோசித்துக்கொண்டிருந்தது. யாரோ ஒரு மனிதன் சீற்றம்மிக்க கடலுக்குள் இறங்கி நடந்து போய்க்கொண்டிருந்தான். கடல் அவனை உள்ளே அனுமதிக்காமல் உருட்டிக் கரையில் போட்டுக்கொண்டிருந்தது. அவன் கூச்சலுடன் கடலுக்குள் பாய்ந்து போய்க்கொண்டிருந்தான். முடிவற்ற விளையாட்டைப்போல அலை அவனை வெளியே வீசிக் கொண்டிருந்தது. அவன் கரையில் இருந்து கடலுக்குள் ஓடும் அலைகளைத் தன் உடலால் தடுத்துவிட முடியு மென்றவனைப்போல குறுக்கே படுத்துக்கொண்டான். அலை நழுவிப் போய்க்கொண்டேயிருந்தது. சிரிப்பும் கூச்சலுமாக அலையோடு பொருந்திக்கொண்டிருந்தான்.

அருகில் போய் பார்ப்பதற்காக நடந்தேன். அவன் என்னைத் திரும்பிப் பார்த்தபோதும் வேடிக்கை குறையவில்லை. அவனைப் பகலில் பார்த்திருக்கிறேன். பயணியர் விடுதியின் முன்பாக ஒரு அழுக்கு மூட்டையை வைத்துக்கொண்டு உட்கார்ந்திருப்பான். சாமியார் போலவோ, பிச்சைக்காரன் போலவோ இல்லாத விநோதமான தாடி! அழுக்கேறிய கறுப்பு பேன்ட், ரப்பர் செருப்பு, கழுத்தில் காலியான குவார்ட்டர் பாட்டில் ஒன்றைக் கட்டித் தொங்கவிட்டிருப்பான். மனம் பேதலித்த நிலையில் எங்கிருந்தோ வந்து மாமல்லபுரத்தில் தங்கியிருந்தான்.

இத்தனை நாட்கள் இல்லாத குதூகலமும் சிரிப்புமாக அவன் கடலோடு சண்டை போட்டுக்கொண்டிருப்பதைப் பார்க்க வியப்பாக இருந்தது. ஒரு அலை அவனைப் புரட்டிப்போடும்போது சந்தோஷமாகக் கத்தினான். இந்த விளையாட்டு நெடுநேரம் நீண்டுகொண்டிருந்தது. கடலுக்கும் அவனுக்கும் ஏதோவொரு பிரிக்க முடியாத தொடர்பு இருப்பது போலிருந்தது. அவன் தரையில் படுத்துக்கொண்டு வானைப் பார்த்துக்கொண்டிருந்தான். நான் அருகில் போனதும் சற்றே அதட்டும் குரலில் "சிட் டவுன்" என்று ஆங்கிலத்தில் சொன்னான். குழப்பத்துடன் அவனைப் பார்த்துக்கொண்டிருந்தேன்.

தனது கால்களை ஆட்டியபடியே "மிஸ்டர், சிட் அண்ட் வாட்ச்" என்று தனது அருகில் என்னை உட்காரச் சொன்னான்.

அவனருகே உட்கார்ந்துகொண்டேன் அவன் ஆங்கிலத்தில் என்னிடம் பேசத் துவங்கினான்.

"கடல் ஒன்று மட்டும்தான் எதைத் தூக்கிப் போட்டாலும் வெளியே தள்ளிக்கொண்டு வந்து போட்டுவிடும். பூமி அப்படியல்ல, எதை உள்ளே போட்டாலும் விழுங்கிக் கொண்டுவிடும். டேன்ஜரஸ். மனுஷன் பூமியை நம்புறான். கடலைப் பார்த்துப் பயப்படுறான்" என்று சொல்லியபடியே தானே சிரித்துக்கொண்டான். அவன் பேச்சைக் கேட்டுக் கொண்டேயிருக்க வேண்டும் போலிருந்தது. அவன் கைகளைத் தட்டியபடி எழுந்து நின்று கழுத்திலிருந்த காலி பாட்டிலை வாயில் வைத்துச் சத்தம் செய்தான். ஒரு பெரிய அலை வந்து நாங்கள் உட்கார்ந்திருந்த இடத்தின் மணலை உருவிக்கொண்டு போனது. அவன் 'ஹேஹே' எனச் சத்தமிட்டபடியே அலையைத் துரத்திக்கொண்டு ஓடினான்.

கையைக் கட்டிக்கொண்டு கடலைப் பார்த்துக் கொண்டிருப்பது எனக்குக் குற்ற உணர்ச்சியாக இருந்தது. அவன் கடலிடம் தன்னை முழுமையாக ஒப்புக்கொடுத்து விட்டவனைப்போல சமர் செய்து கொண்டிருந்தான். நான் ஒரு பார்வையாளனைப்போல கடலைப் பார்த்துக்கொண்டு மட்டுமிருந்தேன்.

இரவெல்லாம் இருவரும் கடற்கரையில் இருந்தோம். அவன் நண்டு ஓடித் திரிவதுபோல அலைந்து கொண்டிருந் தான். பிறகு நான் எழுந்து அறைக்குத் திரும்பினேன். மறுநாள் பகலில் அவனை பஸ் ஸ்டாண்ட் அருகே பார்த்தபோது ஸ்நேகத்துடன் அருகில் நின்றேன். என்னை அறியாதவன்போல முறைத்துப் பார்த்துக்கொண்டிருந்தான். பையிலிருந்த ஐந்து ரூபாயை அவனிடம் நீட்டினேன். அவன் முறைத்தபடியே பற்களைக் கடித்துக்கொண்டு கொச்சையான இந்தியில் "மார்சோத்" எனத் திட்டினான். பிறகு கையில் இருந்த ரூபாயைப் பிடுங்கிக் கசக்கி எறிந்துவிட்டு விடுவிடுவென நடந்து போகத் துவங்கினான். கோபத்துடன் நானும் அந்தப் பணத்தைத் திரும்பவும் எடுத்துக்கொள்ளாமல் நடந்து போனேன். அதன் பிறகு அவனைப் பார்க்கவோ, பேசவோ பிடிக்கவில்லை. எப்போதாவது அவன் கடற்கோயிலருகே பயணிகள் சாப்பிட்ட

மீதியைத் தின்றபடி உட்கார்ந்திருப்பதைப் பார்த்திருக்கிறேன். அவன் கண்கள் என்னை விலக்குவதை உணர முடிந்தது.

உண்மையில் அவனுக்கு மனநலம் பாதிக்கப்பட்டிருக்கிறதா, இல்லையா என்று தெரியவில்லை. ஆனால், அவன் கடலோடு நெருங்கியதொரு உறவைக் கொண்டிருக்கிறான். அந்த இரவில் அவனது களியாட்டத்தை பார்த்ததுதான் நான் செய்த குற்றம் என அவன் நினைத்திருக்கக்கூடும். தனது சீற்றமேறிய கண்களுடன் வெயிலில் உருண்டு கிடக்கும் மனநலமற்றவனாகவே எப்போதுமிருக்க விரும்புகிறான் போலும். கடலை மட்டுமல்ல, அதன் கரையோர மனிதர்களையும் எளிதில் புரிந்துகொள்ள முடியாது என்று அப்போது தோன்றியது. ஆண்டுகள் கடந்த பிறகும் அந்த உண்மை இன்றைக்கும் மாறாமலேயிருக்கிறது.

■

20
முதலில் காதல் வரும்...

காலண்டரின் சிவப்பு நிறமிட்ட நாட்கள் கொண்டாட்டத்துக்காக விடுமுறை என்பது போல, எனது வாழ்வில் சில நாட்கள் அடிக்கோடிடப்பட்டிருக்கின்றன. பிறந்த நாள், திருமண நாள், குழந்தைகள் பிறந்தநாள்போல இன்னொரு நாளும் சேர்ந்திருக்கிறது. அது நான் காதலைச் சொன்ன நாள்.

காதலித்தவளையே திருமணம் செய்து கொண்டுவிட்ட இப்போதும் நினைவில் அந் நாளுக்கென தனியானதொரு வாசனையும் ஈரமும் ஒளியும் அப்படியே இருக்கிறது.

காதலித்த ஆண்கள் பலரும்கூட மறந்திருக்கக் கூடும். ஆனால், காதல் வசப்பட்ட எந்தப் பெண்ணும் தான் காதலைச் சொன்ன நாளை மறப்பதேயில்லை. காதலித்துத் திருமணம் செய்த எவரும் தன் காதலைச் சொல்லிய நாளை வருடம்தோறும் கொண்டாடிப் பார்த்ததேயில்லை.

காதல், திருமணத்தை நோக்கிப்போகிறதென்றாலும் நதி தன் வழியைத் தான் அறிவதில்லை என்பதுபோல எண்ணிக்கையற்ற திருப்பங்களால் நிரம்பியிருக்கிறது. காதலைத் தவிர வேறு எந்த உறவையும் கேட்டுப் பெறுவதில்லை நாம். நட்பு ஒரு வேரைப்போல் உறவின் ஆழத்தினை நோக்கிச் செல்கிறது. காதல் ஒரு சிறகைப்போல தரையிலிருந்து வானை நோக்கிப் பறக்க முயற்சிக்கிறது.

உலகில் இரண்டு வகை மனிதர்கள்தான் இருக்கிறார்கள். ஒன்று, காதலை வெளிப்படுத்தி ஜெயித்தவர்கள் அல்லது தோற்றவர்கள். மற்றவர், காதலை வெளிப்படுத்தத் தயங்கியோ, மறைத்தோ, கடந்து வந்துவிட்டவர்கள். அழுகை, சிரிப்பு, கோபம், வேதனை என்பதுபோல் காதல் என்பது ஒரு உணர்ச்சி. ஒருவேளை இந்த யாவும் ஒன்றாகக் கலந்ததொரு உணர்ச்சி என்றுகூடச் சொல்லலாம்.

காதலிப்பவர்கள்தான் உலகில் அதிகம் கோபப்படு கிறவர்களாக இருக்கிறார்கள். எதற்கெடுத்தாலும் கோபம் வருகிறது. உட்கார்ந்து பேசுவதற்கு இடமில்லாமல் இருக்கிறதே என்று நகரத்தின் மீது, சாலையில் நம்மைக் கவனித்துக் கொண்டிருக்கிறார்களே என்று சகபயணிகள் மீது, இவ்வளவு சீக்கிரத்தில் ஆர்டர் செய்த உணவைக் கொண்டு வந்துவிட்டானே என்று ஓட்டல் சர்வர் மீது, சட்டைப்பையை, ஹேண்ட் பேக்கை, டயரியை வீட்டில் உள்ளவர்கள் ரகசியமாகத் தேடிப் பார்க்கிறார்களே என மொத்த குடும்பத்தின் மீது, இஷ்டம்போல இரவும் பகலும் வருவதில்லையே என சந்திர, சூரியர்கள் மீது என எதன் மீதுதான் கோபம் வராமல் போகிறது?

கோபம் ஒவ்வொன்றையும் மீறிச் செயல்படும் துணிச்சலைத் தந்துவிடுகிறது. காதலிப்பவர்களைத் தவிர, வேறு எவரால் சுடுமணலில் வெட்ட வெளியில் கையில் மணலை அள்ளிக் கொட்டிக்கொண்டு சுவாரஸ்யமாக பேசிக்கொண்டிருக்க முடியும்?

பைபிளில் உள்ள சாலமனின் உன்னதப் பாடலில் வரும் காதலி, ஒவ்வொரு நாளும் காதலன் தன்னைப் பிரிந்து போய்விடுகிறானே என்று ஆத்திரத்தில், 'உன் சகோதரியாக

இருந்தால் உன்கூடவே வீட்டில் உன்னைப் பார்த்துக்கொண்டே இருக்கலாம், அல்லவா?' என்று சொல்கிறாள். எத்தனை விசித்திரமான, பித்தேறிய நிலை!

'காதலிப்பவர்கள் என்னதான் பேசிக்கொள்வார்கள்?'

- உலகமே தெரிந்துகொள்ள விரும்புவது இந்த ஒரு புதிரைத்தான். தண்ணீரில் நீந்தும்போது எந்தத் திசையில் நீந்துகிறோம் என்றோ, எவ்வளவு ஆழத்தில் நீந்துகிறோம் என்றோ, எவ்வளவு தடவை கைகளை அசைத்துக் கொண்டிருந்தோம் என்றோ கணக்கிட்டுக்கொண்டா நீந்துகிறோம். இல்லையே! காதலில் பேச்சும் அப்படித்தான். அது நீராடல் போல் முன்னும் பின்னுமாகப் போய்க் கொண்டும் வந்து கொண்டுமிருக்கிறது. தண்ணீருக்குள்ளேயே இருக்கிறோம் என்பதுதான் அதன் சுவாரஸ்யம்.

எனது சிநேகிதிகளில் ஒருவரான கவிதா காதலிக்கத் துவங்கியிருந்தாள். எல்லா காதலையும் போலவே அவளது காதலும் காரணமில்லாமல்தான் துவங்கியது. அவள் காதலிக்கத் துவங்கிய சில நாட்களில் தனது நண்பனை (இவர் என் காதலன் என்றோ, இவள் என் காதலி என்றோ அறிமுகப்படுத்துமளவு சூழல் இன்னும் உருவாகவில்லையோ) எனக்கு அறிமுகப்படுத்தினாள். ஸ்டீபன், ஸ்போர்ட்ஸ் அத்தாரிட்டியில் வேலை செய்துகொண்டிருந்தான். சொந்த ஊர் தூத்துக்குடி. பேஸ்கட்பால் பிளேயர் என்பதால் நல்ல உயரமும் கம்பீரமுமாயிருந்தான். கவிதா சிறிய கோழி இறகைப்போல் மெலிந்தவளாக இருந்தாள்.

இருவரும் காதலிக்கத் துவங்கிய சில நாட்களில் அபார்ட்மெண்டிலிருந்த எனது தனியறை, அவர்களின் சந்திப்பு மையமாக மாறியது. பகலில் நான் ஒரு பக்கம் எதையாவது எழுதிக்கொண்டிருக்கும்போது இருவரும் நாற்காலியைப் போட்டுக்கொண்டு எதிரெதிரே அமர்ந்தபடி பேசிக்கொண்டிருப்பார்கள். கவிதா சில நேரம் ஒரு பாடலைப் பாடுவது மெலிதாகக் கேட்கும்.

'வாசலிலே உன் காலடி ஓசை கேட்டிருப்பேன்.
வந்தவுடன் உன் ஆசை நெஞ்சைப் பார்த்திருப்பேன்.
எங்கே நீயோ நானும் அங்கே உன்னோடு'

காலையில் வந்ததும் தினமும் ஒரு வெள்ளை பேப்பரை வாங்கிக்கொள்வார்கள். அதில் என்ன எழுதுவார்கள் என்று தெரியாது. சில நேரங்களில் ஒரே பேனாவை இருவரும் மாறி மாறிப் பிடுங்கி எழுதிக்கொண்டிருக்கும் அற்புதக் காட்சியைக் காண நேரிடும். சில நாட்கள் இருவரும் ஒருவரோடு ஒருவர் பேசிக்கொள்ளாமல் மதியம்வரை ஆளுக்கு ஒரு புத்தகத்தைப் படித்துக்கொண்டிருப்பார்கள். மாலையில் ஒன்றாக வெளியே கிளம்பிச் செல்வார்கள். வியப்பாகவும் சுவாரஸ்ய மாகவுமிருந்தது அவர்களின் காதல். கவிதா ஒரு நாள் என்னிடம் சொன்னாள் -

"எங்க லவ் வொர்க் அவுட் ஆகாது சார். இவன் வீட்ல ஏகப்பட்ட பிரச்னை. எங்க சைடுலயும் பிராப்ளம். பேசாம பிரிஞ்சு போயிரலாம்னு தோணுது."

என்ன பிரச்னை என்று கேட்டுக்கொள்ளவில்லை. ஆனால், வழக்கம்போல அதன் பிறகும் தினமும் ஒரு குறிப்பிட்ட நேரத்தில் வருவார்கள். பேசிக்கொண்டிருப்பார்கள். போய் விடுவார்கள். பிரிந்து போய்விடுவதாகச் சொன்னவர்கள், எதற்காகத் திரும்பவும் சந்தித்துக் கொள்கிறார்கள் என்று தோன்றும். ஒரு நாள் கவிதாவே சொன்னாள் -

"பிரிஞ்சு போறதுக்கு கன்வின்ஸ் பண்ணத்தான் பேசிக்கிட்டு இருக்கோம்."

ஆச்சரியமாக இருந்தது. இரண்டு பேர் வாழ்க்கையில் சேர்வதற்காகத்தான் காதலிப்பார்கள். பேசிக்கொள்வார்கள். பிரிந்து போவதைப் பற்றி எதற்காகப் பேசிக்கொள்ள வேண்டும்? கவிதா மீதல்ல, அவர்கள் காதலின் மீது கோபமாக வந்தது.

ஒரு நாள் கவிதா ஒரு கத்தை காகிதங்கள், டயரி, வாழ்த்து அட்டைகள், பரிசுப் பொருட்கள் என ஒரு பை நிறைய பொருட்களை அடைத்துக்கொண்டு வந்து என்னிடம் தந்து விட்டு ஸ்டீபன் வந்தால் கொடுத்துவிடும்படி சொல்லிவிட்டுச் சென்றாள். தினமும்தான் பேசிக்கொள்கிறார்களே எப்போது இத்தனை கடிதங்கள் எழுதினார்கள் என்று வியப்புடன் பார்த்துக்கொண்டிருந்தேன். அன்று மாலை ஸ்டீபனும் இது போல ஒரு பை நிறைய கடிதங்கள், வாழ்த்து அட்டைகள்

கொண்டு வந்து கவிதாவிடம் ஒப்படைக்கச் சொன்னான். கவிதா தந்திருந்த பையை அவனிடம் ஒப்படைத்தபோது, வாங்கிக்கொள்ள மறுத்துவிட்டு என்னிடமே இருக்கட்டும் என்று சொல்லிவிட்டுப் போனான். கவிதாவும் ஸ்டீபன் கொடுத்த பையை வாங்கிக்கொள்ள மறுத்துவிட்டாள்.

நிஜமாகவே பிரிந்துவிட்டார்களா என்று ஆத்திரமாக வந்தது. சில நாட்கள் இருவரும் வரவில்லை. கவிதா பின்னொரு நாள் அறைக்கு வந்து வழக்கம்போல ஒரு வெள்ளைக் காகிதம் வாங்கி பகல் முழுவதும் கிறுக்கிக்கொண்டிருந்தாள். சற்றே கோபத்துடன், "எதற்காக கவிதா இத்தனை நாடகம்?" என்று கேட்டேன். கவிதா கோபப்பட்டவளாக, "இதெல்லாம் பர்சனல் விஷயம். விட்றுங்க, பிடிக்கலை. விட்டுட்டோம். அவ்வளவுதான்" என்றாள்.

காதலின் கடைசி கோபம் அது என்று புரிந்தது. எப்படிக் காதலிக்கத் துவங்கினார்கள், எதற்காகப் பிரிந்து போய் விட்டார்கள். இரண்டும் இதுவரை எனக்கும் தெரியாது. ஸ்டீபனும் திருமணப் பத்திரிகை அனுப்பி இருந்தான். கவிதாவும் அனுப்பியிருந்தாள். இரண்டுக்கும் போகவில்லை. ஆனால், இருவரும் எனது அறையில் விட்டுப்போன கடிதங்கள், வாழ்த்துப் பொருட்கள் ஒரு கனமான சுமையாக என்னிடம் எஞ்சியிருக்கின்றன. அதை அப்புறப்படுத்தவோ, தூக்கி எறிந்துவிடவோ மனம் கூடவில்லை. ஏதோ ஒரு வருடத்தில் இருவரும் அதைக் கேட்டு என்னிடம் வரக் கூடும் என்று தோன்றுகிறது. எஃப்.எம்-மில் எப்போதாவது 'எங்கே நீயோ நானுமங்கே.' பாடலைக் கேட்கும்போது அறையில் இருவர் அருகருகே அமர்ந்து பேசிக்கொண்டிருப்பது போலவேயிருக்கிறது.

காதல் விசித்திரமாயிருப்பது காதலிப்பவர்களாலா? இல்லை அதன் சுபாவமே அதுதானா?

∎

21

பிழைதிருத்தம்

நண்பர் ஒருவர் தனது புதிய வீட்டின் திறப்பு விழாவுக்காக அழைத்திருந்தார். கலந்து கொள்ளச் சென்றிருந்தேன்.

நவீனக் கட்டடக் கலையின் பொலிவோடிருந்த வீடு. அழகான உள்ளமைப்பு. திட்டமிட்ட அழகுடன் கூடிய தோட்டம். வீட்டிலே ஹோம் தியேட்டர் வசதி. படுக்கையறையில் கூட கம்ப்யூட்டர் பொருத்தப்பட்டிருந்தது.

மீன்தொட்டி வைக்கும் மேடைகூட அதிகம் செலவழிக்கப்பட்டு உருவாக்கப்பட்டிருந்தது. விஸ்தாரமான பூஜையறை. உள்ளே நூற்றுக்கும் மேற்பட்ட கடவுள்கள்.

அதிநவீனக் கழிப்பறை. வீட்டைச் சுற்றிப் பார்த்த பிறகு, கேட்கக்கூடாது என்றே தோன்றியது. ஆனாலும் மனதைக் கட்டுப்படுத்த முடியவில்லை.

"வீட்டில் புத்தகங்கள் படிக்கும் அறை என்று ஒன்றும் அமைத்திருக்கலாமே?" என்றேன். அவர் நிமிஷ நேரம்கூட யோசிக்காமல், "அதெல்லாம் வேஸ்ட் சார். இனிமே யார் புத்தகம் படிக்கப் போறாங்க? புத்தகம் வாங்கி வெச்சா, நிறைய தூசி வந்திரும். அலர்ஜி. ஈஸ்னோபிலியா வந்திரும். இதெல்லாம் விடுங்க, படிக்க யாருக்கு சார் நேரமிருக்குது?" என்றார்.

நிஜம்தானா? புத்தகங்களின் எதிர்காலம் இத்தனை தீர்மானமாக முடிந்துவிடப் போகிறதா என்ன? இந்த எண்ணம் நண்பருக்கு மட்டுமல்ல, வீடு கட்டும் எல்லோருக்குமே இருக்கிறது. படிப்பறையும் நூலகமும் உள்ள வீடு என்று எவரும் திட்டமிடுவதில்லை.

சாலையோரத்தில் குடியிருப்பவர்கள் கூடத் தங்கள் குழந்தைகளின் பாடப் புத்தகங்களைப் பாதுகாப்பாக வைத்துக் கொள்ள, பிளாஸ்டிக் காகிதங்களைச் சுற்றி ஒரு ஜாதிக்காய் பெட்டிக்குள் வைத்திருப்பதைப் பார்த்திருக்கிறேன்.

நமக்கோ பணமோ, இடமோ பிரச்னையாக இல்லை. நாம் விரும்பவில்லை என்பதுதான் நிதர்சனமான உண்மை.

நெடுநாட்களாக எங்கள் வீட்டில் ஒவ்வொருவருக்கும் ஒரு நூலகம் இருந்தது. ஒவ்வொருவரும் அவரவருக்கு விருப்பமான புத்தகங்களை வாங்கி அடுக்கியிருந்தோம்.

சிறிய கிராமத்தில் இருந்தபோதும் எங்கள் வீட்டுக்கு 'சோவியத் நாடு' இதழிலிருந்து 'யுனெஸ்கோ கூரியர்' வரை பல சஞ்சிகைகள் தபாலில் வந்து சேர்ந்தன. ருஷ்ய நகரங்களும் அங்கு ஓடும் நதிகளும் ஏதோ அருகில் பத்து மைலில் இருப்பதுபோல பரிச்சயமாகி இருந்தன.

எங்கள் ஊரில் இரண்டு பேர் வீடுதான் புத்தகம் படிக்கும் வீடு. ஒன்று - பஞ்சாங்கம் படிப்பவர் வீடு. மற்றது - எங்களுடையது. பஞ்சாங்கம் படிப்பவர் வீட்டிலிருந்து கிரக நிலைகளைக் கணிக்க, பஞ்சாங்கம் வாங்குவதற்காக எப்போதாவது ஒருவர் அவர்கள் வீட்டுக்கு வந்து நிற்பார்கள்.

அதையும் விடிகாலையிலோ, விளக்கு வைத்த பிறகோ, வெள்ளிக்கிழமையிலோ இரவல் தரமாட்டார்கள். எங்கள்

வீட்டுக்கு ஆங்கில தினசரி பேப்பர் வரும் என்பதால், ஆங்கில அறிவை வளர்க்க விரும்பும் சரித்திர ஆசிரியரின் பிள்ளைகள் தினமும் பேப்பர் வாங்கிப் போவார்கள். படிப்பதைப் பற்றிப் பேசுவதற்கோ, விவாதம் செய்வதற்கோ அப்போது ஆட்கள் கிடையாது.

ஊரில் ஒரு நபர் தபால் அலுவலகம் துவங்கப்பட்டபோது, அதற்குப் பொறுப்பாளராக வந்து சேர்ந்தார் வி.கே. சாரி. நாற்பத்தைந்து வயதைத் தாண்டிய அவர் நெற்றியில் பெரிதாக நாமமிருக்கும். தபால் அலுவலகத்திலேயே தங்கியிருந்த அவருக்கு, ஊரில் படித்தவர்களாக நாங்கள் மட்டுமே தெரிந்தோம்.

எங்கள் வீட்டுக்கு வந்துபோகத் துவங்கினார். எந்தவொரு புத்தகத்தைப் பார்த்தாலும் 'அடடா இதுவா! வெறும் சப்பை. பிடிமண்ணுக்குத் தேறாது. இவனெல்லாம் எப்படி சார் எழுத வந்தான்?' என்று உரத்த விமரிசனங்களைச் சொல்லிக்கொண்டிருப்பார். ஏதாவது புத்தகத்தைச் சிறப்பாகக் குறிப்பிட்டால், 'அதுவா, அதைத்தான் தேடிக்கிட்டு இருந்தேன். எத்தனை வருஷமா படிக்கணும்னு காத்துட்டிருந்தேன், தெரியுமா? ரெண்டே நாளில் படிச்சுட்டுத் தந்துடறேன்' என்று எடுத்துக்கொண்டு போய்விடுவார்.

சில நாட்கள் வீட்டுக்கு வரமாட்டார். பிறகு எடுத்துப் போன புத்தகத்தை மறந்துவிட்டு, தமிழ்ப் புத்தகத்தில் இருந்து ஷேக்ஸ்பியருக்குப் பேச்சை மாற்றிவிடுவார்!

அவரது நாவு ஏளனம் செய்யாத புத்தகமே இல்லை என்பதுபோல, அநாவசியமாகப் புத்தகங்களைக் கடந்து போய்க்கொண்டிருந்தார். சில நாட்களிலேயே அவர் வருவது கேலிக்குரிய செயலாக மாறியிருந்தது.

அவர் ஏதாவது பேசத் துவங்குவதற்கு முன்பாக, கம்ப ராமாயணத்திலிருந்து ஒரு பாடலை எடுத்துவிடுவார். பாட்டைப் பதம் பிரித்துச் சொல்வார். பிறகு, அதிலிருந்து வால்ட் விட்மனுக்கோ, எமர்சனுக்கோ, லியோ டால்ஸ்டாய்க்கோ தாவிவிடுவார். சில நேரங்களில் அவர் பொய்யைத் தொடர்ந்து பேசிக்கொண்டிருப்பது எரிச்சலாக இருக்கும். அவராக ஒரு

ருஷ்யப் பெயரைச் சொல்லி, 'அந்தக் கதாபாத்திரம்தான் மிகச் சிறந்தது' என்று சொல்வார்.

'அப்படியொரு கதாபாத்திரமே எந்தப் புத்தகத்திலும் கிடையாது என்று அவர் முகத்துக்கு எதிராகச் சொல்ல வேண்டும்' என்று சகோதரிகள் கோபப்படுவார்கள்.

அவர் தனது சாமர்த்தியத்தை அதிகம் வெளிப்படுத்துவது போல, ஆங்கிலத்தில் ஒரு மேற்கோள் காட்டுவார். அவரது பொய்யைச் சமாளிக்க முடியாமல் ஒரு நாள், 'இனிமேல் அவருக்குப் புத்தகம் எதுவும் கொடுக்கக்கூடாது. மேலும், அவர் கொண்டுபோன புத்தகங்கள் யாவையையும் திரும்பக் கொண்டுவந்து தரவேண்டும்' என்று குடும்பமே முடிவுசெய்தது.

வழக்கம்போல அவர் மாலை நேரம் வந்து சேர்ந்தார். அவராகவே அன்று மேஜையில் கிடந்த கோல்ட்ரிஜ் கவிதைகளைப் பார்த்தபடி வெற்றிலையைச் சுவைத்தபடியே, "கவிதென்னா அது கீட்ஸ்தான். கோல்ரிட்ஜ் எல்லாம் பொயட்டா, சொல்லுங்க? குட்டிக் குட்டியா கவிதை எழுதியிருக்கான். வெறும் ஆட்டுப் புழுக்கை, சக்கை!" என்றார்.

ஆத்திரமாக வந்தது. கோபத்துடன் "கோல்ட்ரிஜ் என்ன வாசித்திருக்கிறீர்கள், சொல்லுங்கள்" என்று முறைப்புடன் கேட்டதும், அவர் "அது வந்து, ஒண்ணு, ரெண்டு படிச்சிருந்தா நினைப்பிருக்கும். முப்பது வருஷமா படிக்கேன். டைட்டில் கூட ஸ்பிரிங்னு வரும்!" எனச் சமாளித்தார்.

ஆளுக்கு ஒரு புத்தகம் பற்றி அவரிடம் கடகடவெனக் கேட்கத் துவங்கியதும் அவரது முகம் வாடத் துவங்கியது.

அவர் கோபத்துடன், "கண்ட கம்மனாட்டிப் பயல்களை எல்லாம் நான் ஏன் படிக்கணும்? அவங்க நம்மாழ்வார் படிச்சிருக்காங்களா? இல்லை, பாசுரம், பாராயணம் பண்ணி யிருக்காங்களா? நான் நாலாயிரம் பாட்டு மனனம் செஞ்ச வனாக்கும்!" என்றார்.

அதிலும் தகராறு விடுவதாக இல்லை. "நாலாயிரம் பாட்டையும் சொல்லுங்கள், கேட்கலாம்" என்றதும் அவர் முகம் கறுத்துப்போய், "நாலாயிரம்னா நாலாயிரமா?

பேச்சுக்குச் சொன்னேன். உங்ககிட்டே சோதிச்சுக் காட்டி, பரிசு வாங்கவேண்டிய அவசியம் எனக்கு இல்லை. நான் மத்திய அரசாங்கத்திலே உத்தியோகம் பாக்கிறவன். வெறும் கட்டை மண்ணில்லை, புரிஞ்சுக்கோங்கோ" என்றார். அப்படியும் அன்று விவாதம் முற்றுப்பெறவில்லை.

தான் புத்தகம் படிக்கிறவன் என்பதை நிரூபிப்பதற்காக, பிரபந்தம் நாலாயிரத்தையும் அடுத்த வெள்ளிக்கிழமை மனப்பாடமாகச் சொல்வதாகச் சவால் விட்டபடி சென்றார்.

ஒரு வாரம் அவருக்காகக் காத்திருந்தோம். வெள்ளிக்கிழமை காலையில் தபால் நிலையம் பூட்டப்பட்டிருப்பதாகத் தகவல் வந்தது. இரண்டு நாட்களுக்குப் பின்னால், மதிய நேரத்தில் தபால் வாங்கப் போகும்போது அவராகவே 'வீட்டிலே உடம்புக்குச் சுகமில்லை. போயிட்டு வந்தேன். பிரபந்தம் மேலே சத்தியம் பண்ணியிருக்கேன். மறந்துட் மாட்டேன்' என்றார்.

அடுத்த வெள்ளியும் கடந்துபோனது. அவர் எங்கள் வீட்டுப் பக்கம் வரவே இல்லை. மாறாக, எங்களில் எவரைத் தபால் அலுவலகத்தில் பார்க்கும்போதும் எரிச்சலடைந்தவராகத் தானாகப் பேசிக்கொள்ளத் துவங்கினார். தபால்தலை கேட்டால், 'அஞ்சல் அட்டைதான் இருக்கிறது' என்று கத்துவார்.

'ஏன் இப்படிப் படித்துவிட்டதாகப் பொய் சொல்ல வேண்டும்? ஏன் இப்படி அவஸ்தைப்பட வேண்டும்?' என்று தோன்றியது. பிறகொரு நாள் தானாக ஒரு மதிய நேரம் வீட்டுக்கு வந்தார்.

தான் வாங்கிக்கொண்டு போயிருந்த புத்தகங்கள் முழுவதையும் திருப்பிக் கொடுத்துவிட்டுத் தலைகவிழ்ந்தபடியே சொன்னார் -

"இந்தப் புத்தகங்களை எல்லாம் வாங்குகிற அளவு பகவான் வசதியைக் கொடுக்கலை. ஏதோ ஆசைப்பட்டு வாங்கிட்டுப் போனேன். ஒண்ணையும் படிக்கலை. ஆனா, படிக்கணும்னு ஆசை இருக்கிறது மட்டும் நிஜம். உங்க வீட்டுல குழந்தைகள்கூட, என்னைக் கள்ளப் பயலைப் பார்க்கிறது

மாதிரி பாக்குறாங்க. ஏதோ ஆத்திரத்திலே பிரபந்தம் மேலே சத்தியம் பண்ணிட்டேன். மனசு தாங்கலை. தினம் ராத்திரி பகலா படிச்சு மனப்பாடம் செஞ்சுட்டேன்" என்றபடி கடகடவெனச் சொல்லத் துவங்கினார்.

யாரையும் நிமிர்ந்துகூடப் பார்க்கவில்லை. எவ்வளவு நேரம் போனதெனத் தெரியவில்லை. சொல்லி முடித்ததும் கைகூப்பி வணங்கியவாறு தெருவில் இறங்கி நடந்துபோனார். அதன்பிறகு புத்தகம் பற்றிப் பேச, எங்கள் வீட்டுக்கு வரவேயில்லை.

மாறாக, தபால் அலுவலகத்தில் அவரது உதடுகள் சதா பாசுரங்களை முணுமுணுத்தபடி இருந்ததைக் கேட்க முடிந்தது. பின்பொரு நாள் டிக்கடையில் பார்த்தபோது, உரத்த குரலில் "யாரு சார், காண்டேகரா? பெரிய எழுத்தாள்னா சொல்றீங்க? வெறும் வைக்கோல் போர்! பாத்தா பெரிசா தெரியும். இவனைவிடப் பெரிய ஆளு டிக்கன்ஸ்னு சொல்றாங்கன்னு படிச்சேன். தட்டி விற்ற வறட்டிக்குக்கூட ஆகாது அவன் ரைட்டிங்ஸ்" என்று சொல்லிச் சிரித்துக்கொண்டிருந்தார்.

அவர் விமரிசனங்களைக் கைதட்டிப் பாராட்ட வேண்டும் போலிருந்தது. தட்டினால் கோபப்படக்கூடுமெனப் புன்னகையோடு பார்த்துக்கொண்டிருந்தேன்.

உலக எழுத்தாளர்களில் சிலர், அவரது காலடியில் கிடந்து மிதிபட்டுக் கொண்டிருந்தார்கள்.

22

உருபசி

திருபுவனம் சரபேஸ்வரர் கோயிலின் சுற்றுப் பிராகாரத்தில், சூர்ப்பனகையின் இடுப்பின் மீதேறி நின்றபடி லட்சுமணன் அவளது மூக்கையறுக்கும் சிற்பமொன்று இருக்கிறது. மறைந்த எழுத்தாளர் தஞ்சை பிரகாஷ், ஒருமுறை அதை நேரில் அழைத்துப்போய் காட்டினார். கல்லில் செதுக்கப்பட்ட பேரழகு அச்சிறிய சிற்பம்.

பிராகாரத்தில் நடந்து சென்றபோது பிரகாஷ் சொன்னார் - 'ஸ்ரீவில்லிபுத்தூரில் உள்ள ரதி, கிருஷ்ணாபுரத்தில் உள்ள இளவரசியைத் தூக்கிப்போகும் குறவன், பேளூரில் உள்ள விஷகன்னிகா, அஜந்தா குகையிலுள்ள புத்தர், பதாமியில் யோகினி - இந்த ஐந்து சிற்பங்கள் பார்த்தால்போதும். கல்லின் மீதே மயங்கிக் கிடக்கத் துவங்கிவிடுவாய். கல் ஒரு ருசி. சாக்லெட்டை வாய்க்குள்

எஸ்.ராமகிருஷ்ணன்

ஒதுக்கிச் சுவைத்துக் கொண்டிருப்பதுபோல சிற்பங்களைப் பார்த்துக்கொண்டேயிருந்தால்தான் அதன் ருசி தெரியும்.'

ஒவ்வொரு ஊராக அலைந்து பார்த்துவரத் துவங்கினேன். ஒவ்வொரு சிற்பத்தைப் பார்க்கும்போதும் பிரகாஷ் சொன்னது எவ்வளவு நிஜம் என்று புரிந்தது. இந்த ஐந்தில் கர்நாடகாவில் உள்ள பேளூர் என்ற சிறிய கிராமத்தில் உள்ள கொய்சாலர்கள் காலத்துச் சிற்பமான விஷகன்னிகா மட்டும் நினைத்தபோதெல்லாம் பார்க்க வேண்டும் என்று மனதைத் தூண்டுபவளாக மாறிப் போயிருந்தாள். கோவையிலிருந்த நண்பர் கருணாகரன், ஒரு இரவு உரையாடலின்போது உற்சாகம் மிகுதியாகி, 'இப்போதே பார்க்கலாம் கிளம்புங்கள்' என்றார்.

இருவரும் இரவிலே பயணமாகி மைசூரில் வந்திறங்கியபோது குளிரில் ஊரே நடுங்கிக் கொண்டிருந்தது. வெடவெடப்புடன் கைகளை உரசிக்கொண்டு ஹசன் போகும் பஸ்ஸுக்காகக் காத்திருந்தோம். குளிரில் நிற்க முடியவில்லை.

எதற்காக விடியும்வரை பேருந்து நிலையத்தில் காத்திருக்க வேண்டும்? ஒரு அறையை எடுத்துக்கொள்ளலாம் என்று மைசூரில் ஒரு அறையை எடுத்துக்கொண்டு தூங்கினோம். குளித்து எழுந்து புறப்பட்டு பேளூர் வந்திறங்கியபோது பதினோரு மணியாகியிருந்தது. காலை உணவைச் சாப்பிடவில்லை. பசியாயிருந்தது. ஆனாலும் வந்ததும் சாப்பிடவா என்ற யோசனையோடு பேளூரில் உள்ள சென்னகேசவர் கோயில் சிற்பங்களைப் பார்த்தபடியிருந்தோம்.

"அத்தனை சிற்பங்களையும் ஒரு நாளில் பார்க்க முடியாது. இங்கேயே தங்கிவிடலாம்" என்றார் கருணாகரன். மதியம் மூன்று மணிவரை சுற்றிப் பார்த்துவிட்டு உணவுக்காக வெளியே வந்தோம். ஒரு கடையில் வெண் களிமண்ணால் செய்த சிலைகள் வைத்திருந்தார்கள். கருணாகரன் நாலைந்து வாங்கிக்கொண்டார். ஓட்டல் வாசலின் முன்பு வந்தபோது தயக்கத்துடன் கேட்டேன்.

"உங்களிடம் பணமிருக்கிறதல்லவா?"

அவர் திகைப்புடன் கேட்டார். "ஏன் உங்களிடமில்லையா?"

"என் கையில் பதினைந்து ரூபாய் தானிருக்கிறது. அவசரமாகப் புறப்பட்டுவிட்டோமே" என்றேன். அவர் கலக்கத்துடன், "இருந்த பணத்தில் சிற்பங்கள் வாங்கிவிட்டேன். என்னிடமும் பத்து ரூபாய்தானிருக்கிறது. இப்போது என்ன செய்வது?" என்றார். "பரவாயில்லை, சமாளித்துக்கொள்ளலாம்" என்றேன். அவரால் நம்ப முடியவில்லை. கொஞ்சம் பதற்றத்துடன் கேட்டார். "இரண்டு பேரும் சாப்பிடு வதற்குக்கூட இந்த ரூபாய் போதாதே. நாம் எப்படி ஊருக்குப் போவது?"

"அதைப் பற்றியெல்லாம் பிறகு யோசிக்கலாம்" என்றபடி அவரிடமிருந்த காசையும் வாங்கிக்கொண்டு சாப்பிடுவதற்காகப் போனோம். இருவரும் சாப்பாடு சாப்பிடுவதற்குப் பணம் போதாது. எனவே சப்பாத்தியும் பழங்களும் சாப்பிடுவது என்று முடிவுசெய்தபடி இருவரும் சுட்ட சப்பாத்திகள் சாப்பிட்டோம். இனி இரவுவரை கவலையில்லை. எங்களிடம் ஓர் ஐந்து ரூபாய் மீத மிருக்கிறது. அதை வைத்துக்கொண்டால் டீ சாப்பிட்டுவிடலாம். ஊருக்குப் போகாவிட்டால் இங்கேயே விஷ கன்னிகாவைப் பார்த்துக் கொண்டு, அவளது காலடியிலேயே தங்கிவிடலாம் என்று நினைத்துக் கொண்டேன்.

கோயிலுக்குத் திரும்பிவந்தபோது மாலை வெயிலில் சிற்பங்கள் ஒளிர்ந்து கொண்டிருந்தன. நண்பருக்கு கவனம் கலைந்துபோய் பயம் உண்டாகியிருந்தது. அத்தனை சிற்பங்கள் இருந்தபோதும் அவர் வெட்டவெளியை வெறித்துப் பார்த்துக்கொண்டிருந்தார். அவ்வப்போது பயத்துடன் நான் அருகே நிற்கிறேனா இல்லை, எங்காவது போய்விட்டேனா என்று தேடிப் பார்த்து பெருமூச்சு விட்டுகொண்டார்.

யாரிடமாவது கடன் கேட்கலாமா, தந்தி மணியார்டர் அனுப்பச் சொல்லலாமா என்று பலவிதமாக யோசிக்கத் துவங்கினார். "ஏன் ஊருக்கு இத்தனை அவசரமாகப் போக வேண்டும். காசு கிடைக்கும்போது போய்க்கொள்ளாமே" என்றேன். அவருக்கு என் நிதானம் பயத்தை அதிகமாக்கி இருக்க வேண்டும். கோயிலை விட்டு வெளியே வந்து சிற்பங்களை வாங்கிய கடையில் அதைத் திரும்ப வாங்கிக் கொண்டு பணம் தரும்படி சண்டையிட்டுக் கொண்டிருந்தார்.

எஸ்.ராமகிருஷ்ணன்

அவர்கள் விற்ற பொருளைத் திரும்ப வாங்குவதில்லை என்று உறுதியாய் இருந்தார்கள். சண்டையில் தெருவே கூடியிருந்தது. அவர் கத்தியும் கூச்சலிட்டும் பலனில்லை. இரவு கவிந்தது.

இருவரும் குதிரை வண்டிக்காரர்கள் தங்குமிடத்தில் இருளில் உட்கார்ந்துகொண்டோம். அவர் மரத்திலிருந்து உதிர்ந்து கிடந்த இலைகளை எடுத்து ஒவ்வொன்றாகக் கிழித்துக் கொண்டிருந்தார். "அருகில் பத்து மைலில் ஹலே பேடு இருக்கிறது. காலையில் போய்ப் பார்த்து வரலாமா?" என்று கேட்டேன். அவர் கோபத்துடன் என்னை முறைத்துவிட்டுத் தலையைத் திருப்பிக்கொண்டார்.

பசி உடலில் உக்கிரமாகிக் கொண்டிருந்தது. சாப்பாடு கிடைக்காது என்ற முடிவோடு இருந்தோம். ஏகாந்தமான காற்று வீசிக்கொண்டிருந்தது. "உறங்கிவிடலாம். காலையில் ஏதாவது வழி தெரியும்" என்றபடி ஒரு கல்லில் ஏறிப் படுத்துக் கொண்டேன். பாதி இரவில் எழுந்துகொண்டபோது நண்பர் ஒரு குதிரை வண்டியைப் பிடித்தபடி நின்றுகொண்டிருந்தார். அருகில் போனபோது கண்ணைத் துடைத்துக்கொண்டார். அழுதிருக்கக்கூடும். நான் அதைக் கவனிக்காததுபோல, "குளிர் அதிகமாக இருக்கிறதல்லவா" என்று கேட்டேன். அவர் பதில் பேசவில்லை. பேசினால் திரும்பவும் அழுதுவிடுவார் என்று தோன்றியது. குளிரில் குதிரைகளைக்கூட பாதுகாப்பாகக் கட்டியிருந்தார்கள். வெடவெடப்பு உடலை நடுக்கச் செய்தது. உறங்காமல் இருவரும் விழித்துக்கொண்டிருந்தோம்.

கையில் காசில்லாமல் போய்விடுவது இத்தனை அவமானகரமான விஷயமா? பசி, உலகில் நம் இருவருக்கும் மட்டுமேயான பிரச்னையா என்ன? ஏன் இத்தனை பதற்றம், பயம்? இதோ வீடோ, பசியோ யாவும் மறந்து உறங்கிக் கொண்டிருந்த பரதேசிகள்கூட கனவு கண்டுதானே இருக்கிறார்கள்? இதையெல்லாம் அவரிடம் சொல்ல விரும்பினேன். சொல்லியிருந்தால் அவர் என்னை அடித்திருக்கக்கூடும்.

மறுநாள் காலையில் எந்த மாற்றமும் ஏற்படவில்லை. ஆனால், நான் கோயில் கிணற்றில் குளித்தேன். திரும்பவும் சப்த கன்னியர்களைப் பார்த்து வந்தேன். கருணாகரன் கோயிலுக்கே வரவில்லை. பற்களை நறநறவெனக் கடித்துக்கொண்டபடி,

மனதுக்குள்ளாக எதையோ திட்டியபடி வெளியே அலைந்துகொண்டிருந்தார். மதியமும் கடந்துபோனது. உணவு கிடைக்கவில்லை.

"சாப்பாட்டை யாசிப்பதில் தவறு எதுவும் கிடையாது. யாரிடம் வேண்டுமானாலும் கேட்கலாம்" என்று சொன்னேன். அவர் பதில் பேசவில்லை. சொல்வது சுலபம் என்று யாசிக்கத் துவங்கியபோதுதான் தெரிந்தது. கூச்சமும், இதுவரை சாப்பாடு கேட்டபோதெல்லாம் கிடைத்திருந்த அதிசயமும் அப்போதுதான் புரிந்தது. இவ்வளவுக்குப் பிறகும் யாசகம் கேட்டவுடன் சாப்பாடு கிடைத்துவிடாது என்ற உண்மை மெதுவாகப் புரிய ஆரம்பித்தது. பாத்திரமறிந்து பிச்சையிடுவார்கள் என்பது சரியானதுதானோ? யாரிடம் கேட்டபோதும் அசூயையாக முறைப்பதும், விரட்டுவதும் நடந்ததேயன்றி எங்கும் சாப்பாடு கிடைக்கவில்லை.

நான் வேடிக்கையாகச் சொன்னேன். "ஜீன்ஸ் ஜிப்பா அணிந்துகொண்டு யாசிப்பது தவறு தானில்லையா? எதையாவது விற்று விடலாம்" என்றபடி பையிலிருந்த துணிகளைக் கொட்டினேன். படிப்பதற்காக வைத்திருந்த ஹெமிங்வேயின் நாவல் 'Farewell to Arms' விழுந்தது. இதை ஏதாவது வெளிநாட்டுக்காரனிடம் விற்றுவிட்டால் எப்படியும் நூறு ரூபாயாவது கிடைக்கும் என்று தோன்றியது. விற்க முயற்சித்தபோது புத்தகத்தை வாங்குவது எளிது; விற்பது கடினம் என்ற அடுத்த அடி புரிந்தது. மேலும், ஊர் சுற்ற வரும் ஒரு வெள்ளைக்காரனுக்குகூட புத்தகம் வாசிக்கும் பழக்கமில்லை. ஹெமிங்வேயைக் கையில் வாங்கிப் பார்க்கக்கூட எவனும் முன்வரவில்லை.

யாரோ எங்களைக் கைதட்டிக் கூப்பிடும் சத்தம் கேட்டது. கூப்பிட்டவன் ஒரு டாக்ஸி டிரைவர். அவன் எங்களைக் கவனித்திருக்க வேண்டும். கன்னடத்தில் எதையோ கேட்டுவிட்டு, கையிலிருந்த கமலா ஆரஞ்சுப் பழங்களைச் சாப்பிடுவதற்குக் கொடுத்தான். கருணாகரன் ஆரஞ்சுப் பழத்தை உரிக்காமல் முழுமையாகத் தின்று விழுங்கினார். டிரைவரிடம் ஹெமிங்வேயின் நாவல், களிமண் சிற்பங்கள் யாவையும் கொடுத்துவிட்டு, "நூறு ரூபாய் தருவாயா?" என்று கேட்டேன்.

எஸ்.ராமகிருஷ்ணன்

அவன் புத்தகத்தை மட்டும் திருப்பிக் கொடுத்துவிட்டு "கையில் காசில்லாமலா இவ்வளவு தூரம் வந்தீர்கள்?" எனச் சந்தேகத்துடன் கேட்டான். நான் சிரித்தேன். அவன் என் முதுகில் தட்டியடி இருநூறு ரூபாய் தந்தான். முகவரியைத் தந்தால் ஊருக்குப் போனதும் பணம் அனுப்புவதாகச் சொன்னேன். அவன் நாவலின் முதல் பக்கத்தில் டாக்ஸி எண்ணை எழுதினான். 'எங்காவது எதிர்ப்படும்போது தந்தால் போதும்' என்றான்.

நண்பரும் நானும் கோவைக்கு வந்து சேரும்வரை பேசிக் கொள்ளவேயில்லை. பேருந்து நிலையத்தில் இறங்கியதும் நண்பர் சொல்லிக்கொள்ளாமல் விடுவிடுவென வீட்டை நோக்கி நடக்கத் துவங்கினார்.

ஒரு கத்தரிக்காயைப் பக்குவப்படுத்திச் சாப்பிடுவதுபோல கல்லைச் சாப்பிடப் பழகியிருந்தால் பசிப் பிரச்னை தீர்ந்துவிடுமல்லவா என்று சம்பந்தமற்று யோசித்தபடியே வீடு திரும்பினேன்.

இன்றுவரை அந்த டாக்ஸி டிரைவரைச் சந்திக்கவேயில்லை. ஒருவேளை, நான் ஏமாற்றுக்காரன் என்றுகூட என்னை நினைவில் வைத்துக் கொண்டே அவன் இருக்கலாம் அல்லவா?

விஷ கன்னிகாவைப் பார்க்க இப்போதும் ஆசையாயிருக்கிறது. உங்களில் எவராவது கூடவரத் தயாராக இருக்கிறீர்களா?

23
காற்று எழுதிய காவியம்

வேலூருக்கு அருகில் உள்ளது கரடிக்குடி என்ற சிறுகிராமம். மழை மேகம் அடர்ந்த ஒரு காலையில் கூடை நிறைய ரோஜாப் பூக்களுடன் அந்த ஊருக்குப் போய் இறங்கினேன். வேற்று ஆளைப் பார்த்த மாத்திரத்தில் கிராமவாசிகள் தெரிந்து கொண்டுவிடுகிறார்கள். 'கவிஞர் சமாதிக்கா சார்? நாங்களும் கூட வர்றோம்' எனச் சிறுவர்கள் ஓடிவந்தார்கள்.

அடையாளமற்ற சிறுகிராமத்தின் புதை மேடொன்றில் நிரந்தரமாக உறங்கிக் கிடக்கிறார் கவிஞர் பிரமிள். நவீன கவிதையின் அரிய சாதனைகளாக நூற்றுக்கும் மேற்பட்ட கவிதைகளை எழுதி, தமிழ்க் கவிதையை உலகத் தரத்துக்குக் கொண்டுவந்த மூத்த கலைஞன். இலங்கையின் திரிகோணமலையில் பிறந்து, தனது இருபது வயதில் கவிதைகள் எழுதத் துவங்கி 'எழுத்து' பத்திரிகையின் உறவில் தமிழகத்துக்கு வந்து சேர்ந்தவர். புதுக்கவிதை

எஸ்.ராமகிருஷ்ணன் ● 135

குறித்த விவாதங்கள் உரத்து எழுந்துகொண்டிருந்த காலத்தில் நவீன கவிதையின் வலிமையைத் தனது கவிதைகளின் வழியாக நிருபித்துக்காட்டியவர். இது அவரது சிறிய கவிதை.

காவியம்

சிறகிலிருந்து பிரிந்த இறகு ஒன்று
காற்றின் தீராத பக்கங்களில்
ஒரு பறவையின் வாழ்வை
எழுதிச் செல்கிறது.

கவிதை, கதை, ஓவியம், சிற்பம், கட்டுரை, மொழியாக்கம், விமர்சனம் என கலை இலக்கியத்தின் முழுமைக்கும் பங்களிப்பு செய்தவர். தத்துவம், மெய்தேடல் துவங்கி பெயரியல், ஜோதிடம்வரை அவரது தேர்ந்த அறிவும் செயல்பாடும் வியப்பானது. தருமு சிவராம் என்று அழைக்கப்படும் பிரமிள், இருபத்தைந்து ஆண்டுகளாக பாரதிக்கு நிகரான கவிஞராகவும் கூர்மையான விமர்சகராகவும் அறியப்பட்டிருந்தார்.

தனது பெயரை அடிக்கடி மாற்றிக்கொள்பவர், தயவு தாட்சண்யமின்றி எவரையும் விமர்சனம் செய்யக்கூடியவர், இலக்கியக் கூட்டங்களில் பிரமிளின் வருகை மேடையில் பேசுபவருக்கு நடுக்கத்தை வரவழைக்கக் கூடியது, எவரோடும் நட்பாகவோ நெருக்கமாகவோ இருந்ததில்லை, மிகுந்த கோபக்காரர் என எத்தனை சித்திரங்கள் இன்று அவரைப் பற்றி உருவாக்கப்பட்டு வருகின்றன. அதன் நிஜம், பொய் பற்றிய விளக்கங்களை விடவும், இத்தனை ஆளுமைமிக்க ஒரு கவிஞன் ஏன் தமிழ்ச் சூழலில் அங்கீகரிக்கப்படாத கலைஞனாக வாழ்ந்து மறைந்துவிட்டான் என்பதுதான் வேதனை தருவதாக இருக்கிறது.

தமிழில் மட்டுமல்ல, ஆங்கிலத்திலும் கவிதைகள், கதைகள் எழுதியுள்ள பிரமிளைப் பார்ப்பதற்காக பதினான்கு வருடங்களுக்கு முன்பாக சென்னைக்கு வந்து சேர்ந்தேன். கண்ணாடியுள்ளிருந்து, கைப்பிடியளவு கடல், மேல்நோக்கிய பயணம் என்ற அவரது கவிதைத் தொகுதிகளைப் படித்து பிரமித்திருந்த எனக்கு, அவரைப் பார்ப்பதற்கு முன்பாகவே அவரைப் பற்றிய விந்தையான சேதிகள் சொல்லப்பட்டிருந்தன.

யாரிடமும் முகம் கொடுத்துப் பேசமாட்டார். சில நேரங்களில் கேலியாக 'என்னைப் பார்க்க வேண்டுமா? சரி, பார்த்துக் கொள்ளுங்கள்' என்று குனிந்து முகத்தைக் காட்டிவிட்டு 'போதுமா' என்று போய்விடுவார் என்பதுபோல பல புனைவுகள் அவரைப் பற்றியிருந்தன. தினசரி மாலை நேரங்களில் பிரமிள், ரங்கநாதன் தெருவிலிருந்த 'முன்றில்' என்ற புத்தகக் கடைக்கு வருவார் என்று தெரிந்துகொண்டு அவரைப் பார்க்கக் காத்திருந்தபோது மனதில் மெல்லிய நடுக்கமிருந்தது.

கதர் ஜிப்பா, கண்ணாடி, ஒரு பை சகிதமாக மாடிப்படியில் ஏறிவரும்போது பார்த்துக்கொண்டே இருந்தேன். ஒரு வேம்பின் கிளையொன்று கட்டடத்தின் சுற்றுச்சுவர் அருகே படர்ந்திருந்தது. அவர் மௌனமாக அதன் அருகில் வந்து நின்றுகொண்டார். நான் மெதுவாக அருகில் சென்று அவரிடம் என்னை அறிமுகப்படுத்திக்கொண்டேன்.

மிகவும் நெருக்கமாக சிநேகிதரைப்போல தோளில் கைபோட்டுக்கொண்டு என்னைப் பற்றி விசாரிக்கத் துவங்கினார். பிறகு "யாராவது வருவதற்காக காத்திருக்கிறீர்களா?" என்று கேட்டார். இல்லையென்றதும் "ரூமுக்குப் போகலாமா?" என்று கேட்டார். தலையாட்டினேன். இருவரும் நடக்கத் துவங்கினோம். எங்கேயிருக்கிறது அவரது அறை என்று தெரியவில்லை. நடக்க நடக்கப் பேச்சு நீண்டுகொண்டே போனது.

நீண்ட நேரத்துக்குப் பிறகு நுங்கம்பாக்கத்தில் உள்ள சிவன் கோயில் தெரு அருகே ஒரு வீட்டுக்கு வந்து சேர்ந்தோம். பன்றிகள் உலவும் சாக்கடை, நெரிசலான வழி, அதிகக் குடித்தனங்கள் உள்ள சிறிய இடம். மாடியிலிருந்தது அறை. சிறிய களிமண் சிற்பங்கள், புத்தகங்கள், ஒரேயொரு பாய், எழுதும் காகிதங்கள், விதவிதமாக பெயிண்டிங் பேஸ்டுகள் இருந்தன. மிக விநோதமாக ஒரு ஜிப்பாவை ஒரு கம்பில் மாட்டி ஜன்னலுக்கு வெளியே தொங்கவிட்டிருந்தார். அதை நான் கவனிப்பதைத் தெரிந்துகொண்டவரைப்போல சிரித்தபடி, "ரூமை அடையாளம் கண்டுபிடிப்பதற்கு இதுதான் சுலபமான வழி. யாராவது தெருவிலிருந்து பார்த்தாலும் ஜிப்பா தொங்குவது தெரியும்" என்றார்.

எஸ்.ராமகிருஷ்ணன்

வேடிக்கையான இயல்புள்ளவராக இருக்கிறாரே என்று அவரைப் பற்றியிருந்த கடுமையான மனச்சித்திரங்கள் மெதுவாக அழியத் துவங்கின. இரவு அவரோடு தங்கிக்கொண்டேன். விஞ்ஞானம், உலகப் போர்கள், டெட் ஹ்யூக்ஸ், மேஜிக்கல் ரியலிசம், பிச்சமூர்த்தி கவிதை, சொந்த வாழ்வு என ஏதேதோ பேசினோம். இரவு உறங்கும்போது, பொழுது விடியத் துவங்கியிருந்தது. மறுநாளில் இருவரும் நண்பர்களாகிவிட்டோம்.

பிரமிள் திருமணம் செய்துகொள்ளாதவர். பிழைப்புக்காக எந்த வேலையும் செய்யாதவர். கவிஞனாக இருப்பதே பெரிய வேலைதான் என்று நம்பியவர். மேலும், சென்னையில் எங்கே செல்வதாகயிருந்தாலும் நடந்தே செல்லக்கூடியவர். குர்ஜீஃப் முதல் ரமணர் வரை மெய்வழிகாட்டிகளின் மீது அவருக்குத் தனியான ஈடுபாடு இருந்தது. திருவண்ணாமலை சாமியார் ராம்சூரத்குமாருடன் மிகுந்த நட்பாகயிருந்தவர். நாள் முழுவதும் படிப்பதற்காகச் செலவிட்டவர். இதற்காக அமெரிக்கத் தூதரக நூலகம், பிரிட்டிஷ் கவுன்சில், மேக்ஸ்முல்லர் பவன் என மூன்றில் ஒன்றில் காலை நேரத்தையும் மதியத்தை அடையாறில் உள்ள ஜே.கிருஷ்ணமூர்த்தி மையத்தில் உள்ள நூலகத்திலும் செலவிடுவார்.

ஒரு முறை, பிராட்வேயில் சாமியார் ஒருவர் இருப்பதாகச் சொல்லி திருவொற்றியூர் வரை என்னை அழைத்துச் சென்றார். திருவொற்றியூரில் இருந்த சாமியார் ஒரு குப்பைத்தொட்டி அருகே படுத்துக்கிடந்தார். இவர் அருகில் போனதும் சாமியார் சிரித்தபடியே ஆங்கிலத்தில் "நீ என்னைக் கண்டு பிடித்துவிட்டாய்" என்று சொல்லி கைதட்டிக் கொண்டேயிருந்தார். இருவரும் சிரித்துக்கொண்டார்கள். குழந்தைகள் ஒளிந்து விளையாடும்போது ஒருவரையொருவர் கண்டுபிடித்துக்கொள்வது போலவேயிருந்தது அந்தக் காட்சி.

பிரமிள் யாரிடமும் எந்த உதவியும் கேட்டுப் பெறாதவர். சில நாட்களில் காலை உணவாக அரிசி அவலைப் பாலில் ஊறவைத்துச் சாப்பிட்டுவிட்டு நடந்தே அவர் அடையாறு போவதைக் கண்டிருக்கிறேன். அந்த நாட்களில் நானும் வேலையற்று சென்னையில் சுற்றிக்கொண்டிருந்தேன்.

இருவருமாக அமெரிக்கத் தூதரகத்தில் காலை நேரத்தைக் கழிப்போம். அவரிடம் இயல்பிலேயே ஒரு குழந்தைத்தன்மை

இருந்தது. ஒன்றாக நூலகத்துக்கு வருவோம். அருகருகே இருப்போம். திடீரென அவர் யாரோ ஒரு மனிதரிடம் பேசுவது போல 'சார், நீங்கள் ஏன் என் பின்னாடியே வருகிறீர்கள், நீங்கள் ஒரு சி.ஐ.டி-யா?' என்று முறைப்படி சத்தமாகக் கேட்பார். நூலகத்தில் படித்துக்கொண்டு இருப்பவர்கள் சட்டெனத் திரும்பிப் பார்ப்பார்கள். பிறகு அவராகக் கோபித்துக் கொண்டதுபோல எழுந்து போய்விடுவார். கீழே வரும்போது முதுகில் தட்டியபடி 'என்ன, பயமாக இருந்ததா? நிஜமாகவே பயந்து போய்விட்டாயா?' என்று கேட்டுச் சிரித்துக்கொள்வார்.

பணவசதி, கௌரவம், அந்தஸ்து எதற்கும் தலைசாய்க்காமல், இவை எதுவும் தனக்கு அவசியமில்லை என்பதுபோல சர்வ சுதந்திரமாக நகருக்குள் அலைந்து திரிந்துகொண்டிருந்தார். அப்போதும் அவரது கேலியுணர்வு இருந்துகொண்டேயிருந்தது. பாரதியார் விழாவுக்காக சப்வேயில் உண்டியல் வசூல் செய்து கொண்டிருந்தார்கள் ஒரு பெண்ணும் ஆணும். பிரமிள் அவர்கள் அருகில் போய் "யார் பாரதியார்?" என்று கேட்டார். "முக்கியமான தமிழ்க் கவிஞர்" என்றதும் பிரமிள் முகத்தை இறுக்கமாக வைத்துக்கொண்டு "பாரதியார் உங்களைக் காசு வசூல் பண்ணச் சொன்னாரா?" என்று கேட்டார். திகைப்புடன் "இல்லை" என்றார்கள். "பின்னே ஏன் ஒரு கவிஞனின் பெயரை இது போன்ற அல்ப காரியங்களுக்கு உபயோகப்படுத்துகிறீர்கள்?" என்று கோபப்பட்டார். அவர்கள் பேசுவதற்கு இடமில்லாமல் ஆவேசப்பட்டதும், தலைகவிழ்ந்து நின்றுகொண்டார்கள்.

தனது கவிதைகள் மூலமாக மட்டுமல்லாது, செயல்களாலும் கவிஞனாக வாழ்ந்தவர் பிரமிள். இது அவரது நட்பு வட்டத்தை விலகிப்போகச் செய்திருக்கிறது. கவிதைகளை விடவும் அதிகம் விமரிசிக்கப்பட்டவராக மாறினார். ஆனாலும், அவரது கவிதையில் இருந்த உண்மையின் மூர்க்கம் தணியவில்லை. பாதி நாட்கள் முறையான உணவின்றியும் நல்ல உடைகளின்றியும், விருப்பப்பட்ட புத்தகங்களை வாங்க முடியாமலும் ஆனால், இது எதைப் பற்றியுமே எந்தப் புகாருமின்றி வாழ்ந்த பிரமிள், சட்டென ஒரு நாளில் மருத்துவமனையில் அனுமதிக்கப்பட்டார்.

தண்டுவடத்தில் புற்றுநோய் என்று கண்டுபிடிக்கப்பட்டு சிகிச்சைக்காக அனுமதிக்கப்பட்டபோது அவர் கையில்

பணமேயில்லை. உதவி செய்வதற்காக சில நாட்களுக்கு முன்புதான் அவருக்கு அறிமுகமாகியிருந்த சரவணன் என்ற நண்பர் கூடவே இருந்தார். மருத்துவச் செலவுகளை எப்படிச் சமாளிப்பது என்ற கவலை அவருக்குள் இருந்திருக்க வேண்டும். ஆனால், பேச முடியாத உடல்நிலையோடிருந்தார். நண்பர்கள், தெரிந்தவர்கள் அவருக்காகப் பண உதவி செய்தார்கள். மருத்துவமனைக்குப் போய் அந்தப் பணத்தை அவரிடம் கொடுத்தபோது, முதல் முறையாக அவரது கண்கள் தானாகக் கசிந்தன. நன்றிமிக்க பார்வையுடன் யாவரையும் பார்த்துக் கொண்டிருந்தார்.

ஒரு மருத்துவ நண்பரின் உதவியால் கரடிக்குடிக்குக் கொண்டு செல்லப்பட்டு, அங்கேயே சிகிச்சை பலன் இல்லாமல் 1997-ம் வருடம் ஜனவரி 6-ம் தேதி இறந்தும் போனார்.

சுயதம்பட்டமும் ஆள்சேர்ப்பதும் துதிபாடுவதும் தனது கவிதைகளைத் தானே கொண்டாடி விருது வாங்குவதுமான சூழலில் ஒரு தமிழ்க்கவி கவிதைக்காகவே வாழ்ந்து மறைந்திருக்கிறார். நாம் அவரைக் கௌரவிக்க விருது கொடுப்பதோ, மணிமண்டபம் அமைப்பதோ தேவையில்லை. குறைந்த பட்சம் அவரது நினைவாக சிறிய ரோஜாப்பூவை அவரது புதைமேட்டில் வைப்பதற்குக் கூடவா தயக்கம் வேண்டும்?

இரண்டாயிரம் வருடப் பாரம்பரியம் உள்ள தமிழ்க் கவிதைக்கு ஒரு மனிதனுக்கு அன்பு காட்டவும் மரியாதை செய்யவும் எத்தனை வருடங்களாக நினைவுபடுத்திக் கொண்டே இருக்க வேண்டியிருக்கிறது. காதலர் தினம், பெற்றோர் தினம், ஆசிரியர் தினம் என ஆயிரம் தினங்கள் கொண்டாடும் சமூகம், கவிஞர்கள் தினம் என்ற ஒன்றை ஆண்டுதோறும் கொண்டாடி, அந்த நாளில் தமிழின் முக்கிய கவிஞர்களின் கவிதைகளை வாசிக்கவும் நினைவுகொள்ளவும் செய்தால் என்ன?

பிரமிளின் சமாதியில் ரோஜாப் பூக்களை வைத்தபோது சிறுவர்கள் தாமாகவே கண்களை மூடிக்கொண்டு ஒரு நிமிடம் அஞ்சலி செய்தார்கள். திரும்பி வரும்போது ஊரிலிருந்தவர்கள் சொன்னார்கள் - "படிச்ச ஆட்கள் எல்லாம் இங்கே வந்துட்டுப்

போறதைப் பாக்கும்போது கவிஞர் எவ்வளவு பெரிய ஆளுன்னு புரியுதுங்க. ஆனா, எங்களுக்குத்தான் அவரோட பழகக் கொடுத்துவைக்கலே. ஆனாலும் எங்க மண்ணிலேதாங்க அடங்கி இருக்காரு. நாங்க அதை மறக்கமாட்டோம்ங்க. எப்பவும் மரியாதையா வெச்சுக் காப்பாத்துவோம்" என்றார்கள். நீண்ட காலத்தின் பின்பு தொண்டையில் லேசான வலியுண்டாகி, பேச்சை மறந்து கைகூப்பி அவர்களுக்கு நன்றி சொன்னேன்.

∎

24. மருத்துவமனைப் பழங்கள்

எனக்குச் சில நாட்களுக்கு முன்பாகக் காய்ச்சல் கண்டிருந்தது. நாள் முழுவதும் படுக்கையிலிருந்தபடியே திறந்திருந்த ஜன்னலின் வெளியே தெரியும் தெருவைப் பார்த்துக்கொண்டிருந்தேன். கொடியில் உலரும் ஈரத்துணிபோல மெதுவாக உடல் உலர்ந்துகொண்டு வந்தது. டீயும் ரஸ்க்கும் அருகாமையிலிருந்தன. கஞ்சி தயாராகிக் கொண்டிருந்தது. காய்ச்சல் ஒரு நோயல்ல. உடல் எடுத்துக்கொள்ளும் ஓய்வு என்றுதான் தோன்றுகிறது. சிறுவயதில் எத்தனையோ நாட்கள் காய்ச்சல் வர வேண்டும் என்று ஆசைப்பட்டிருக்கிறேன். சகோதரிகளில் எவருக்காவது காய்ச்சல் வந்தபோது அவர்களுக்குக் கிடைக்கும் செர்ரிப் பழமிட்ட பன்னும், ஆப்பிளும் தின்பதற்காகவே எனக்கும் காய்ச்சல் வரக்கூடாதா என்று ஏங்கியிருக்கிறேன்.

அதிலும் ஒரு தங்கை, தனக்குக் காய்ச்சல் இல்லாமலேயே நாள் முழுவதும் தன் கழுத்தடியில் கைவைத்தபடி ஒவ்வொருவராக தொட்டுப் பார்க்கச் சொல்லி காய்ச்சல் இருக்கிறதா எனக் கேட்டுக்கொண்டேயிருப்பாள். எப்படியும் அவள் விரும்பியது போலவே காய்ச்சல் வந்து விடும். அவளுக்கு மருத்துவரிடம் போவதோ, மாத்திரைகளோ தேவையில்லை. ஓட்டலுக்கு அழைத்துப்போக வேண்டும். சூடாக பூரிக்கிழங்கும், இரண்டு பஞ்ஜியும் வாங்கித்தர வேண்டும். வீட்டுக்கு வரும்போது கையில் ஒரு பொட்டலம் பூந்தி வாங்கித்தர வேண்டும். அதை யாவரும் பார்த்துக் கொண்டிருக்கும்போதே தனியே சாப்பிடுவாள். மறுநாள் காலையில் காய்ச்சல் தானே சரியாகிவிடும். ஆனால், எனக்கு எளிதில் காய்ச்சல் வரவே வராது. என்ன செய்தாலும் காய்ச்சல் வரவில்லையே என்று அழுதிருக்கிறேன். இதற்காகப் பரிசிக்கப்பட்டிருக்கிறேன்.

ஒவ்வொருவரின் காய்ச்சலுக்கும் அடியில் சில ஆசைகள் புதையுண்டிருக்கின்றன. சில நாட்களில் காய்ச்சல் தேவைப் படுகிறது. குளிக்கத் தேவையில்லை. போன் பேசத் தேவை யில்லை. மரத்தின் இலைகள் சத்தமில்லாமல் வெயிலைப் பார்த்துக் கொண்டிருப்பதுபோல ஒரு நாளை பார்த்துக் கொண்டேயிருக்கலாம். உடலைச் சுத்தம் செய்வதற்குப் பெயர் தான் காய்ச்சலா?

சரியாக மூடாத குழாயிலிருந்து தண்ணீர் சொட்டிக் கொண்டிருப்பதுபோல் மனம் நிதானமாக ஒவ்வொன்றையும் யோசிக்கிறது. சாப்பிடும் பொருட்களின் மீதான ஆசையைத் தூண்டிவிடுகிறது. சாதாரண நாட்களில் சமையலறையின் தாளித வாசனை மிகுந்த விருப்பமாக இருப்பதில்லை. மாறாக நோயுற்ற நாளில் எதைப் பார்த்தாலும் சாப்பிடும் ஆசை பீறிடுகிறது. ஒருவேளை ஆசைப்பட்டதைச் சாப்பிடுவதற் குத்தான் காய்ச்சல் தேவையாகயிருந்ததோ என்னவோ?

காய்ச்சலுக்கு என்றில்லை. எதற்காகவும் மருத்துவ மனைக்கும் போவதற்கான பயம் எனக்குண்டு. ரிக்ஷாவில் அழைத்துக்கொண்டு போகிறார்களே என்று ஆசையாகச் சிறு வயதில் மருத்துவமனையின் வாசல் வரை போய் இறங்குவேன். ஆனால், மருத்துவமனையின் காத்திருப்போர் வரிசையில்

உட்கார்ந்தவுடன் அதுவரை வடிந்திருந்த காய்ச்சல், சட்டென உயரத் துவங்கிவிடும்.

இமயமலையில் யாருமற்ற பனிக் குகைகளைப் பார்த்துக் கூட நான் அப்படி பயந்தது கிடையாது, ஆனால், மருத்துவ மனையின் பெஞ்சைக் கண்டால் தானே கைகள் நடுங்குகின்றன. மருத்துவமனை சுவரில் ஒட்டப்பட்டிருக்கும் அழகான குண்டு குழந்தைகளின் சிரிப்புகூட பயத்தைத்தான் வரவழைக்கிறது. சிறிய தெர்மாமீட்டரை வாயில் வைத்துவிட்டு நர்ஸ் நின்றுகொண்டிருக்கும்போது மனது கொள்ளும் பயத்துக்கு இணையாக வேறு பயமிருக்கிறதா என்ன?

அதிலும் மருத்துவமனைக்கென்றே இருக்கிற சிறிய மர ஸ்டூலும் எடை பார்க்கும் கருவியும் விதவிதமான சைஸ்களில் ஊசியும் வெந்நீர் அடுப்பும் கண்களைத் திறந்து பார்க்கவே அச்சமாகயிருக்கும். மருத்துவர் மிக ஆதரவான குரலில் என்ன சாப்பிட்டேன், என்ன செய்கிறேன் என விசாரிக்கும் போது பொய்யைத் தவிர உண்மை நாவில் வரவே வராது. சீட்டில் மருந்தை எழுதி அவர் என்னை வெளியே அனுப்பும் போது உலகம் பலூன் விரிவடைவதுபோல ஆச்சரியமாக, மிகப்பெரியதாக விரிவடையத் துவங்கிவிடும்.

முன்பெல்லாம் மருத்துவமனையில் அனுமதிக்கப்பட்ட நோயாளியைப் பார்ப்பதற்காகப் போகும்போது ஆரஞ்சுப் பழங்களோ, திராட்சைப் பழங்களோ வாங்கிக்கொண்டு போவார்கள். மருத்துவமனைக்குள் நுழையும் போதே பழங்களிலிருந்த வாசனையும் ருசியும் விலகிக்கொண்டுவிடும் போலும்.

பிளாஸ்டிக் பழங்களைப்போல் அவை வெறும் வடிவமாக மட்டும் எஞ்சிவிடும். பழங்கள் என்றில்லை பால், ரொட்டி, இட்லி என எதை மருத்துவமனைக்குள் கொண்டுபோன போதும் அவை தன் இயல்பை இழந்துவிடுகின்றன.

ஊருக்குப் போயிருந்தபோது நீண்ட நாட்களுக்குப் பிறகு உடல் நலமற்றுப்போன அப்பாவை மருத்துவமனைக்குக் கூட்டிப் போக வேண்டிய சந்தர்ப்பம் உண்டானது. வீட்டுக்கு ரிக்ஷா வந்திருந்தது. அதே மெலிந்த ரிக்ஷாக்காரன். சிவப்பு

குஞ்சலங்கள் தொங்கும் சைடு கண்ணாடி. அப்பாவும் நானும் ரிக்ஷாவில் ஏறிக்கொண்டோம். சிறுவயதில் மருத்துவ மனைக்குச் சென்ற அதே பாதைகள், குறுக்குச் சந்துகள். நோயை வெளிக்காட்டிக்கொள்ளாத பாவத்துடன் அப்பா கடைகளைப் பார்த்துக்கொண்டு வந்தார்.

அதே மருத்துவமனைக்கே சென்றோம். முகப்பில் விரிக்கப் பட்டிருந்த தரைவிரிப்புகூட இத்தனை வருடத்தில் மாறவே யில்லை. மர பெஞ்சில் நோயாளிகள் வரிசையாக உட்கார்ந் திருந்தார்கள். ஒடிசலான பெண், அப்பாவின் பெயரைக் கேட்டு எழுதிக்கொண்டு காத்திருக்கச் சொன்னாள். அப்பா தலைகவிழ்ந்தபடி உட்கார்ந்திருந்தார். நோயுற்ற பிறகு யாவரின் முகமும் ஒன்றுபோலாகி விடுகிறது. யாரைப் பார்த்தாலும் தெரிந்தவர்களாகத் தோன்றினார்கள். சுவரில் மாட்டப்பட்டிருந்த தவழும் குழந்தை புகைப்படம் முப்பது வருடங்களாக அப்படியே இருந்தது. பார்த்துக்கொண்டே யிருந்தேன். அந்தக் குழந்தைக்கு வயதாகவேயில்லை. முப்பது வருடத்துக்கும் மேலாக தவழ்ந்துகொண்டுதானிருக்கிறது.

மருத்துவமனையில் எதையும் கூர்ந்து பார்ப்பதற்குத் தயக்க மாகயிருந்தது. அருகில் கிடந்த தினத்தந்தி பேப்பரை புரட்டிக் கொண்டிருந்தேன். அப்பா நிமிர்ந்து பார்க்கவேயில்லை. சட்டென ஒரு நிமிஷம் திகைத்துப் போய் அவரைப் பார்த்தேன். என்னை மருத்துவமனைக்குக் கூட்டிவந்த நாட்களில் அப்பா இப்படித்தான் தந்தி பேப்பர் படித்துக் கொண்டிருப்பார். நூலகத்திலிருப்பதுபோல் ஒரு சாவகாசமான முகபாவமிருக்கும். அதைப் பார்க்கும்போது மனதுக்குள் தாங்க முடியாத கோபம் வரும். அருகிலிருந்து கொண்டு கையைப் பிடித்துக்கொண்டேயிருந்தால் என்ன என்று மனம் சொல்லும். ஆனால் வாய்விட்டுக் கேட்க முடியாது.

இன்று நான் அப்பா செய்த அதே காரியத்தைச் செய்து கொண்டிருக்கிறேன். என்னைப்போலவே அப்பாவும் மனதை அடக்கிக் கொண்டிருந்திருக்க வேண்டும். தயக்கத்துடன் பேப்பரைக் கீழே போட்டேன். அப்பாவை மருத்துவர் பரி சோதித்தபோது அருகாமையில் நின்றுகொண்டிருந்தேன். ஊசிபோடுவதற்காக கையை நீட்டச் சொன்னபோது அப்

எஸ்.ராமகிருஷ்ணன்

பாவும் கண்களை இறுக்கமாக மூடிக்கொண்டார். எங்கள் இருவருக்குமிடையிலிருந்த வயது கரைந்து போய்க்கொண்டிருந்தது. ஒரே வயதுடைய ஒருவரைப்போல மிக நெருக்கமான உணர்வு உண்டானது.

இரண்டு, மூன்று நாட்கள் அவர் மருத்துவமனையிலேயே இருக்க வேண்டிய அவசியமானது. பகலும் இரவும் மருத்துவமனைக்குப் போவதும் வருவதுமாகயிருந்தேன். ஒரு நாளில் மருத்துவமனைக்குப் போனபோது அப்பா படுக்கையில் இல்லை. எங்கே போயிருப்பார் என்று தெரியாமல் மருத்துவமனையைவிட்டு வெளியே வந்தபோது, ஒரு மாலை நேர சிற்றுண்டிக் கடையில் உட்கார்ந்துகொண்டு அப்பா எதையோ சாப்பிட்டுக்கொண்டிருந்தார். தொலைவிலேயே நின்று பார்த்துக்கொண்டிருந்தேன்.

அப்பாவுக்கு உடல்நலமாகியிருந்த சந்தோஷமும் மறுபக்கம் எனது தங்கையைப் போலவே அவரும் நோயை மருந்தால் மட்டும் தீர்க்க முடியாது என விருப்பப்பட்டதைச் சாப்பிடுகிறாரே என்று ஆச்சரியத்துடன் பார்த்தபோது, அவருக்கும் வயது பத்தோ, பன்னிரண்டோதானிருக்குமோ என்று தோன்றியது.

நம் வயது, ஒரு சிறிய காலக்கணக்கு மட்டும்தான். சில நிகழ்வுகள் நம்மை வேறு வேறு வயதுக்குள் கூட்டிப் போவதும் வெளியேற்றுவதுமாகயிருக்கிறது என்பதை அன்றுதான் தெரிந்து கொண்டேன்.

25

காதற்ற ஊசி

ரயிலில் சிறு பொருட்கள் விற்பனை செய்பவர்களுக்கென்றே ஒரு குரலிருக்கிறது. சேர்ந்திசைக் கலைஞர்கள்போல அவர்கள் யாவரும் ஒரே குரல் கொண்டவர்கள் போலிருப்பதை ஆச்சரியத்துடன் கேட்டிருக்கிறேன். சென்னைக்கு வந்த நாட்களில், ஞாயிற்றுக்கிழமைகளில் எனக்கு ஒரு விசித்திரமான பழக்கமிருந்தது. தாம்பரத்திலிருந்து கடற்கரைவரை செல்லும் ரயிலில் இங்கும் அங்குமாக ஒரே நாளில் அதிகபட்சம் எத்தனை முறை போய்வர முடியும் எனச் சுற்றிக்கொண்டே இருப்பேன்.

எவரையும் சந்திப்பதைவிடவும் இந்த ரயில் சுற்று விருப்பமானதாகயிருந்தது. ஒரு நாளில் ஆயிரக்கணக்கான ஆட்களைப் பார்த்துக்கொண்டேயிருக்கலாம். கூட்டம் நிரம்பி வழிந்து ஒருவர் மீது இன்னொருவர் சாய்ந்துகொண்டு வருவதிலிருந்து, யாருமே இல்லாது தனியே தன் மடியில் கர்சீப்பை

விரித்துச் சீட்டாடிக் கொண்டிருக்கும் மனிதனின் தனிமைவரை பார்த்திருக்கிறேன். மின்சார ரயில் மனிதர்கள் என்றே தனியாக ஒரு பிரிவிருக்கிறார்கள். அவர்களுக்குள் சிநேகமிருக்கிறது. வேறு வேறு வயதில், வேறு வேறு ரயில் நிலையங்களில் ஏறி இறங்கியபோது, அவர்களுக்குச் சந்திப்பு மையமாக இருக்கிறது மின்சார ரயில்.

அதிகாலையில் ஈரக் கூந்தலைத் துவட்டுவதற்குக்கூட நேரமில்லாமல் தலையில் ஒற்றை ரோஜாவைச் சூடியபடி, இரும்புக் கம்பியைப் பிடித்தபடி காற்றில் தனது கூந்தலை உலர்த்திக்கொண்டு வரும் பெண்ணை நீங்கள் பார்த்திருக்கிறீர்களா? அபாயமும் வசீகரமுமாக அவள் கடந்து போய்க்கொண்டிருப்பாள். இவ்வளவு சீக்கிரத்தில் எங்கே போய்க்கொண்டிருக்கிறாள் என்று கேட்க வேண்டும்போலத் தோன்றும்.

நகர நாகரிகத்தில் தெருக்கள், வீடுகள்கூட ரயில் நிலையத்தை நோக்கியோ, பஸ் நிலையத்தை நோக்கியோ திரும்பிவிட்டன. அசட்டு பேச்சுகள், வியாபார உரையாடல்கள், டெலிவிஷன் தொடர் பற்றிய விமரிசனங்கள், அரசியல் விவாதம், சுய முன்னேற்றக் குறிப்புகள், இத்தனைக்குமிடையில் காலை உணவை யாரைப் பற்றிய கவனமும் இன்றி ஸ்பூனால் சாப்பிடும் மனிதர்கள் என ரயில் ஒரு விசித்திரக் கூடாரம். ரயில் இல்லாத நகரை கற்பனை செய்து பார்க்க முடிவதேயில்லை.

அப்படியொரு ஞாயிற்றுக்கிழமையில் வயதான ஒருவரும் பன்னிரண்டு வயதான சிறுமி ஒருத்தியும் ரயிலில் ஊசி விற்றுக்கொண்டு வருவதைப் பார்த்தேன். சிறிய குடுவையில் ஊசிகளை ஒன்றாகப் போட்டபடி இரண்டு ரூபாய்க்கு விற்றுக் கொண்டிருந்தார்கள். ஊசி நிரம்பிய குடுவையைக் கையில் வைத்திருந்த வயதான மனிதரின் இடதுகையில் ஒரு மஞ்சள்பை தொங்கிக்கொண்டிருந்தது. கோரையாக நரைத்த தாடி, காவியேறிய பற்கள், அழுக்கடைந்துபோன பழைய வேஷ்டி. சிறுமி அவருக்காகக் குரல் கொடுத்துக் கொண்டிருந்தாள்.

ரயிலின் இந்த அவசரத்தில் யார் ஊசி வாங்கப்போகிறார்கள். ஊசி நூலால் யாராவது ஏதாவது துணியைத் தைத்துப் பார்த்தே பல வருடங்களாகி விட்டன. கூட்டத்தை விலக்கிக்கொண்டு

அவர்கள் அங்குமிங்கும் போவதும் வருவதுமாகயிருந்தார்கள். சிறுமி ஏமாற்றத்துடன் ஒவ்வொரு முகமாகப் பார்த்துக்கொண்டு நடந்து கொண்டிருந்தாள். என்னைக் கடந்துபோகும்போது கவனித்தேன். அந்த ஊசி விற்பவரை எங்கோ பார்த்தது போன்றதொரு முகச்சாயல். கிராமத்தைப்போல துல்லியமாக முகச்சாயலை நகரில் பிரிக்க முடியவில்லை. அநேகமாக நாலைந்து முகச்சாயல்தான் நகரத்தின் ஒரு கோடி மனிதர்களுக்கும் பொருந்தும் போலிருக்கிறது.

யாரோ ஊசி வாங்கினார்கள். வயதானவர் தன் கையிலிருந்த சில்லறையைத் தேடி ஐம்பது ரூபாய்க்கு மீதம் எடுத்துத் தருவதற்கு சிரமப்பட்டுக் கொண்டிருந்தார். வேலை இன்னமும் பழகவில்லை. கைகள் நடுங்கிக்கொண்டிருந்தன. அவர் பைக்குள்ளாகவே பணத்தை எண்ணிக்கொண்டிருந்தார். ஊசி ஐம்பது ரூபாய்க்கு விற்பனையாகியிருக்கவில்லை. அவர் சில்லறைக்காக ஒவ்வொருவரிடமும் ஐம்பது ரூபாய நீட்டிக்கொண்டிருந்தார். நான் பர்சிலிருந்து சில்லறையை எடுத்து அவரிடம் கொடுத்தபடியே, "நீங்க கிட்ணாசாரிதானே?" என்று கேட்டேன். அவர் ஒரு நிமிஷம் திகைத்திருக்கக் கூடும்.

"ஆமா, நீங்க யாருன்னு ஆள் தெரியலையே" என்றார். நான் அமைதியாக "உங்க ஊருதான்" என்று என் வீட்டின் அடையாளத்தைச் சொன்னேன். அவரால் நம்ப முடியவில்லை. தன் பேத்தியை அழைத்து என்னைக் காட்டிச் சொன்னார் -

"நம்ம ஊர்க்காரரும்மா. வீடு களத்துப் பக்கமிருக்கும். வாசல்ல பெரிய வேம்பு நிற்குமே."

கிட்ணாசாரியைச் சிறு வயதில் பார்த்திருக்கிறேன். அவரது வீட்டு வாசலில் எத்தனையோ நாட்கள் நின்றிருக்கிறேன். எங்கள் ஊரில் மாடுகளுக்கு லாடம் அடிப்பதற்கு இருந்த ஒரே ஆள் அவர்தான். லாடம் கட்டாத மாடுகளுக்கு நடை துவண்டுவிடும். மேலும் மாடுகளுக்குக் கால் குளம்பில் புண்வைத்துவிடும் என்பதால் சிறிய இரும்பு லாடத்தைக் காலில் அடிப்பார்கள். ஊரில் நிறைய மாடுகள் இருந்தன. விவசாய காரியங்களுக்காகவும் பொருட்களை ஏற்றிக்கொண்டு போவதற்கும் மாடுகளையே நம்பியிருந்த காலமது. எங்கள் வீட்டிலேயே இரண்டு ஜோடி மாடுகளிருந்தன. லாடம்

எஸ்.ராமகிருஷ்ணன் ● 149

அடிப்பதற்காக மாட்டை அழைத்துக்கொண்டு புளிய மரங்கள் அடர்ந்த சாவடியின் பின்பக்கத்துக்குக் கொண்டு வந்து நிற்பார்கள். கிட்ணாசாரி சாவகாசமாகக் கையில் ஒரு கயிறும் லாடச் சாமான்களும் கொண்டுவந்தபடி மாட்டைப் பார்த்துக்கொண்டு நிற்பார். அவருக்கு ஒரு மாட்டைப் பார்த்தவுடன் அது யார் வீட்டில் வளர்க்கப்பட்டிருந்தது, என்ன வேலை செய்து கொண்டிருந்தது என்பதோடு, மாட்டுக்கு என்ன நோய் உள்ளது என்பதும் தெரிந்துவிடும்.

அவர் லாடம் அடிப்பதற்காக ஒரே ஆளாக மாட்டின் வயிற்றைச் சுற்றிக் கயிற்றை வீசி, அதை விழுத்தாட்டுவார். மாடு விழுந்ததும் அதன் நான்கு கால்களையும் கயிற்றைப் போட்டு இறுக்கமாகக் கட்டிக்கொண்டே சுருக்குப் பையிலிருந்து ஒரு பாக்கை எடுத்துக் கடைவாயில் ஒதுக்கிக்கொண்டு லாடம் அடிக்கத் துவங்குவார். கை லாடத்தை அடித்துக் கொண்டிருக்கும்போது, வாய் எதிராளியுடன் ஏதாவது கதை பேசிக்கொண்டிருக்கும். அதைக் கதை என்றுகூடச் சொல்ல முடியாது. ஒரு பகடி. யாரையாவது கேலி செய்துகொண்டிருப்பார். நாலைந்து சிறுவர்கள் எப்போதும் லாடம் அடிப்பதை வேடிக்கை பார்த்துக்கொண்டிருப்பார்கள். அவர் மிரட்டுவதுபோல 'இந்தப் பையனைப் பிடிச்சுக் கீழே விழுந்தாட்டு. கால்ல லாடம் அடிப்போம்' என்று சிறுவர்களைப் பிடிப்பதற்காக விரட்டுவார். புளிய மரங்களுக்கிடையில் ஓடுவார்கள்.

அருகாமை ஊர்களில் இருந்து கூட மாடுகளை லாடம் அடிக்க கிட்ணாசாரியிடம் வரவேண்டும். கிட்ணாசாரி மிக பக்தியானவர். அவரிடமிருந்த ஒரே பழக்கம் வெற்றிலை போடுவது. லாடம் அடிப்பதற்குக் காசு வாங்கமாட்டார். தட்சணை ஐந்து ரூபாயும் வெற்றிலையும் தரவேண்டும், அவ்வளவுதான். வெள்ளி - செவ்வாய்க்கு விரதமிருப்பார். அவருக்கு ஆறு பெண்கள். ஊரிலிருந்த வரைக்கும் அவர் டயர் செருப்பு போட்டுக்கொண்டு மிடுக்காக நடந்து பார்த்திருக்கிறேன். இன்றைக்கு அவரைப் பார்த்ததும் சொல்லாமலேயே புரிந்துவிட்டது. கிராம வாழ்வில் விவசாயத்தை விட்டுவிட்டு யாவரும் தொழிற்சாலைகளுக்கும் நகர வேலைகளுக்காக இடம்பெயர்ந்தும் வந்துவிட்டதற்கு நாங்களே முன்னுதாரணமாக இருந்திருக்கிறோம்.

மதிய நேரத்தில் அதே ரயிலில் நானும் அவர்களும் இரண்டாவது முறையாகச் சந்தித்துக்கொண்டோம். இருவரும் சாப்பிடுவதற்காக கையில் பார்சல்களுடன் யாரோ வருவதற்காகக் காத்திருந்தார்கள். இரண்டு ரயில்கள் கிண்டியில் எதிரெதிரே சந்தித்துக்கொண்டபோது, அந்த ரயிலில் இருந்து ஒரு பெண்ணும் சிறுவனும் இறங்கி, நாங்கள் இருந்த ரயிலின் பெட்டிக்கு வந்தார்கள். அப்போதுதான் கவனித்தேன். அவர்கள் நால்வரும் ஒரே குடும்பத்தைச் சார்ந்தவர்கள். ரயிலில் சிறு பொருட்கள் விற்பனை செய்துகொண்டிருக்கிறார்கள்.

நால்வரும் காலியாக இருந்த இருக்கையில் சாப்பாடு பொட்டலத்தைப் பிரித்து வைத்தபடி சாப்பிடத் துவங்கினார்கள். அடுத்த ஸ்டேஷன் வருவதற்குள் சாப்பிட்டு முடித்தவர்களாகத் தாங்கள் சம்பாதித்திருந்த சில்லறைக் காசுகளை ஒன்றாகக் கொட்டி எண்ணத் துவங்கினார்கள். அவர்கள் முகத்தில் வெறுமை நிரம்பியிருந்தது. கிட்ணாசாரி கையைத் துடைத்துவிட்டு என் அருகில் உட்கார்ந்துகொண்டு எனது வீட்டிலிருந்தவர்களின் சுகதுக்கங்களை ஆர்வமாகக் கேட்டார். பிறகு அவராகவே சொல்லிக்கொண்டார்.

"நீங்க எல்லாம் ஊரை விட்டுப் போயி இருபது வருஷத்துக்கும் மேலேயிருக்கும். போனது நல்லதுதான். அந்த ஊர்ல செய்யறதுக்கு என்ன வேலையிருக்கு? படிச்ச ஆட்களே சும்மா இருக்காக. லாடம் கட்டுறவன் எங்கே போறது? ஊர்லே மாடுகளே அத்துப்போச்சு. கைப்பிடி சாணி வேணும்னாகூட கிடைக்காது. உழவு மாடுகள் ஒண்ணு கிடையாது. அதான் ஊரைவிட்டு வந்தாச்சு. வண்டலூர்ல ஒரு டீக்கடை போட்டோம். பழக்கமில்லாத தொழில் இல்லையா, கை நட்டமாகிப் போச்சு. இவதான் என் கடைசி மக. இவளுக்குக் கல்யாணம் பண்ணி வைக்குறதுக்குள்ளே நாக்குத் தள்ளிப்போச்சு. பிழைப்புக்கு என்ன செய்றதுன்னு தெரியலை. பேரன், பேத்திகளோட இப்படி ரயில்ல ஊசி விக்கிறோம். பிச்சை எடுக்குறதுக்கு இன்னும் மனசு வரலே. பிரம்மன் அதையும் என் நெத்தியிலே எழுதியிருந்தா நாளைக்குப் பிச்சை எடுத்தாலும் எடுப்பேன். மாடு மூத்திரம் பெஞ்சுக்கிட்டே நடந்து போற மாதிரி என்ன இழவு பிழைப்பு இது."

அவர் தனது கோபத்தை வெளிப்படுத்தியிருக்கக் கூடாதோ என்று சட்டென மௌனமாகிக்கொண்டார். அவர்கள் சானடோரியம் ரயில் நிலையத்தில் இறங்கித் தண்டவாளத்தைத் தாண்டிப் போய்க்கொண்டிருந்தார்கள். நான் பார்த்துக் கொண்டேயிருந்தேன். ரயிலைத் திரும்பிக்கூடப் பார்க்கவில்லை.

தாம்பரத்திலிருந்து உடனே அறைக்குத் திரும்பிவிட வேண்டும் போலிருந்தது. சட்டென என்மீது அம்பாரமாகக் குற்ற உணர்ச்சி நிரம்பியது. கிட்ணாசாரியின் வீழ்ச்சிக்கு நாங்களும் காரணம்தானே? கிட்ணாசாரி ஏன் எவரையும் குற்றம் சொல்லவேயில்லை. அவரது கோபம்தான் இப்படி ரயிலேறி ஊசி விற்கச் சொல்கிறதா? வாழ்வின் ருசி ஏன் இப்படிச் சட்டென திரிந்துபோய்விடுகிறது? இரவெல்லாம் நினைத்துக்கொண்டிருந்தேன். சட்டென இனி ரயிலேறி நகருக்குள் சுற்றக் கூடாது என்று முடிவு செய்து கொண்டேன்.

ஏனென்றால் ரயில் ஒரு வாகனம் மட்டுமல்ல, எத்தனையோ மனிதர்களின் வாழ்வையறிந்த ஒரு மௌன சாட்சி. சதா காட்சிகள் மாறிக்கொண்டேயிருக்கும் ஒரு நாடக மேடை!

∎

26. பெயரில் என்ன இருக்கிறது?

பாரதியார் இல்லத்தில் நடந்த ஒரு புத்தக வெளியீட்டு விழாவுக்குப் போயிருந்தேன். வாசலில் என்னை அடையாளம் கண்டு கொண்டவர்போல ஒருவர் இரு கைகளையும் இறுக்கமாகப் பிடித்துக்கொண்டு, மிகுந்த அன்புடன் "உங்களது தமிழ்ச் சேவை மிகவும் சிறப்பாயிருக்கிறது. நீங்கள் செய்வது ஒரு தமிழ்க் கொடை" என்ற ரீதியில் நான் கூச்சப்படுமளவு புகழத் துவங்கினார். அவர் எதைப் படித்துவிட்டு இப்படிப் புகழ்கிறார் என்று புரியாமல் நான் கைகளை அவரிடமிருந்து விடுவித்துக்கொள்ள முயன்றேன். அவர் இறுக்கமாகப் பிடித்தபடி உரிமையுடன் சொன்னார். "இப்போ எல்லாம் இது மாதிரி தமிழ் அகராதி யார் சார் போட றாங்க. கதிரைவேற்பிள்ளை அகராதி, நிகண்டு எல்லாம் படிச்சிருக்கேன். அதுக்கு நிகரானது சார் உங்களோட தற்காலத் தமிழ் அகராதி."

நான் கைகளை விடுவித்துக்கொண்டபடி சொன்னேன், "அந்த ராமகிருஷ்ணன் நான் இல்லை. அவர் கிரியா ராமகிருஷ்ணன். அவர்தான் தமிழ் அகராதி வெளியிட்டிருக்கிறார்."

இவ்வளவு நேரம் இத்தனை புகழ் உரைகளை எதற்காக வாங்கிக்கொண்டாய் என்பதுபோல சட்டென அவர் முகம் மாற்றமடைந்தது. லேசான குரல் மாற்றத்துடன் "அப்போ நீங்க யாரு?" என்று கேட்டார்.

"நான் ஒரு எழுத்தாளன். சிறுகதைகள், நாவல்கள் எழுதி யிருக்கேன்" என்றேன். அவர் என்னைப் பற்றி அறிந்திருக்கவில்லை என்பது முகக் குறிப்பிலேயே தெரிந்தது. அவர் தன் கோபத்தை அடக்கிக்கொண்டவரைப்போலச் சொன்னார், "ஏன் ஒரே பெயர் வச்சிருக்கீங்க. குழப்பமா இருக்கில்லே" என்றபடி சட்டென கூட்டத்துக்குள் கலந்து போய்விட்டார்.

அல்ப நிமிஷம் புகழ்ச்சியை ஏற்றுக்கொண்டதற்குத் தரும் தண்டனை இதுதானோ என நினைத்தப்படியே நின்றுகொண்டிருந்தேன். இவரைப் போலவே வரலாற்று நூலை எழுதியதற்காக, கம்பனைப் பற்றிய ஆய்வு செய்ததற்காக, மகளிர் நலன் பற்றி எழுதியதற்காக எனப் பலமுறை பலர் பாராட்டி, கடைசியில் அது நான் இல்லை வேறு ஒருவர் என்று சொல்லியிருக்கிறேன்.

பெயரை மாற்றிக்கொள்வதுதானே என பலரும் சொல்லி விட்டார்கள். ஆனால் எனக்கிந்த குழப்பம் பிடித்திருக்கிறது. இந்தப் பெயரை நானாக வைத்துக்கொள்ளவில்லையே. அப்பாவும் அம்மாவும் விரும்பி வைத்த பெயரல்லவா? நான் எதற்காக மாற்றிக்கொள்ள வேண்டும்?

கல்லூரி நாட்களில் புனைப்பெயர் வைத்துக்கொள்ள வேண்டும் என்று மிகவும் ஆசைப்பட்டிருக்கிறேன். அப்போது புனைப்பெயராக எதை வைத்துக்கொள்வது என்று பல இரவுகள் யோசித்திருக்கிறேன். ஆத்மா, விசித்திரன், பெருவழுதி, சோர்பா, கீஸ்கீ, பூரணசொருபன், இரண்டாம் சாக்ரடீஸ் எனப் பல பெயர்களை பலரும் சிபாரிசு செய்தார்கள். ஒருவழியாக அதிகப்பிரசங்கி என்று பொருள்படும் தெலுங்குச் சொல்லான 'ஷங்கன்னா' என்பதைப் புனைப்பெயராக வைத்துக்கொள்ள

முடிவுசெய்து, அந்தப் பெயரில் சில கதைகள் எழுதத் துவங்கினேன்.

எனது கதையைப் படித்துவிட்டு சந்திக்க வந்த நண்பர், நான் இருபது வயதிலிருப்பதை பார்த்துவிட்டுச் சற்றே கோபத்துடன், 'இந்தப் பெயர் வயதான ஆளின் பெயரைப் போலிருக்கிறது' என்று கடிந்துகொண்டு போனார். ஒருவேளை அதை நம்பித்தான் கதை வெளியிட்டு விட்டார்களா?

அப்போது எம்.ராமகிருஷ்ணன், கே.ராமகிருஷ்ணன், என்.ராமகிருஷ்ணன் எனப் பல ராமகிருஷ்ணன்கள் எழுதிக் கொண்டிருந்தார்கள். அவர்களோடு சேர்ந்துவிடுவதே உத்தமம் என்று நானும் ராமகிருஷ்ணன்களில் ஒருவரானேன். நாளடைவில் இந்தப் பெயர்க் குழப்பத்தில் நடந்துவிடுகின்ற நிகழ்ச்சிகள் எனக்கும் அவர்களுக்கும் சந்திக்காமலேயே ஒருவிதமான ஆழ்ந்த நட்பை உருவாக்கிவிட்டது.

அவர்களில் சிலரிடம் எனது கதைக்கான வெளியீட்டு அனுமதி கேட்டு அவர்கள் கோபமடைந்ததும், அதனால் எனது கதை சிறந்த தமிழ்க் கதைகள் தொகுப்பில் இருந்து விலக்கப்பட்டுவிட்டதும் ஒரு முறை நடந்தேறியிருக்கிறது. எனது பெயர்க் குழப்பத்தை அதிகப்படுத்துவதுபோல புதிதாகச் சில ராமகிருஷ்ணன்கள் எழுதத் துவங்கிவிடவே, சில நேரங்களில் ஏதாவது பெண்கள் பத்திரிகையில் இருந்து என்னிடம் மேட்டர் கேட்டு போன் செய்வது நடந்தது.

ஒரு ராமகிருஷ்ணனை மற்றொரு ராமகிருஷ்ணனிட மிருந்து எப்படிப் பிரித்துத் தெரிந்துகொள்வது என்ற குழப்பம் நீண்ட நாட்களாக யாவருக்குமிருக்கிறது. எனது பெயரின் குழப்பம் பெயர்களின் மீது கவனம்கொள்ளச் செய்தது. அப்போது டெலிபோன் டைரக்டரியில் என்ன பெயரெல்லாம் அதிகமாக இருக்கிறது என்று வாசிக்க ஆரம்பித்தேன். ஒரு நாவலைவிடவும் சுவாரஸ்யமானது டெலிபோன் டைரக்டரி என்று அப்போதுதான் புரிந்தது. அதைப் புரட்டும்போது தமிழ்நாட்டில் சில பெயர்கள் திரும்பத் திரும்ப வைக்கப்பட்டுக் கொண்டேயிருப்பது புரிந்தது. சுப்ரமணியம், ராமசாமி, ரங்கராஜன், சுவாமிநாதன், சுந்தரம், சந்தானம், துரைசாமி, நடராசன், சீனிவாசன் - இந்தப் பத்துப் பெயர்களின் பின்னால் சுவாரஸ்யமான கதைகள் ஒளிந்திருக்கின்றன.

கால மாற்றத்தில் மிக வேகமாக பெண்களின் பெயர்கள் சட்டென உருமாறி நவீனமடைந்துவிட்டதையும் ஆண் பெயர்கள் அப்படியே உறைந்திருந்ததும் புரிந்தது.

எனக்கு ராமசாமி என்ற பெயரின் மீது ஏனோ ஆர்வம் அதிகமானது. தமிழ்நாட்டில் ஒவ்வொரு துறையிலும் ஒரு ராமசாமி மிக உயர்ந்த நிலையை அடைந்துள்ளதைக் கவனித்தேன். பெரியார் ஈ.வெ.ராமசாமி துவங்கி வி.கே.ராமசாமி, நீதிபதி ராமசாமி, சுந்தர ராமசாமி, மு.ராமசாமி, ராமசாமி படையாச்சி, ஓமந்தூர் ராமசாமி ரெட்டியார் என ராமசாமிகளின் பட்டியல் மிக நீண்டது. இதையே ஒரு கேலியான கதையாக எழுதினேன். அக்கதை தமிழ்நாட்டில் ராமசாமிகள் என்ற பெயரில் உள்ளவர்கள் அனைவரும் ஒன்றுசேர்ந்து ஒரு மாநாடு நடத்துவது பற்றியது. அதைப் படித்துவிட்டு சில ராமசாமிகள் பாராட்டியதும் சில ராமசாமிகள் ஆவேசப்பட்டதும் நடந்தேறியது. ஒரு ராமசாமி என் கைகாலை எடுத்து விடுவதாக மிரட்டல் கடிதம் எழுதியிருந்ததும் அடக்கம்.

பெயரில் என்ன இருக்கிறது என்று சிலசமயம் தோன்றுகிறது. ஆனாலும் இந்தப் பெயரை விட்டுக் கொடுக்கக்கூடாது என்று மனது உறுதியாக இருக்கிறது. எங்கள் வீட்டில் வைக்கப்பட்ட பெயர்களின் பின்னால் தமிழகத்தில் நடந்த அரசியல் சமூக மாற்றங்களின் பிரதிபலிப்பு நேரடியாக வெளிப்பட்டிருக்கிறது. ராமலிங்கம், ராமகிருஷ்ணன், சண்முகம், சுப்ரமணியம் எனத் துவங்கிய பெயர்கள் வள்ளுவன், புத்தன், அண்ணா, கயல், வசந்தன் பாரதி என உருமாறி கௌதம், ஆகாஷ், விக்னேஷ் என்று இன்று திசைமாற்றம் கொண்டுவிட்டது.

இத்தனை வேகமாகப் பெயர்களை மாற்றிக் கொள்ளுமளவு என்ன நிர்ப்பந்தம் உண்டானது? பெயர்களில் நாம் யார் என்று தெரிந்துகொள்ளக்கூடிய எந்தத் தடயமும் இல்லாமல் அழிந்துவிட வேண்டிய அவசியம் ஏன் வந்தது? சில பெயர்களைச் சொல்வதற்கே எதற்காக நாம் கூச்சப்படுகிறவர்களாகிப் போனோம்?

சீனப் பெயர்களையும் ருஷ்யப் பெயர்களையும் பார்க்கும் போது அவர்கள் எந்த ஊர், எந்தப் பிரிவு, எந்தக் குடும்பத்தைச்

சார்ந்தவர்கள் என யாவும் பெயரிலேயே இருக்கிறது. கேரளாவில்கூட பெயரோடு ஊரைச் சேர்த்துக்கொள்ளும் வழக்கமிருக்கிறது. நாம் மிக அவசரமாகவும், எந்த அடையாளமும் அற்ற பெயர்களாகப் பெருக்கிக்கொண்டே போகிறோம். இலங்கைத் தமிழர்களைச் சந்திக்கும்போது அவர்கள் தாங்கள் கனடாவிலும் பாரீஸிலும் ஆஸ்திரேலியாவிலும் குடியிருந்து கொண்டு தங்கள் குழந்தைகளுக்கு ஆதிரை, யாழினி எனப் பெயர்கள் வைத்திருப்பது சந்தோஷம் தருவதாகயிருக்கிறது.

ஒரு காலத்தில் சிறிய ஊர்களில்கூட ஸ்டாலின், ஹோசிமின், வால்கா, பாவெல் என்று கம்யூனிச பெயர்களும், பூரணி, அரவிந்தன், யமுனா, அறம் என்று தமிழ் நாவல்களில் வந்த கதாபாத்திரங்களின் பெயர்களும், திலகர், போஸ், காந்தி, ஜவகர் என்று தேசத் தலைவர்களின் பெயர்களும் வைக்கப்பட்டிருந்தன. நாலைந்து பெண்கள் பிறந்த வீட்டில் ஒரு குழந்தைக்கு 'போதும் பொண்ணு' என்று பெயர் வைப்பார்கள். அப்படிப் பெயர் வைத்துவிட்டால் அதன்பிறகு பெண் குழந்தை பிறக்காது என்று நம்பிக்கை.

ஆனால், இன்று கிராமங்களில்கூட சர்வ சாதாரணமாக அபிஷேக், பூஜா, உதித், அஜய் என்ற பெயர்கள் வந்துவிட்டன. அநேகமாக அரசியல் தலைவர்களின் பெயர்கள் வைப்பது முற்றாக விலக்கப்பட்டேவிட்டது. பெயர்க் குழப்பமான ஒரு காலத்தில்தான் நாம் வாழ்கிறோம் என்பது எனக்குச் சற்றே ஆறுதல் தருவதாகயிருக்கிறது.

ஒவ்வொரு வாசகரைச் சந்திக்கும்போது, அவர்கள் என்னைச் சந்திக்கத்தான் விரும்பினார்களா என்று மனதில் சற்றே சந்தேகம் எழுகிறது. பிறகு அவர்கள் உரையாடலில் எனக்கோ, அவர்களுக்கோ பரஸ்பரம் யாரெனத் தெரிந்து கொள்ளும்போதுதான் இந்த மனக்குழப்பம் மறைகிறது. ஆனால், சமீபமாக இந்தப் பிரச்னை எழுவது அபூர்வமாகி விட்டது. ஒருவேளை மற்ற ராமகிருஷ்ணன்கள் எழுதுவதை நிறுத்திவிட்டார்களா, இல்லை வாசகர்கள் அடையாளம் கண்டு பிடிப்பதற்கான வழியைக் கண்டு பிடித்து விட்டார்களா தெரியவில்லை. ஆனால், தனியொரு ராமகிருஷ்ணனாக இருப்பது எனக்குக் கொஞ்சம் வருத்தமாகத்தான் இருக்கிறது.

எஸ்.ராமகிருஷ்ணன் ● 157

27. நீரில் மிதக்கும் நினைவுகள்

சில மாதங்களுக்கு முன் ஒரு நண்பரின் திருமண நிகழ்ச்சிக்காக தேனிக்கு அருகிலுள்ள கிராமத்துக்குச் சென்றிருந்தேன். மணப் பெண்ணின் தந்தை பெயர் பென்னிகுக் தேவர் என்றார்கள். விசித்திரமாகயிருந்தது. நான் சற்றே தயக்கத்துடன் திரும்பவும் அவரது பெயரைக் கேட்டேன். அவர் தனது திருக்கை மீசையைத் தடவியபடியே "பென்னிகுக்" என்றார். தோற்றத்துக்குத் தொடர்பில்லாத பெயராக இருக்கிறதே என்று நான் யோசிப்பதை உணர்ந்தவரைப் போல், இன்னொரு இளைஞரை அழைத்து, "மாப்பிள்ளை, உன் பேரைச் சொல்லுப்பா" என்று அவர் சொன்னதும் "லோகன்துரை" என அந்த இளைஞன் மிக இயல்பாகச் சொன்னார். என்னால் நம்ப முடியவில்லை. இரண்டும் ஆங்கிலேயர்களின் பெயர்கள்!

கருப்பணன், கலுவன், பெருங்காமன், விருமாண்டி, மூக்கவிருமன், தொத்தன் என குலசாமிகளின் பெயர்களுக்கு ஊடாக லோகன்துரையும் பென்னிக்கும் எப்படி கலந்தார்கள் என்று ஆச்சரியமாகயிருந்தது. என்னோடு வந்திருந்த கவிஞர் வெங்கடேசன், 'இவை இரண்டும் பெரியாறு அணையைக் கட்டிய வெள்ளைக்கார இன்ஜினீயர்களின் பெயர்கள்' என்றதோடு, 'இதை விடவும் ஒரு ஆச்சரியம் இருக்கிறது பார்க்கலாம், வாருங்கள்' என்று அழைத்துக்கொண்டு போனார்.

சாலையோரத்திலிருந்த டீக்கடையினுள் நுழைந்தோம். லேசான இருட்டு படிந்த திண்டில் உட்கார்ந்தபடி சுவரைக் காட்டியபோது, அங்கே வேலும் மயிலோடு நிற்கும் முருகன் படமும், வழுக்கை விழுந்த ஏறு நெற்றியும் தொங்கு மீசையும் இடுங்கிய கண்களுடன் கறுப்புகோட் அணிந்த பென்னிகுக்கின் புகைப்படமும் தொங்கிக்கொண்டிருந்தன. அதனடியில் 'கர்னல் ஜெ.பென்னிகுக்' எனச் சிறியதாக எழுதப்பட்டிருந்தது. தெய்வ சமானம் கிடைத்த வெள்ளைக்காரனைப் பார்த்துக்கொண்டிருந்தேன்.

''எதற்காக இந்த வெள்ளைக்காரன் படத்தை கடையில் மாட்டிவைத்திருக்கிறீர்கள்?" என்று கேட்டேன். டீக்கடைக்காரன் பாலைக் கொதிக்கவிட்டபடியே "பென்னி துரை மட்டுமில்லேன்னா இந்நேரம் இந்தச் சீமையே நாதியத்துப் போயிருப்போம்" என்றவன், "ஒண்ணு ரெண்டுல்ல, எத்தனை ஆயிரம் பேரு ராத்திரியும் பகலுமா காட்டுக்குள்ளயே கிடந்து கல்லு மண்ணு சுமந்து போட்டுக் கட்டுன அணை தெரியுமா? ஆம்பளை, பொம்பளை, பச்சைப் பிள்ளைகள்னு செத்த உசிரை கணக்குப் பாக்க முடியாது - அப்படி உயிர்ப்பறி கொடுத்து கட்டினதுய்யா பெரியாறு அணை!" என்றபடியே வெந்நீர்விட்டுக் கண்ணாடி டம்ளர்களை கழுவிக்கொண்டிருந்தான்.

அன்று இரவெல்லாம் பென்னிகுக் பற்றிப் பேசிக் கொண்டிருந்தோம். நண்பர் வெங்கடேசன் தன் வீட்டில் இருந்த பெரியார் அணை பற்றிய ஆவணங்கள், ஒரிஜினல் ரிக்கார்டுகளின் பிரதிகளைக் காட்டிக்கொண்டிருந்தார். "பென்னிகுக்குக்கு ஒரு சிலை இருக்கிறது. மலையில் அணைக்கட்டு கட்டும் நாட்களில் இறந்துபோனவர்களின் சமாதிகள் கவனிப்பாரற்று இருக்கின்றன."

எஸ்.ராமகிருஷ்ணன்

அன்று முதல் பென்னிகுக்கைப் பற்றித் தெரிந்து கொள்வதற்காக மதுரை மாவட்டம் முழுவதும் அலைந்து திரியத் துவங்கினேன். தேனி, மதுரை மாவட்டத்தின் ஒவ்வொரு கிராமமும் பென்னிகுக்கைப் பற்றி எத்தனையோ கதைகளை வைத்திருக்கின்றன. தங்கள் மூதாதையர்கள் பென்னிகுக்கோடு சேர்ந்து வேலை செய்தவர்கள் என்பதற்காகப் பெருமைப்பட்டுக் கொண்டார்கள். அணைக்கட்டு வேலைக்காக கிராமம் கிராமமாக ஆட்களைத் திரட்டி வேலைக்குக் கொண்டுபோய், அவர்களது நல்லது, கெட்டதுகளைப் பகிர்ந்துகொண்ட பேய்க்காமத் தேவரைப் பற்றிய செய்திகளும் வியப்பாகயிருந்தன. நேற்று நடந்து முடிந்த சம்பவத்தைச் சொல்வதுபோல அவர்கள் பென்னிகுக்கைப் பற்றி நினைவுகொண்டார்கள்.

பெரியார் அணையைப் பார்ப்பதற்காக மலையின் மீது பயணம் செய்து கொண்டிருந்தேன். மூச்சுக் காற்றில் கூடப் பசுமை படிந்து விடுமளவு குளிர்ச்சியான அந்தக் காட்டின் ஊடாக அணைக்கட்டு கண்களால் அளவிட முடியாதது போல நீண்டு கிடக்கிறது. தண்ணீர் மீது கண்கள் ஒரு பூச்சியைப்போல ஊர்ந்து நகர்கிறது.

காட்டாறுகள் மிருகங்களைப்போல மூர்க்கமானவை. தன்னிஷ்டப்படி வனத்துக்குள்ளாகச் சுற்றி அலையக்கூடியவை. அதன் குறுக்கே எது வந்தாலும் தடையை மீறிப் பாயக் கூடியவை.

ஒருமுறை மேற்குத் தொடர்ச்சி மலையின் ஆதிவாசிகளான காணிகளில் ஒருவன் சொன்னான் -

"மலையில் இருக்கிறவரை தண்ணீரை எந்தக் கொம்பனாலும் கட்டுப்படுத்தி வைக்கவே முடியாது. தரையிறங்கினால்தான் அது அடங்கிச் சாந்தமாகும். யானை மாதிரிதான் தண்ணீயும்."

மேற்குத் தொடர்ச்சி மலையின் அடர்ந்த காட்டுக்குள் ஒரு சிற்றோடையைப்போல பென்னிகுக்கின் வாழ்க்கைக் கதை ஓடிக்கொண்டிருக்கிறது. பெரியாறு அணையின் தண்ணீருக்குள் பென்னிகுக்கின் முகம் இன்றும் அடியாழத்தில் அசைந்து கொண்டேயிருக்கிறது.

அணையைப் பார்வையிட்டபடியே பருத்து உயர்ந்த மரங்களினூடே நடக்கும்போது சருகுகளைப் போலவே கடந்த காலத்தின் நினைவுகளும் சப்தமிடுகின்றன.

நூறு வருடங்களுக்கு முன்பாக ஆங்கிலேயர்கள் ஆட்சியில் பொறியாளராகப் பணியாற்ற வந்த பென்னிகுக்கிடம் நில அளவையாளர் ஒருவர், பெரியாற்று நீரை ஓர் அணை கட்டித் தடுத்து நிறுத்தினால் மதுரை, ராமநாதபுர மாவட்டங்களுக்குப் பாசன வசதியை உண்டாக்கலாம் என்று மங்கம்மாள் ஆட்சிக் காலத்தில் இருந்து ஒரு திட்டமிருப்பதாகத் தெரிவித்தார். பெரியாற்றைப் பார்க்கும்வரை பென்னிகுக்குக்கு அது சாத்தியமானதுதானா என்று சந்தேகமாகவே இருந்தது. பெரியாற்றின் வரைபடங்களையும் அதன் நீர்வரத்தையும் நேரில் பார்த்தபோது, அந்தக் கனவு பென்னிகுக்கையும் பிடித்துக்கொண்டது.

மேற்கு நோக்கிச் சென்று வீணாகும் ஆற்று நீரைக் கிழக்காகத் திருப்பி வைகையில் இணைத்துவிட்டால், மதுரை சீமை முழுவதும் பாசன பூமியாகிவிடும் என்று திட்ட வரைவுகளைத் தயாரித்தார். ஆனாலும் நினைத்ததுபோல் எளிதாக இல்லை வேலை. தடைகளையும் குறுக்கீடுகளையும் தாண்டி, சென்னை மாகாண ஆளுநர் வென்லாக் முன்னிலையில் 1895-ம் ஆண்டு அக்டோபர் 11-ம் தேதி இந்த அணைக்கட்டுக்காக அடிக்கல் நாட்டும் பணியைத் துவக்கினார். அப்போது, 65 லட்ச ரூபாய் செலவில் அதைக் கட்டி முடிக்கலாம் என்று மதிப்பிடப்பட்டது. பணிகள் துவங்கின. கடினமான வேலை, காட்டானைகளின் பயம், பூச்சிகளின் விஷக்கடி, ஆயிரக்கணக்கான பணியாளர்கள். குளிர் தாங்க முடியாமல் சாவு. காலரா, எதிர்பாராத கடும் மழை. தனது கனவை நிறைவேற்றுவதற்காக காட்டு மழைக்குள்ளாகவும் பென்னிகுக் அலைந்து கொண்டிருந்தார். பணியாளர்களோடு தங்கியிருந்து அவர்களது சுகதுக்கங்களைப் பகிர்ந்து கொண்டவன், பென்னிகுக்கோடு வேலை செய்த இளம் பொறியாளர் லோகன்துரை.

அணை கட்டி முடிக்கப்பட்டது. ஆனாலும் எதிர்பாராத வெள்ளத்தால் சில நாட்களிலேயே அணை உடைந்துபோனது. விசாரணை, தவறான செயல்பாடு என்று குற்றம்சாட்டப்பட்ட

பென்னிகுக், தடுப்பணைகள் உருவாக்கப்படாததால்தான் உடைப்பு ஏற்பட்டது என்று முடிவுசெய்து, காட்டுக்குள் தடுப்பணைகள் கட்டுவதற்கான நிதியுதவி கேட்டு விண்ணப்பித்தார். ஆங்கிலேய அரசாங்கம் பணம் தருவதற்கு மறுத்துவிட்டது. வேறுவழியின்றி இங்கிலாந்தில் இருந்த தனது சொத்துக்களை விற்று, பணத்தைத் திரட்டிக் கொண்டுவந்து, மீண்டும் தடுப்பணைகளை உருவாக்கினார். மதுரை மாவட்டப் பகுதிகள் முழுவதும் இந்த அணையால் பாசன வசதி கண்டது. பின்னர், ஆங்கிலேய அரசே பென்னிகுக்கை கௌரவப்படுத்தியது. எந்த தேசம் நம்மை அடிமையாக்கியதோ, அந்த தேசத்திலிருந்து வந்தவர் தமது சொத்தை விற்று, நமது நலனுக்காகப் பாடுபட்டிருக்கிறார்.

அன்று முதல் ஒவ்வொரு கிராமமும் இந்த வெள்ளைக்காரப் பொறியாளர்களைத் தங்களது குலசாமிகளைப் போல மனதுக்குள்ளாக வணங்கி வருகிறார்கள். லோகன்துரையும் பென்னிகுக்கும் இப்போது உள்ளூர்ப் பெயர்களாகிவிட்டன.

காலம் எத்தனையோ கதைகளைத் தன் உள்ளங்கை ரேகையைப்போல், மாற்றாமல் வைத்துக்கொண்டேயிருக்கிறது. தண்ணீருக்காக ஒவ்வொரு கோடையிலும் நடக்கும் போராட்டமும் பிரச்னைகளும் முடிவற்றுத் தொடரும் போதெல்லாம் எவரோ பென்னிகுக்கை நினைத்துக் கொள் கிறார்கள். இன்று வன உயிர்க் காப்பகமாக மாற்றப்பட்டுவிட்ட பெரியாறு பகுதி மலையில் யானைகளுடன் ஈரப்புகையைப்போல், கடந்த காலத்தின் நினைவுகளும் சுற்றியலைகின்றன.

பின் குறிப்பு: இங்கிலாந்திலிருந்து பென்னிகுக்கின் கொள்ளுப்பேரன் சாம்சன், தனது தாத்தா கட்டிய அணையைப் பார்ப்பதற்காகச் சமீபத்தில் தமிழகத்துக்கு வந்திருந்தார். முதல்முறையாக இந்தியா வந்த அவருக்கு மதுரையில் மேளதாளத்துடன் வரவேற்பு கொடுத்து, பென்னிகுக்கின் சிலையைப் பார்வையிடச் செய்தார்கள். கூட்டத்திலிருந்த ஒரு பெண் தனது குழந்தைக்கு 'பென்னிகுக்' என்று பெயர் வைக்கும்படி சாம்சனிடம் கொடுத்தாள். உணர்ச்சிப்பெருக்கோடு சாம்சன், தனது தாத்தாவின் பெயரை அந்தக் குழந்தைக்கு வைத்தார்.

கிராமவாசிகளில் ஒருவர், சாம்சனின் கையைப் பிடித்துக் கொண்டு, விளையும் ஒவ்வொரு நெல்லிலும் பென்னிகுக்கின் பெயர் ஒட்டிக்கொண்டிருப்பதாகச் சொன்னார். சாம்சன் தன்னை மறந்து, தலையை ஆட்டிக்கொண்டார். உண்மையை எந்த பாஷையில் சொல்லும்போதும் புரிந்துவிடும் என்பார்கள். அது நிஜமென்று அப்போது காண முடிந்தது.

28. பனையடி நிழல்

நீண்ட நாட்களுக்குப் பிறகு இந்தக் கேள்வியை கனடாவிலிருந்து என்னைச் சந்திப்பதற்காக வந்திருந்த நண்பர் கேட்டார்:

"உங்களது சொந்த ஊர் எது?"

சட்டென உடனே சொல்ல முடியவில்லை. எந்த ஊரைச் சொல்வது, அம்மாவின் பூர்வீகமான ஊரையா? அப்பாவின் ஊரையா? அல்லது வேறு வேறு ஊர்களில் குடியிருந்திருக்கிறோமே அந்த ஊர்களையா? பள்ளி நாட்களில் இருந்த ஊரா? சொந்த நிலமிருந்த ஊரையா? எதைச் சொந்த ஊர் என்பது? ஒரு ஊரில் இரண்டு தலைமுறை வாழ்ந்துவிட்டால் அதுதான் சொந்த ஊர் என்று தாத்தா சொல்லியிருக்கிறார். அப்படி எங்கும் குடியிருக்கவேயில்லாதவர்கள் சொந்த ஊர் அற்றவர்களா? குடும்பத்தில் சிலர் இப்போது அயல் மாநிலங்களில் இரண்டு தலைமுறையாக வாழ்கிறார்கள். தமிழகத்திலே

அரசுப் பணியின் காரணமாக வேறு வேறு மாவட்டங்களுக்குக் குடிபோய் அங்கேயே தங்கியிருக்கிறார்கள். இவர்களுக்கு எது சொந்த ஊர்?

எந்த ஊரைப் பற்றிய நினைவுகள் அதிகமாக இருக்கிறதோ, அது தான் எனது சொந்த ஊர் என்று நானாக முடிவு செய்து கொண்டேன். பிறப்பும் இறப்பும் சந்தோஷமும் துக்கமும் எங்கு நடந்ததோ அதைப் பற்றி மட்டும்தான் நினைவுகள் அதிகமாகயிருக்கும். அப்படித்தான் ஒரு ஊர் நமக்குச் சொந்தமாகிறது போலும்.

நான் யோசித்து ஒரு ஊரைச் சொல்லிவிட்டேன். ஆனால், எனது குழந்தைகளுக்கு எது தனது சொந்த ஊர் என்ற கேள்வியே அர்த்தமற்றுப் போய்விடும் போலிருக்கிறது. இது என் பிரச்னை மட்டுமல்ல என்று பேசிக்கொண்டிருந்தேன். வேலை ஒரு இடத்தில், குடும்பம் ஒரு இடத்தில் என்ற வாழ்வு இயல்பாகிக் கொண்டிருக்கிறது. எங்கு குறைந்த விலையில் நிலம் கிடைக்கிறதோ, அங்கே தங்கிவிட வேண்டியதுதான் என்று யாவரும் முடிவு செய்தாகிவிட்டது. சுற்றுப்புறமோ, சொந்த மனிதர்களோ அவசியமற்றுப் போய்விட்டார்கள். நிலம்கூடத் தேவையில்லை. ஒரு நான்கு சுவருள்ள இருப்பிடம் போதுமானது என்று பன்னிரண்டாவது மாடியில் வீடு வாங்கிப் போவதற்குக்கூட எவரும் தயங்குவதேயில்லை. சொந்த ஊர் என்பது அர்த்தமற்ற ஒன்றா என்ன? நம் மூதாதையர்கள் வாழ்ந்து சுவடு படிந்த சொந்த ஊரைப் பற்றி நமது குழந்தைகளே தெரிந்துகொள்ள ஆர்வம் காட்டுவதேயில்லையே, அது சரியானதுதானா?

சில நாட்களுக்கு முன்பாக நண்பர் ஒருவரின் வீட்டுக்குச் சென்றிருந்தேன். குழந்தைகள் டெலிவிஷன் பார்த்துக் கொண்டிருந்தார்கள். ஏதோவொரு பாடல் முடிந்து கறுப்பு வெள்ளையில் ஜெமினி கணேசன் பாடல் ஓடத் துவங்கியது. கோபத்துடன் எழுந்த ஒரு குழந்தை "டி.வி. ரிப்பேராகிருச்சு. சரிபண்ணுங்க" என்று ரிமோட்டை எனது கையில் கொடுத்தாள். "ரிப்பேர் என்று உனக்கு எப்படித் தெரியும்?" என்று கேட்டதும் அவள் சிரித்தபடியே "ஐயோ அங்கிள், கலர் வரவேயில்லை பார்த்தீங்களா. இப்படித்தான் டி.வி. அப்போ அப்போ

எஸ்.ராமகிருஷ்ணன் ● 165

ரிப்பேராகிறது" என்றாள். நண்பர் சிரித்தபடியே சொன்னார் - "நாமெல்லாம் பிளாக் அண்ட் வொயிட் மனிதர்கள். நாமளும் ரிப்பேரான கேஸ்தானா?"

அமைதியாக இருந்தேன். வர்ணங்களின் மீது ஆசை யிருக்கட்டும், தவறில்லை. கறுப்பு வெள்ளை விலக்கியாக வேண்டியதுதானா? இந்தச் சூழலில்தான் குழந்தைகள் வளர்கின்றன. நினைவு கொள்வதற்கு அவர்களுக்கு உள்ளவை யாவும் தொலைக்காட்சித் தொடர்கள், கிரிக்கெட் மற்றும் ஒருவருக்கொருவர் நடந்த அடிதடிச் சண்டைகள்தான். ஒரு பள்ளியிலிருந்து இன்னொரு பள்ளிக்கு மாறுவதற்கோ, ஒரு வீட்டிலிருந்து இன்னொரு வீடு மாறுவதற்கோ, கொஞ் சமும் தயக்கம் வருவதேயில்லை. பூனைக்குட்டிகூட புதிய இடத்தில் எளிதில் உறங்காது. தனக்கான இடத்தைத் தேடிச் சுற்றிக்கொண்டேயிருக்கும். முடிவாக எங்காவது ஒரு மூலையைத் தேர்வு செய்துகொண்டு அங்கே சுருண்டு படுத்துக்கொள்ளும். நகர வாழ்வில் பூனையளவு தேடுதல்கூடத் தேவையற்றது. இன்று காலையில் குடிவந்த குடும்பத்துக் குழந்தைகள், சர்வ சுதந்திரமாக வாசலில் விளையாடிக் கொண்டும் அடுத்த வீட்டில் விடியோ கேம் ஆடிக்கொண்டு மிருக்கிறார்கள். அவர்கள் வீட்டில் நம் குழந்தைகள் சாப்பிட்டுக் கொண்டிருக்கிறார்கள். தயக்கமும் கூச்சமும் உலகிலிருந்து வெளியேறிப்போகத் துவங்கிவிட்டது. கடந்த காலத்தின் நிழல் விழாமலே நடந்து போவது நல்லது என முடிவு செய்துவிட்டார்களா? நினைவுகள் தேவையற்ற சுமை என்று எளிதாக முடிவுசெய்து, அதை விலக்கி நடந்து செல்லத் துவங்கிவிட்டார்களா?

வேண்டியவை, வேண்டாதவை என எத்தனையோ நினைவுகள் சொந்த ஊரைச் சுற்றிலும் படர்ந்திருக்கின்றன. பல வருடமாகத் தன்னுடைய வீட்டின் கதவை மூடிவிட்டுக் கண்மாய்க் கரையருகே இருந்த பனையடியிலேயே கயிற்றுக் கட்டிலைப் போட்டுப் படுத்திருக்கும் வயதானவர் ஒருவர் இப்போதும் நினைவிலிருந்து கொண்டே இருக்கிறார். பனையை ஒட்டிப் படுத்தபடி அதோடு பேசிக்கொண்டிருப்பார். கடந்து செல்லும் யாவருக்கும் அவரது பேச்சு துல்லியமாகக் கேட்கும்.

"தலை உயரத்திலிருக்குன்னு முறுக்கிக்கிட்டு இருக்காதடா... ஏறிவந்து வெட்டிருவேன்" என பனையைப் பார்த்துச் சொல்லிக்கொண்டிருப்பார். அவரது கோபத்துக்குப் பயந்து பனை ஓலைகூட அசையாது. கீரைப் பாத்தி போடுமளவு நிலத்துக்காக அவர் பதினோரு வருடங்கள் கோர்ட்டுக்கு அலைந்திருக்கிறார். அந்த நாட்களில் அவருக்குச் சொந்தமாக நாற்பது ஏக்கர் நிலமும் மாடு வண்டிகளுமிருந்தன. தனது கிணற்றை ஒட்டிய சிறிய நிலம் பாகம் பிரிக்கப்படும்போது பங்காளிகளிடம் போய்விட்டது என்பதற்காக அவர்கள் மீது வழக்குப் போட்டார்.

அதிகாலை நேரங்களில் அவர் மல் ஜிப்பா அணிந்தபடி ஒரு சிறிய பையைச் சுருட்டிக் கையில் எடுத்துக்கொண்டு நடந்து போவதைப் பார்த்திருக்கிறேன். ராமநாதபுரம் கோர்ட்டில் கேஸ் நடக்கிறது என்பார்கள். கேஸை நடத்துவதற்காக ஒவ்வொரு நிலமாக விற்றுக்கொண்டிருந்தார். கேஸ் முடிந்துவிடும் தறுவாயில் தன்னிடம் பணமில்லை என்று தனது கல்யாண மோதிரத்தைக் கழற்றி வக்கீலின் கையில் போட்டுவிட்டார் என்று சொல்வார்கள். கேஸ் அவருக்குச் சாதகமாக அமையவில்லை. இருந்த சொத்து யாவும் கைவிட்டுப் போய்விட்டது.

அவரது இரண்டு பையன்களை கூட்டிக்கொண்டு மனைவி தன் வீட்டுக்கே போய்விட்டாள். அதிலிருந்து அவர் வீட்டுக்குப் போவதே கிடையாது. இரவும் பகலும் பனையடியிலேதான் கிடந்தார். அவரது நிலத்தை விற்ற பிறகும் அதைப் பார்த்துக்கொண்டேயிருந்தார். அந்த நிலத்தில் நடந்த வேளாண்மையில் ஒரு ஆடு மாடு மேய்ந்தால்கூட அவரால் தாங்கிக்கொண்டிருக்க முடியாது. ஆத்திரத்துடன் மாடுகளை அடிப்பதற்குத் துரத்திக்கொண்டு ஓடுவார்.

அவரது பையன்கள் படித்துப் பெரிய உத்தியோகத்துக்குப் போய்விட்டார்கள். ஆனாலும் அவர் யாரோடும் போவதற்கு மறுத்துவிட்டார். கரட்டுப் பாறையைப்போல நிலத்திலேயே புதைந்து போய்க் கிடந்தார். எப்போதாவது ஆத்திரம் அதிகமாகும்போது குடித்துவிட்டு வந்து பனையிடம் தனது வழக்கைப் பற்றிச் சொல்லிக்கொண்டிருப்பார். எதற்காக இந்த மூர்க்கம். கைத்தடியை இறுக்கமாகப் பிடித்திருப்பதுபோல் நிலத்தை எதற்காக இத்தனை வலிமையாகப் பற்றிக் கொண்டிருக்கிறார் என்று யோசிக்கும்போது துயரமாகயிருக்கும்.

எஸ்.ராமகிருஷ்ணன்

நிலம் எத்தனை வலிமையானது என்பதை அவரைப் பார்த்த பிறகுதான் புரிந்து கொண்டேன். அவர் தான் தோற்றுப்போனதைப் பற்றி கவலைப்படவேயில்லை. தனது ஊரிலேயே இருக்கிறேன் என்பதே அவரைச் சாந்தப்படுத்தி வைத்திருக்கிறது. ஒருவேளை அந்த ஊரிலிருந்து அவர் வெளியேறியிருந்தால் பைத்தியமாகி போயிருக்கக்கூடும். எந்தச் சம்பந்தமும் இல்லாத அவர் இன்றுவரை மனதில் இருந்துகொண்டேயிருக்கிறார்.

ஆயிரமாயிரம் பேர் வாழ்ந்து கடந்து போகும்போது ஒரு ஊர் ஒவ்வொருவருக்குள்ளும் ஒரு கைப்பிடியளவு தங்கிவிடுகிறது. அவர்களது பேச்சில், உணவில், செய்கையில், உறக்கத்தில், ஊரின் சாடைதானிருக்கிறது. யாரோ ஊரை அறிந்தவன் அதைத் தெரிந்துகொண்டு விடுகிறான். ஊரைப் பிரிந்து வருவதும் ஊரைப் பற்றி மனதுக்குள் நினைத்துக்கொண்டிருப்பதும் இல்லாத மனிதர்கள் எவருமேயில்லை. பைபிளின் ஆதியாகமத்தில், அழிந்து கொண்டிருக்கும் தனது ஊரைத் திரும்பிப் பார்த்தால் உப்பாகி உறைந்துவிடுவாள் என்று சாராவுக்கு எச்சரிக்கை கொடுக்கப்படுகிறது. ஆனாலும் அவள் ஊரை விட்டு வெளியேறும்போது ஒரு முறை தனது சொந்த ஊரைத் திரும்பிப் பார்ப்பாள். அப்படியே உப்புப் படிவமாகி விடுவாள்.

ஆதியாகம காலத்தில் மட்டுமல்ல.. இன்றைக்கும் சொந்த ஊரைத் திரும்பிப் பார்த்தால், அது நாம் விரும்பும் படியாகயில்லை. அங்கே ஏதேதோ நடக்கிறது. திரும்பிப் பார்ப்பவன் மனது உப்பாக உறைந்துதான் விடுகிறது.

என்னிடம் பேசிக்கொண்டிருந்த நண்பர் இலங்கையைச் சேர்ந்தவர். உரையாடல் முடிந்த பிறகு அவர் ஏதோ யோசனையோடு அமைதியாகத் தலை கவிழ்ந்திருந்தார். புறப்படத் தயாரானபோது அவரைக் கவனித்தேன். சொந்த ஊரின் ஆசை, அவரது கண்களின் ஓரத்தில் ததும்பிக்கொண்டிருந்தது. அதை மறைத்தபடி தூசி கண்ணில் விழுந்ததுபோல் பாசாங்குடன் கண்ணைக் கசக்கிக்கொண்டார். இப்போது அதைத் தவிர வேறு என்ன அவரால் செய்ய முடியும்!

29

வளர்ப்பு மிருகங்கள்

சென்னை பகல் பார்க் பேருந்து நிறுத்தத்தில் காத்திருந்தபோது கவனித்தேன். பத்தடி தூரத்தில் ஒரு பெண்ணும் ஆணும் கோபமாக ஏதோ பேசிக்கொண்டிருந்தார்கள். அந்தப் பெண்ணின் ஹேண்ட்பேக்கை அவன் இழுப்பதும் அவள் தர மறுத்துப் பிடுங்குவதுமாகயிருந்தார்கள். இருவருக்கும் வயது முப்பதைக் கடந்திருக்கும். பெண் அவனை விடவும் உயரமான வளாகவும் சுடிதார் அணிந்துமிருந்தாள். பார்த்துக் கொண்டிருந்தபோதே அந்த ஆண் அவளது கன்னத்தில் ஓங்கியறைந்து சாலையில் பிடித்துத் தள்ளிவிட்டான்.

நிலைகுலைந்து போன அந்தப் பெண் சாலையில் விழுந்தாள். அவளது டிபன் பாக்ஸ் திறந்துகொண்டு சாதம் ரோடெங்கும் சிதறியது. அடிபட்டுக் கீழே விழுந்த வலி தாங்க முடியாமல் விக்கித்துப் போனவளாக, எழுந்துகொள்ளாமல் சாலையிலேயே விழுந்து கிடந்தாள். கடந்து

செல்லும் பஸ்ஸில் இருந்தவர்களும் நிழல்குடையருகே காத்திருந்தவர்களும் அவளைக் கவனித்தபோதும் சிறிய முகச்சுழிப்புகூட இன்றி அவரவர் இயல்பிலிருந்தார்கள்.

அவளோடு இருந்தவன், கீழே கிடந்த ஹேண்ட்பேக்கை குனிந்து எடுத்து, அதிலிருந்து ஒரு பேங்க் பாஸ்புக்கையும் பணத்தையும் எடுத்துக்கொண்டு ஹேண்ட் பேக்கை அவளுகிலேயே போட்டுவிட்டு நிதானமாகச் சாலையைக் கடந்து சென்றான்.

விழுந்து கிடந்த பெண்ணிடம் ஒரு விசும்பல் சத்தம்கூட இல்லை. அவள் தானாக எழுந்துகொண்டு ஆடைகளைச் சரி செய்தபடி சிவந்துபோன முகத்துடன் நின்றுகொண்டிருந்தாள். கைகள் நடுங்கிக்கொண்டிருந்தன. அதை மறைக்க விரும்பியவளைப்போல தனது துப்பட்டாவை இறுக்கமாகப் பிடித்துக்கொண்டாள். அருகிலிருந்த பூக்கடையிலிருந்து வயதான பெண்மணி கடையைவிட்டு வெளியே வந்து, சாலையில் சிதறிக்கிடக்கும் டியன் பாக்ஸை எடுத்துத் துடைத்து தந்தபடி அவளிடம் "அந்த ஆளு உன் வூட்டுக்காரரா?" என்று கேட்டாள். பெண் மௌனமாக தலையசைத்தாள். இது அன்றாடக் காட்சிதான் என்பதுபோல தன் வேலையைக் கவனிக்கச் சென்றுவிட்டாள் பூக்காரம்மா.

திகைப்பாக இருந்தது. ஒரு இலை உதிர்ந்தளவு சிறிய சலனம்கூட ஏன் யாரிடமும் ஏற்படவில்லை? ஒரு பெண்ணை ஆண் பொது இடங்களில் முத்தமிடுவதையோ, கட்டிப்பிடிப்பதையோ பார்த்த மாத்திரத்தில் விமரிசிக்கும் சமூகம், அதே பொது இடத்தில் ஒரு பெண் அடிபடும்போது ஏன் இப்படிப் பாராமுகம் காட்டுகிறது?

பத்து நாட்களுக்குள் இரண்டாவது முறையாக என் கண்ணெதிரில் ஒரு பெண் அடிபடுவதைப் பார்க்கிறேன். சில நாட்களுக்கு முன்பாக தாலுகா அலுவலகம் ஒன்றில் சான்றிதழ் வாங்கப்போனபோது ஒரு பெண் தனது பத்து வயதுச் சிறுவனுடன் நின்றுகொண்டிருந்தாள். நெடுநேரம் காத்துக்கொண்டிருக்கிறாள் போலும். அலுவலகம் மூடும் நேரமென்பதால் நானும் சான்றிதழ் கையெழுத்து ஆவதற்காக காத்துக்கொண்டிருந்தேன்.

அவள் மிகத் தயக்கத்துடன் தாசில்தார் அறையை வெறித்துப் பார்த்தபடியிருந்தாள். பிறகு மனதின்றி அறைக்குள் வந்து கையைக் கட்டிக்கொண்டு "சார், நான் உங்க ஆபீஸ்ல வேலை செய்ற கிளார்க் கணேசன் வொய்ஃப். அவரு வீட்டுக்கே பணம் தர மாட்டேங்கிறாரு. சம்பளத்திலே கால்வாசி கொடுத்தா போதும் சார். நானும் என் பிள்ளைகளும் பிழைச்சுக்கிடுவோம்" என்று பாதி உடைந்த குரலில் சொன்னாள்.

தாசில்தார் அமைதியாக கேட்டுக்கொண்டிருந்துவிட்டு பெல்லை அடித்ததும் கையில் ஏதோ ஒரு பேரேடுடன் உள்ளே வந்த கணேசனுக்கு வயது நாற்பதைக் கடந்திருந்தது. தன் மனைவியை அலுவலகத்தில் பார்த்த மாத்திரத்தில் அவரது முகம் மாறிவிட்டது. ஆத்திரத்துடன் அவள் எதற்காக இங்கே வந்திருக்கிறாள் என்று கேட்டார். அவள் மரநாற்காலியைப் பிடித்தவளாக "இன்னிக்கு சம்பள நாள்.. அதான் வந்தேன்" என்றாள். கணேசனிடம் தாசில்தார் ஏதோ பேசிக்கொண்டிருப்பது கேட்டது.

கணேசன் கோபமான குரலில் சொன்னார். "என் சம்பளத்தை இவகிட்டே நீங்க கொடுக்கக்கூடாது சார். நான் ஒப்புக்கமாட்டேன். இது பர்சனல் விஷயம்" என மடமடவென ஆங்கிலத்தில் பேசத் துவங்கினார். அந்தப் பெண் உடைந்த குரலில் சொன்னாள், "கல்யாணமாகி பன்னிரண்டு வருஷமாச்சு சார். மூணு பிள்ளைங்க. வீட்ல ஒரு பைசா வைக்கமாட்டார். எங்க யாரையும் நம்பமாட்டாரு. கேட்டா செத்துப்போகச் சொல்றாரு சார். நாங்க எங்க போறது? சொல்லுங்க."

கணேசனுக்கு ஆத்திரமாக வந்தது. இரண்டு கைகளாலும் அவளைப் பிடித்து வெளியே இழுத்துக்கொண்டு வந்து மாறி மாறி அடித்தபடி, இத்தனை அலுவலக ஊழியர்கள் மத்தியில் தன்னை அவமானப்படுத்திவிட்டதாகக் கத்தினார். அவள் அழவில்லை. அதே இடத்தில் நின்றுகொண்டேயிருந்தாள். திரும்பவும் கணேசனை தாசில்தார் கூப்பிடுவது தெரிந்தது. சில நிமிஷங்களுக்குப் பிறகு கடுகடுத்த முகத்துடன் கணேசன் வெளியே வந்து, அவள் கையில் சில நூறு ரூபாய் நோட்டுகளைக் கொடுத்து "போ வீட்டுக்கு" என அனுப்பி வைத்தார்.

எஸ்.ராமகிருஷ்ணன்

அவள் கீழே இறங்கி வரும்போது கணேசன் அவள் பெயரைச் சொல்லிக் கூப்பிட்டார். அவள் பதற்றத்துடன் மாடியேறினாள். மூன்று அடுக்குள்ள ஒரு டிபன் கேரியரை கூடையுடன் அவள் கையில் கொடுத்துவிட்டு "இதை யாரு கொண்டுபோறது? வீட்டுக்கு எடுத்துட்டுப் போ" என திட்டினார். அவள் டிபன் கேரியரை ஒரு கையிலும் சிறுவனை மறுகையிலுமாகப் பிடித்தபடி வீட்டுக்கு நடந்து போவதைப் பார்த்தேன்.

பொது இடங்களில் பெண்களும் குழந்தைகளும் அடிபடுவது அன்றாடக் காட்சியாகிவிட்டது. வாழ்வில் ஒரு முறையாவது அடிவாங்காத பெண்கள் எவரது வீட்டிலாவது இருக்கிறார்களா என்ன? எந்தக் கன்னங்கள் அதன் மிருதுவுக்காகவும் யவனத்துக்காகவும் புகழ்ந்து முத்தமிடப்படுகிறதோ, அதில் அடிவாங்கி விரல் ரேகை பதியாத இளம்பெண்களைக் காண்பது மிக அரிதுதானா? எதை நாம் மிகவும் நேசிப்பதாகச் சொல்கிறோமோ, அதன் மீது வன்முறையைச் செலுத்துவதற்கு ஒரு போதும் தயங்குவதேயில்லை. குறிப்பாக பெண்கள், குழந்தைகளின் மீது நாம் செலுத்தும் வன்முறையின் அளவானது காவல்துறை மற்றும் ராணுவத்தினரின் வன்முறையை விடவும் அதிகமானது. வன்முறையை ஒரு ருசியாக குழந்தைகளுக்குப் புகட்டிக்கொண்டிருக்கிறோம்.

தஞ்சை சரஸ்வதி மகால் நூலகத்தில் ஒரு ஆய்வுப் பணியின்போது சரபோஜி மன்னர்கள் காலத்தில் வாங்கப்பட்டிருந்த புத்தகங்களில் ஒன்றைப் பார்த்தேன். அது சீனாவில் உள்ள குரூர தண்டனை முறைகளைப் பற்றியது. ஒரு மனிதனை எப்படியெல்லாம் சித்ரவதை செய்ய முடியும், அதற்காக எந்த உபகரணத்தைப் பயன்படுத்துவது, எந்த நிலைகளில் ஒரு மனிதனின் வலி அதிகமாகும், எப்படியெல்லாம் உடல் வதையை உருவாக்கலாம் என்பதைப் பற்றிய விளக்கப் படங்களுடன் உள்ள நூல். கைகளால் புரட்ட முடியவில்லை. ஒவ்வொரு தேசமும் தனது அண்டை தேசத்தின் சிறந்த சித்ரவதை முறைகளை விருப்பத்துடன் ஏற்றுக்கொண்டு செயல்படுத்தியிருக்கிறது.

காலம் காலமாக மனித மனம் வதையை ஒரு கலையைப் போல பயின்று வருகிறது போலும். எத்தனைவிதமான

வேதனைகள், வலிகள். ஒவ்வொரு மனிதனும் தன்னளவில் வன்முறையைப் பிரயோகிக்கத் தனியாக வழிகளை உருவாக்கிக்கொண்டிருக்கிறான் என்றுதான் தெரிகிறது.

கம்ப்யூட்டரும் செல்பேசிகளும் நவீன யுகத்துக்குள் நம்மை அழைத்துப்போய் விட்டிருக்கின்றன. ஆனால், உருவத்தில் எத்தனை நவீனமாக மாறிக்கொண்டிருக்கிறோமோ அதற்கு எதிராக மனதில் கற்கால குகை மனிதனை நோக்கிச் சென்று கொண்டிருக்கிறோம். தென் மாவட்டங்களில் சில ஆண்டுகளுக்கு முன்பாக நடந்த கலவரத்தில் கையில் பெரிய பெரிய கற்களை எடுத்துக்கொண்டு ஒருவர் மீது மற்றவர் தாக்க ஓடுவதை அருகிலிருந்து பார்த்தேன். உண்மையில் நாம் எந்த யுகத்தில் வாழ்கிறோம்? கல்லை ஆயுதமாக வீசியெறியும் குகை மனிதர்களுடன்தானா இத்தனை வருடம் சேர்ந்து வசித்திருக்கிறேன்? குழப்பமாகயிருக்கிறது.

வன்முறை நம் வாழ்வின் பகுதியாகிவிட்டது. அதை விளையாட்டுகளாக மாற்றி நம் குழந்தைகள் களிப்படைகிறார்கள். ஒரு மனிதனை, விலங்கை துரத்தித் துரத்தியடிப்பதுதான் மிக விருப்பமான நகைச்சுவைக் காட்சி. தொலைக்காட்சியில் இதைப் பார்த்துச் சிரிக்காத குழந்தைகளே கிடையாது. 'சத்தம் போடாமல் இருங்கள்' என்று நாம் நாள் முழுவதும் கத்திக்கொண்டிருக்கும்போது குழந்தைகள் எப்படிச் சாந்தமாகயிருக்கும்?

காந்தியின் அஹிம்சையைச் சொல்லும் மூன்று குரங்குகளைப் பார்க்கும்போது மனதில் இப்படியும் தோன்றுகிறது. கெட்ட சேதிகளைக் கேட்கக்கூடாது என்று காதை மூடிக் கொண்டிருக்கும் குரங்கு, உலகின் அத்தனை மோசமான காட்சிகளையும் பார்த்துக்கொண்டிருக்கிறதே... இதுபோலதான் கண்ணை மூடியுள்ள மற்றொரு குரங்கு கோபப் பேச்சுக்களை, வசைகளைக் கேட்டுக்கொண்டிருக்கிறது. வாயை மூடிய குரங்கு - வன்முறைகள், துர்பேச்சுகளை கண்ணை, காதை திறந்து வைத்து நிரப்பிக் கொண்டிருக்கிறது.

'கருணை என்பது கிழங்கின் பெயராக மட்டும் இன்று மிஞ்சிவிட்டது' என்று புதுமைப்பித்தன் ஐம்பது வருடங்களுக்கு முன்பாக எழுதியது நினைவுக்கு வருகிறது.

பசி நேரங்களைத் தவிர, மற்ற வேளைகளில் கானகப் புலிகள்கூட காரணமின்றி எந்த விலங்கையும் தாக்குவதில்லை. நமக்கோ காலம் இடபேதமில்லை. நம்மைவிட பலவீனர்களின் மீது வன்முறையைச் செலுத்துவதற்கு நாம் விருப்பத்துடன் தயாராக இருக்கிறோம்.

ஏனென்றால் நாம் நாகரிகமான மனிதர்கள் இல்லையா?

30

ஏரியின் கண்கள்

நைனிடாலில் உள்ள ஏரி மிகப்பெரியது. அநேகமாக ஊரே ஏரியைச் சுற்றித்தானிருக்கிறது. ஏரியின் நடுவே நைனாதேவியின் கோயில் இருக்கிறது. நான்கு டிகிரி குளிர் இருந்த ஒரு பனிக்காலத்தில் நைனிடாலில் இறங்கியிருந்தேன். அநேகமாக நகரமே நடுங்கிக்கொண்டிருந்தது. விடிகாலை ஆறு மணிக்கு வந்து சேர்ந்திருந்த போதும் வெளிச்சமேயில்லை. புகைமூட்டம் போல எங்கும் குளிர்காற்று.

நான் அணிந்திருந்த கம்பளியாடைகளைத் தாண்டி குளிரால் நுரையீரல் நடுங்கத் துவங்கியது. இந்த ஊரில் தெரிந்தவர்கள் எவருமில்லை. எதற்காக இங்கே வந்திருக்கிறேன் என்று திட்டவட்டமான நோக்கம் எதுவுமில்லை. தாங்க முடியாத குளிரால் வந்த நிமிஷத்திலேயே ஊரைவிட்டுப் போய்விட வேண்டும் போலிருந்தது.

ஜிம் கார்பெட் என்ற பிரசித்திபெற்ற ஆங்கில எழுத்தாளர் வாழ்ந்த ஊர் என்று அவரது சுயசரிதையில் படித்திருக்கிறேன். ஜிம் கார்பெட் இந்தியாவில் வாழ்ந்த சிறந்த ஆங்கில எழுத்தாளர்களில் ஒருவர். வேட்டைக்காரர். குறிப்பாக புலி வேட்டையில் பிரபலமானவர். அவரது கதைகள் பெரும்பாலும் வனவாழ்வைப் பற்றியதாகவே இருக்கும்.

இங்கிலாந்தின் சீதோஷ்ணநிலை போலவேயிருக்கும் நைனிடாலுக்கு வெள்ளைக்காரர்கள் இருநூறு வருடங்களுக்கு முன்பாகவே வந்து குடியேறிவிட்டார்கள். சரிவுகளில் இப்போதும் அவர்களது மரவீடுகளின் கூம்பு வடிவமுள்ள புகைபோக்கிகள் லண்டனை நினைவுபடுத்துகின்றன. ஜிம் கார்பெட்டின் நினைவில்தான் இங்கே வந்திருக்கிறேனா என்று என்னை நானே கேட்டுக்கொண்டபடியே மலையின் சரிவுகளில் இறங்கி நடக்கத் துவங்கினேன்.

எந்தத் திசையில் போவது என்று தெளிவான திட்டம் எதுவுமில்லை. கடைகள் எதுவும் திறந்திருக்கவில்லை. பனிக்காலத்தில் நகரம், நத்தையைப்போல தனக்குள்ளாக சுருண்டு கிடக்கிறது. சாலையில் ஒரிடத்தில் நெருப்பை உண்டாக்கிக்கொண்டு நாலைந்து மனிதர்கள் குளிர்காய்ந்து கொண்டிருந்தார்கள். நெருப்பின் அருகில் அமர்ந்தபோதுதான் நகரில் எவ்வளவு குளிர் இருக்கிறது என்பதையே உணர முடிந்தது. கைகளை நெருப்பருகே காட்டியபோதும் கைகளில் உஷ்ணம் ஏறவேயில்லை. தணலில் கைகளைப் புரட்டிவிட வேண்டும் போலிருந்தது.

அருகிலிருந்தவர்கள் கனத்த கம்பளியால் உடலைச் சுற்றிக்கொண்டு நெருப்புக்கு மிக அருகில் உட்கார்ந்திருந்தார்கள். தளதளவென எரியும் நெருப்பைப் பார்ப்பதற்கே ஆச்சரியமாகயிருந்தது. நெருப்போடு இதற்கு முன்பாக இத்தனை நெருக்கத்தில் இருந்ததேயில்லை. இருள் கலையாத ஒரிடத்தில் நாலைந்து மனிதர்கள் நெருப்பின் முன்னால் அமர்ந்திருக்க, தீயில் குளிர்காய்ந்து கொண்டிருப்பது எங்கோ கற்காலத்தின் குகையில் அமர்ந்திருப்பது போலிருந்தது. பசியும் குளிரும் சேர்ந்துகொண்டு வானம் வெளிவாங்கிவிட்டதா என்று பார்க்கச் செய்து கொண்டிருந்தது.

மெதுவாக காலை விடிந்து இயக்கம் துவங்கியிருந்தது. ஆனாலும் சூரியன் வானில் வரவில்லை. நான் சூடாக இஞ்சி டீ குடித்துவிட்டு அந்த மலை நகரின் தெருவில் நடக்கத் துவங்கினேன். நைனிடாலின் ஏரியைச் சுற்றிலும் படர்ந்திருந்த பனி மெதுவாக விலகிக்கொண்டிருந்தது. அதை ஏரி என்று எப்படி சுருக்கிச் சொல்கிறார்கள் என்று ஆச்சரியமாயிருந்தது. கண்கொள்ள முடியாதபடி விரிந்திருந்த ஏரியில் இருந்த தண்ணீர் சலனமற்றிருந்தது. பகல் துவங்கிய பிறகு நகரம் மெதுவாக இயங்கத் துவங்கியது.

நூறு வருடங்களுக்கு முன்பாக ஜிம் கார்பெட்டின் அப்பா நைனிடாலில் ஒருநபர் தபால் நிலையம் ஒன்றில் வேலை செய்து கொண்டிருந்தார். கார்பெட்டின் வீடும் குடும்பமும் அந்த வீட்டிலேயிருந்தது என்று வாசித்திருக்கிறேன். அதனால் அந்தத் தபால் நிலையம் எங்கேயிருக்கிறது என்று தேடிப் பார்க்க வேண்டும் போலிருந்தது. சூரிய வெளிச்சம் மெதுவாகக் கசிந்து, வானிலிருந்து தரையிறங்கிக் கொண்டிருந்தது.

நூறு வருடங்கள் என்பது எளிதானதில்லையே.. பழைய தபால் நிலையத்திலிருந்து மாறி மாறி புதிய தபால் நிலையம் வந்துவிட்டிருக்கிறது. தபால் நிலைய அதிகாரிக்கு ஏதாவது தெரிந்திருக்கக்கூடுமென அவரிடம் கார்பெட்டைப் பற்றி விசாரித்தேன். அவருக்கு ஜிம் கார்பெட் யாரென்று தெரிந்திருக்கவில்லை. அவர் தயக்கத்துடன் "அவர் தபால் நிலைய ஊழியரா?" என்று கேட்டார். "இல்லை. ஒரு ஆங்கில எழுத்தாளர். புலிவேட்டை பற்றி சிறப்பாக எழுதியவர்" என்று சொன்னேன். தலையசைத்தபடியே நான் அவரது உறவினரா என்று கேட்டார். நான் சிரித்தபடியே "இல்லை. நான் அவரது வாசகன். அவர் எழுதியதிலிருந்து நைனிடாலைப் பார்க்க வேண்டும் என்று ஆசையிருந்தது. அதனால் வந்தேன்" என்றேன்.

அவர் வியப்புடன் "நீங்களும் எழுத்தாளரா?" என்று கேட்டார். என்னைப் பற்றித் தெரிவித்தவுடன் அவர் சந்தோஷத் துடன் தான் இந்த ஊரில் பன்னிரண்டு வருடமாக வேலை செய்து வருவதாகவும் இதற்கு முன்பாக இப்படியொரு எழுத்தாளரை வாசித்துவிட்டு, அதற்காக நைனிடாலுக்கு

வந்த முதல் ஆள் நானாகத்தான் இருக்கக்கூடும் என்று சிரித்தபடி "நைனிடாலைச் சுற்றிப் பார்த்துவிட்டீர்களா?" என்று கேட்டார். நான் "இந்த நகரின் குளிர் எனக்குத் தாங்க முடியவில்லை. நான் ஒரு வெப்ப ரத்தப் பிராணி" என்று சொன்னேன். "மிகப் பழைய தபால் நிலையம் ஒன்று சில மைல்கள் தள்ளியிருக்கிறது" என்றவர், என்னோடு வருவதாகச் சொன்னார். அலுவலகத்திலிருந்த ஒரு பெண்ணிடம் ஏதோ சொல்லிவிட்டுத் தனது பைக்கை எடுத்துக்கொண்டு வெளியே வந்தார்.

நைனிடாலின் சரிவில் அவரோடு பைக்கில் சென்று கொண்டிருந்தேன். வரிசை வரிசையாக பருத்து உயர்ந்த மரங்கள், குளிரில் நிறம் மாறியிருந்த இலைகள், மரக்கதவுகள் இட்ட வீடுகள். காற்றிலிருந்த குளிர், உடலை நடுக்கச் செய்கிறது. கார் பெட்டை மனதுக்குள் திட்டிக்கொண்டே வந்தேன். ஆனாலும் இந்தியாவின் ஏதோவொரு கடைக்கோடி ஊரிலிருந்து வரும் என்னை அழைத்துக்கொண்டு, இப்படித் தன் சொந்தக் காரியத்துக்காக போவதுபோல இத்தனை ஆர்வமாக ஒருவர் என்னோடு வருவது ஆறுதலாயிருந்தது.

நாங்கள் போய் இறங்கிய ஒரு சரிவில் சில வீடுகள் அங்கொன்றும் இங்கொன்றுமாக இருந்தன. ராணுவ அதிகாரிகளின் வீடுகளாயிருக்கக்கூடும். பாதுகாப்பு வீரர்கள் நின்றிருந்தார்கள். பழைய தபால் நிலையத்தில் இப்போதும் சிறிய அலுவலகம் நடந்து வருகிறது. இரண்டு பேர் வேலை செய்து கொண்டிருந்தார்கள். என்னோடு வந்தவர் அவர்களிடம் ஏதோ கேட்டார். அவர்கள் தங்களுக்கும் தெரியாது என்றார்கள். அந்த இடம் கார்பெட்டின் வசிப்பிடமா எனத் தெரியவில்லை.

ஜிம் கார்பெட் கங்கையின் பிரவாகத்தில் பொருட்களை ஒரிடத்திலிருந்து மற்றொரு இடத்துக்குக் கொண்டு செல்லும் போக்குவரத்துக்கான பொறுப்பை ஏற்றுக்கொண்டிருந்தார். இதற்காக அவர் ருத்ரபிரயாகையில் தங்கியிருந்தார் என்று ஏதேதோ சொன்னேன். நண்பர் தனக்கு வேட்டைக்கு அழைத்துச் செல்லும் சிகாரிகள் எனப்படும் உள்ளூர் வேட்டைக்காரர்களில் ஒருவரைத் தெரியும். அவர் இப்போது ஒரு வீட்டின் வாட்ச்மேனாக இருக்கிறார். வேண்டுமானால் அவரைப் பார்க்கலாமா என்றார்.

கார்பெட் வாழ்நாள் முழுவதும் இந்தச் சிகாரிகளுடன்தான் வேட்டையாடியிருக்கிறார். அதனால் நானும் சிகாரியைப் பார்க்கலாம் என்று சொன்னேன். மரங்களுக்குள் நடந்து சிறிய குடியிருப்பு போலிருந்த ஒரு இடத்தை அடைந்தோம். ராணுவ ஜீப்புகளும் லாரிகளும் எங்களைக் கடந்து போய்க் கொண்டிருந்தன.

அந்தச் சிகாரி ஒரு வீட்டின் வாட்ச்மேனாக வேலை பார்த்துக்கொண்டிருந்தார். என்னோடு வந்த நண்பர் என்னைக் காட்டி சிகாரியிடம் ஏதோ சொன்னார். அவர் வணக்கம் தெரிவித்தபடியே தான் நைனிடாலிலேயே பிறந்தவன் என்றும் தான் ஒருபோதும் மிருகங்களைக் கொல்வதில்லை. மாறாக, அது எங்கே இருக்கும், எப்படி ஒளிந்து கொள்ளும் என்று அதன் தடம், வாசம் பார்த்துச் சொல்லிவிடுவதாகவும் அதற்காகத்தான் தன்னை வெள்ளைக்காரர்கள் வேட்டைக்குக் கூட்டிப்போவதாகவும் சொன்னார்.

பிறகு அவராகச் சொல்லிக்கொண்டார். இங்கிருந்த வேட்டைக்காரர்கள், மூர்க்கமான வெள்ளைக்காரர்கள் யாவரையும் நைனாதேவி பார்த்துக்கொண்டிருக்கிறாள் என்றும் அவர்களின் குற்றங்களுக்குரிய தண்டனையை அவளே தந்துவிடுகிறாளெனச் சொல்லியபடி துர்மரணத் துக்குள்ளான பலரைப் பற்றிச் சொல்லிக்கொண்டிருந்தார். நைனிடாலின் ஏரியை நான் பார்த்துவிட்டேனா என்று கேட்டார். நான் தலையசைத்தேன்.

அவர் பயத்துடன் சொன்னார். "அந்த ஏரிக்கு இரண்டு கண்கள் இருக்கின்றன. அது நைனிடாலுக்கு வரும் யாவரையும் பார்த்துக்கொண்டிருக்கிறது. அதன் கண்களுக்குத் தெரியாமல் எங்கேயும் எதுவும் நடந்துவிட முடியாது. அது தான் பார்க்க விரும்பிய மனிதர்களை மட்டும்தான் இந்த ஊருக்கு வரச் செய்கிறது. அந்தக் கண்கள் பளபளப்பாக மின்னிக்கொண்டிருக்கின்றன. தண்ணீரின் கண்களை நாம் பார்க்க முடியாது" என்று சொன்னார். நிஜமோ பொய்யோ வியப்பாக இருந்தது.

பயத்தோடு அவர் சொன்ன வாசகம் ஒரு கவிதையைப் போல இருந்தது. தண்ணீரின் கண்களை நாம் பார்க்க

முடியாது என்பது எவ்வளவு கவித்துவமான உண்மை. நான் மறுபடியும் ஏரியைப் பார்க்க விரும்பினேன். தபால் அலுவலரும் நானும் ஏரியைப் பார்ப்பதற்காகத் திரும்பவும் போனபோது இருட்டத் துவங்கியிருந்தது. இந்த நகருக்கு வந்தவர்களை எல்லாம் ஏரியின் கண்கள் பார்த்திருக்கின்றன என்றால் ஜிம் கார்பெட்டை, அவரது தகப்பனை, முன்னோர்களை என யாவரையும் கண்டிருக்கும்தானே! நான் ஏரியின் முன்னால் கைகளைக் கட்டியபடி நின்றிருந்தேன். ஜிம் கார் பெட்டைப் பார்த்துவிட்டதுபோல சந்தோஷமாயிருந்தது. மின்சார வெளிச்சம் ஒளிரத் துவங்கியிருந்தது. ஏரியின் கண்கள் என்னை பார்ப்பதற்காகத்தான் நைனிடால் வந்திருக்கிறேனா? அந்த நிமிஷத்தில் நைனிடால் என் சொந்த ஊரைப்போல மிக நெருக்கமாயிருந்தது. புத்தகங்கள் வாசிப்பதற்கானவை மட்டுமல்ல, அவை உலகை நோக்கி நம்மை அழைத்துச் செல்லும் சாலைகள் என்பதை அந்த நிமிஷத்தில்தான் தெரிந்து கொண்டேன்.

31
வீட்டுச் செடிகள்

விடுமுறைக்காக ஊருக்குப் புறப்படும் நாளில்தான் வீட்டில் இத்தனை அன்றாட காரியங்கள் நடைபெறுகின்றன என்பதே கண்ணில்படுகிறது. பால்காரனிடம் பாக்கெட் போடவேண்டாம் என்பதில் துவங்கி, மீதமிருந்த காய்கறிகளை யாரிடம் கொடுப்பது, குடிதண்ணீர்க்காரனை எத்தனை நாட்களுக்குப் பிறகு வரவேண்டும் என்று சொல்வது, கூரியர் வந்தால் யாரை வாங்கிவைக்கச் சொல்வது - இப்படிச் சிறியதும் பெரியதுமாக ஒரு வீட்டினுள் அன்றாட வேலைப் பட்டியல் முடிவற்று நீண்டது.

இத்தனை நாட்கள் தண்ணீரில் மிதந்து செல்லும் ஒரு இலைபோல எத்தனை சுதந்திரமாக வீட்டில் இருந்திருக்கிறேன்! ஒரு வீடென்பதில் இத்தனை முடிச்சுகளா என வியப்பாக இருந்தது.

அசைவற்று யாவும் அதனதன் இருப்பிடத்தில் சாஸ்வதம் கொண்டுவிட்டதுபோல, பொருட்கள் நிரம்பியிருந்த வீட்டைப் பெண்கள் எளிதாக ஒரு படுக்கையைச் சுருட்டி மடித்துவிடுவது போல, விருப்பம்போலச் சுருக்கி அடக்கிவிடுகிறார்கள். எந்த வீட்டுக்கும் நிரந்தர மான வடிவம் என்பது இல்லைதானோ?

மின்சார விளக்குகள் அணைக்கப்பட்டுவிட்டனவா? தண்ணீர்க் குழாய் மூடப்பட்டிருக்கிறதா? பின்கதவு இரட்டைத் தாழ் போட்டிருக்கிறதா? இப்படி ஒவ்வொன்றையும் கவனமாகப் பார்த்துச் செய்தபடி, ஊருக்குப் புறப்பட்ட பிறகும் பெண்களின் மனதில், வீட்டின் ஏதோ ஒரு கதவு திறந்து கிடப்பதுபோலவே இருந்துகொண்டிருக்கிறது. எங்கேயிருந்த போதும் பெண்களின் தினசரி பேச்சில், செயல்களில் வீடு ஒரு கதாபாத்திரமாகி விடுகிறது.

விடுமுறைக்காக குடும்பத்தோடு ஊருக்குப் போயிருந்தேன். விருந்தும் களிப்புமாக நாட்கள் கடந்துபோனதே தெரியாத ஒரு காலையில், பையன் தூங்கி எழுந்து வந்து யோசனையுடன் என்னிடம் கேட்டான்.

"அப்பா, நாம செடியை வீட்டுல அப்படியே விட்டுட்டு வந்துட்டோமே, அதுக்கு யாரு தண்ணி ஊத்துவா?"

சட்டென ஒரு நிமிஷம் அதிர்ச்சியாக இருந்தது. இத்தனை பரபரப்பில் அதைக் கவனிக்கேயில்லையே. வீட்டு பால்கனியில் இரண்டு குரோட்டன்ஸ் செடிகள் இருந்தன. அவை இரண்டும் தியான புத்தர் சிலைகளைப்போல அமைதியாக ஒரு ஓரத்தில். ஒடுங்கியிருந்தன.

எப்போதாவது இலை அசைவதை வைத்துத்தான் அவை செடிகள் என்ற உண்மையே தெரியவரும். பைக்கைப் பூட்டுவதற்கு இருந்த கவனம், தொட்டிச் செடிகளுக்குத் தண்ணீர் ஊற்ற என்ன செய்வது என்று ஏன் தோன்றவே இல்லை? அவசரமாக என் மனைவியைக் கூப்பிட்டுக் கேட்டேன்.

"தொட்டிச் செடிகளுக்குத் தண்ணீர் ஊற்ற மறந்து விட்டோமே" - அவளுக்கும் இப்போதுதான் நினைவு வந்தது போலச் சொன்னாள்.

"கவனிக்கவே இல்லை. கீழ் வீட்டில் வெச்சுட்டு வந்திருந்தா அவங்க தண்ணீர் ஊற்றியிருப்பாங்களே" என்றபடி வேறு பேச்சில் கலந்து போய்விட்டாள். மனதின் ஒரு மூலையில் இலைகள் வெளிறிக்கொண்டு வருவது தெரியத் துவங்கியது.

இரண்டு வாரமாகிவிட்டது. நிச்சயம் செடி வாடியிருக்கும். அது நம்மைப்போலத் தனது தேவைகளுக்காகக் குரல் எழுப்பாது. தன்னை கவனிக்கவில்லையே என்று புகார் சொல்லாது.

தன்னை வியந்து பார்க்கிறார்களே என்று கர்வம்கொள்ளாது. வீட்டுச் செடியாக இருப்பது ஒருவிதமான தண்டிக்கப்பட்ட நிலைதானோ?

வீட்டுச் செடிகள் நம் கருணையில்தான் வாழ்ந்து கொண்டிருக் கின்றன. எவ்வளவு சுயநலமான காரியமிது. கிராமத்தில் வீட்டைச் சுற்றிலும் தானே வளர்ந்துகொண்டிருக்கும் தும்பைச் செடிகளுக்கு இருக்கும் சுதந்திரம்கூட வீட்டுச் செடிகளுக்கு இல்லையே?

நம் ஆசைகளுக்காக மிருகங்கள், தாவரங்கள் என எதையும் நம் விருப்பப்படி வளர்க்கவும் தேவைக்கு ஏற்பப் பயன்படுத்திக் கொள்ளவும் தயங்குவதேயில்லை.

உடனே வீட்டுக்குப் புறப்பட்டுப் போய்விட வேண்டும் என்ற மனநிலை உண்டானது. உறக்கத்திலும்கூட இரண்டு செடிகள் தொலைவில் நிசப்தமாகத் தலை கவிழ்ந்திருப்பதாக காட்சிகள் உருவாகி, எனக்குள் குற்ற உணர்ச்சியை ஏற்படுத்திக் கொண்டிருந்தன.

வீடு வந்து சேர்ந்து கதவைத் திறந்ததும் முதலாக பால்கனிக்குச் சென்றபோது, செடி வாடி தொங்கிப்போயிருந்தது. இலைகள் பச்சை நிறம் மாறி பழுத்துக் கறுமையேறியிருந்தன. கோடையின் உக்கிரத்தில் வேரடி மண்கூட உலர்ந்து வெடிப்பேறியிருந்தது.

செடியில் துளி ஈரமில்லை. அவசரமாக ஒரு வாளியில் தண்ணீர் கொண்டுவந்து ஊற்றிப் பார்த்தேன். செடி துளிர்க்கவேயில்லை. செடியைச் சுற்றிலும் உதிர்ந்த இலைகள் சருகுகளாகியிருந்தன. எதற்காக ஒரு செடியை வாங்கி வந்தேன்?

எஸ்.ராமகிருஷ்ணன்

என்ன கிடைக்கிறது அதைப் பார்த்துக் கொண்டிருக்கும் போது?

ஊரில் இருந்தவரை செடி வைத்துப் பார்க்க வேண்டும் என்ற ஆசை உண்டாகவே இல்லை. அங்கே வீட்டைச் சுற்றிலும் ஏதேதோ பெயர் தெரியாத செடிகள் தானே முளைக்கின்றன, அழிந்துவிடுகின்றன.

நடைபாதை ஓரங்களில்கூட சில நேரம் அடர்சிவப்பில், மஞ்சளில் பூக்கள் அரும்பியிருப்பதைக் கண்டிருக்கிறேன். அவை என்ன பூக்கள் என்று பெயர்கூடத் தெரியாது. ஆனால், உலகுக்கு வந்திருக்கும் புதிய விருந்தாளியைப்போல, காலை வெயிலில் அவை மினுங்கிக்கொண்டு நிற்பதைக் காணும் போது சந்தோஷமாயிருக்கும்.

நகர வாழ்வில் செடி வளர்ப்பது, தோட்டமிடுவது யாவும் அந்தஸ்தின் சின்னமாகிவிட்டது. பெரிய தோட்டம் உள்ள வீடு என்பது நாகரிகத்தின் உச்சமாகக் கருதப்படுகிறது. நம் மன நெருக்கடியிலிருந்து தப்பிப்பதற்குத் தாவரங்களை சாந்தப்படுத்தும் சாதனமாகப் பயன்படுத்தத் துவங்கிவிட்டோம்.

அலுவலகங்களில், வீடுகளில், உணவு விடுதிகளில் அலங்காரப் பொருளைப்போல தொட்டிச் செடிகள் நிற்கின்றன. அந்தச் செடிகளும் சங்கீதம் கேட்கின்றன, துடைத்து எறியப்படும் காகிதம்போலத் தேவை முடிந்ததும் அப்புறப்படுத்தப்பட்டு விடுகின்றன.

விஸ்தாரமான காடுகளை, நூற்றாண்டுகளைக் கடந்துவிட்ட மரங்களை நம் சொந்த லாபங்களுக்காக அழித்தொழித்துவிட்டு, அவரவர் வீடுகளில் தொட்டிச் செடிகள் வைத்து ஆறுதல் கொள்வது வேடிக்கையாக இல்லையே?

நம் குழந்தைகள் கானகத்தைக் கண்டதேயில்லை. இயற்கையை அவர்கள் தொட்டிச்செடி போலத்தான் தெரிந்து வைத்திருக்கிறார்கள். இயற்கையின் பிரமாண்டம், அவர்கள் கண்களில் விழவேயில்லை. பெரியவர்களே இன்னமும் காட்டையும் அதன் ஒளி தரையிறங்க முடியாத அடர்ந்த வெளியையும் காணாதபோது, குழந்தைகளைச் சொல்லி என்ன செய்வது?

சில வருடங்களுக்கு முன் மேற்குத் தொடர்ச்சி மலையின் அடர்ந்த வனப் பகுதியிலிருந்த ஒரு தங்கும் விடுதியில் சில நாட்கள் இருந்தேன். அந்த விடுதிக்கு மழைக்காலத்தில் வருபவர்கள் மிகவும் குறைவு. மேலும், ஒருமுறை கானகத்தினுள் வந்துவிட்டால் போக்குவரத்து அரிது என்பதால், வெளியேற சில நாட்கள் தேவைப்படும்.

மழைக்காலம் முடிந்த நேரமது. காட்டின் நிறமே மாறியிருந்தது. காடு பற்றிய முதல் உணர்வே அதன் பிரமாண்டமான நிசப்தம்தான். இவ்வளவு மரங்களும் விலங்குகளும் இருந்தபோதும் காடு எப்போதும் நிசப்தமாகவே இருந்தது. மழையின் சத்தம்கூட நாம் கேட்டறியாத மந்திரம் போலவே ஒலிக்கிறது.

கானகத்துக்குள் மூலிகைச் செடிகளைப் பறிப்பதற்காக ஒரு கிழவன் இரவில் வருவான். அவன் விடுதியில் தங்கியிருந்து விட்டு, பின்னிரவின் வெளிச்சத்தில் காட்டுக்குள் செல்வான். அவனோடு நடந்து போயிருக்கிறேன். அவன் பாம்பு ஊர்வது போலச் சத்தமில்லாமல் நடந்து போகிறவனாக இருந்தான்.

ஒரு செடியைப் பறிப்பதற்கு முன்பாக அதைப் பார்த்துக் கொண்டே இருப்பான். அவனது உதடு எதையோ முணுமுணுத்துக் கொண்டிருக்கும். பிறகு பறித்து மூங்கில் பெட்டியில் போட்டுக்கொள்வான். ஏதாவது ஒரு செடியை விரல் நீட்டிக் காட்டினாலோ, ஒரு இலையைப் பறித்தாலோ அவனுக்குக் கோபம் வந்துவிடும்.

ஆத்திரத்துடன் முகத்தைச் சுழித்தபடி, 'அப்படிச் செய்யாதே' என்று சைகையில் எச்சரிப்பான். விடுதிக்குத் திரும்பிய பிறகு, அவனிடம் "ஒவ்வொரு செடியையும் பறிப்பதற்கு முன்பாக எதையோ முணுமுணுப்பது எதற்காக?" என்று கேட்டேன்.

செடியிடம் அதைப் பறிப்பதற்காகத் தான் அனுமதி கேட்டதாகச் சொன்னபடி, "காட்டுக்குள் ஒருபோதும் செடியை நோக்கி விரலைக் காட்டாதே. செடி ஒடுங்கிப்போய்விடும். பிறகு அதை மருந்தாக அரைக்க முடியாது.

உனக்கு ஆசையாக இருந்தால் பார்த்துவிட்டுப் போய்விடு. தேவையில்லாமல் பறிக்காதே. சும்மா போகிற ஒருவன்,

அழகாயிருக்கிறாயே என்று உன் விரலை ஒடித்துவிட்டுப் போனால் எப்படியிருக்கும், புரிகிறதா?" என்றான்.

அப்போது, காட்டைவிடவும் கானகவாசி மர்மமானவன் என்று தோன்றியது. வீட்டுச் செடிகள் வேண்டுமானால் நம் கருணையில் இருக்கலாம். ஆனால், நாம் நிஜத்தில் இயற்கையின் பெருங்கருணையால்தான் ஜீவித்திருக்கிறோம்.

நாம் உணவாகக் கொள்ளும் கீரைகள், காய்கறிகள், பழங்கள், தானியங்கள், தூய காற்று யாவும் இயற்கை தந்து கொண்டேயிருக்கும் நன்றி செலுத்த முடியாத தானமல்லவா? நம் உடலென்பது தாவரங்களின் சாரம்தானே!

வாடிப்போன செடியை அப்புறப்படுத்திவிட்டு, தொட்டி மட்டும் உலர்ந்த மண்ணோடு அதே பால்கனியில் இருந்து கொண்டிருக்கிறது. அதைப் பார்க்கும்போது கண்கள் தானே செடியைத் தேடுகின்றன. இதைக் கவனித்தவளைப்போல மனைவி சொன்னாள் -

"தொட்டியைச் சும்மா ஏன் பார்த்துக்கிட்டிருக்கீங்க? நாமளே தொட்டிச் செடி மாதிரிதானே இங்கே இருக்கோம்? கை, காலை ஆட்டி நடக்கிற இடமில்லை. குடிக்கத் தண்ணி இல்லை. நல்ல காற்று இல்லை. சிட்டியில் எல்லாம் ஒண்ணுதான்"

எதிர்காலம் பற்றிய பயத்துடனும் கனவுகளுடனும் இருப்பிடத்தில் இருந்தபடியே உலகைப் பார்த்துக்கொண்டு, அவ்வப்போது நம் இயலாமைக் குரலை எழுப்பவும் செய்யும் தொட்டிச் செடிகள்தான் நாம் என்பது மட்டும்தான் நமக்கிருக்கும் ஒரே ஆறுதல். நிஜம்தானே!

■

32
நிழல் பேச்சு

உலகமெங்கும் மிக வேகமாக ஊடுருவக் கூடியதும் எளிதில் குணப்படுத்த முடியாததுமான ஒரு வியாதி பரவி வருகிறது. அது நம் வீட்டுக்குள், அலுவலகங்களில், பொது இடங்களில், பள்ளி, கோயில்களில் என எங்கும் பீடித்துக்கொண்டிருக்கிறது.

நம்மை அறியாமலே நாம் அந்த வியாதியை வளர்க்கவும் ஒருவருக்கொருவர் வெளிப்படுத்தவும் துவங்கியிருக்கிறோம். அந்த வியாதியின் பெயர் 'வெறுப்பு'. அதாவது துவேஷம்!

நம் காலகட்டத்தின் மிக மோசமான நோய், மனிதனை மனிதன் வெறுப்பதுதான். மனிதத் துவேஷம்தான் உலகில் தீர்க்கப்படவே முடியாத பெரிய நோய். இந்த நோய் நம்மைப் பற்றிக்கொள்வதற்கு, நமக்குத் தெரியாமலேயே இடம் கொடுக்கிறோம். விதைகளைத் தூவுவதுபோல, நமது அன்றாடப் பேச்சில்,

எஸ்.ராமகிருஷ்ணன்

செயல்களில் வெறுப்பைத் தூவிவிட்டுக் கொண்டே இருக்கிறோம்.

நம் வெறுப்பின் பட்டியல் முடிவற்று வளர்ந்துகொண்டே போகிறது. சத்தமாக ஒருவர் சிரிப்பதை, கூட்டமாக கல்லூரி மாணவர்கள் அரட்டையடிப்பதை, சாலையில் பெண்கள் வாகனம் ஓட்டுவதை என எதன்மீதும் நமது துவேஷத்தைக் கக்கிக்கொண்டிருக்கிறோம். வயது வேறுபாடின்றிப் பகிர்ந்து கொள்கிறோம்.

சில நாட்களுக்கு முன்பாகக் குழந்தைகளுக்கான மாற்றுக் கல்விமுறை பற்றிய ஒரு பயிலரங்கத்துக்குச் சென்றிருந்தேன்.

பங்கேற்பாளர்களில் ஒருவர், கிராமப் பள்ளி மாணவர் களிடம் 'தீவிரவாதி என்பவன் எப்படியிருப்பான் தெரியுமா?' என்று கேட்டதற்கு, அவர்களில் பெரும்பான்மையானவர்கள் 'தீவிரவாதி குண்டாக இருப்பான். தாடி வைத்திருப்பான். அவன் ஊமைபோல அமைதியாக இருப்பான்' என்று பதில் சொன்னார்களாம்.

இந்த மூன்று சித்திரங்களுக்குப் பொருந்தக்கூடிய யாராக யிருந்தாலும் அவர்கள் தீவிரவாதிகள்தானா? முன்பின் பார்த்திராத ஒரு மனிதனைப் பற்றி இவ்வளவு துல்லியமாக ஒரு சித்திரம் குழந்தைகளின் மனதில் எப்படி உருவானது?

இதுபோலவே, நடேசன் பூங்காவில் ஒரு மாலையில் இரு முதியவர்கள் பேசிக்கொண்டிருப்பதைக் கேட்டேன். சதாம் உசேன் பிடிபட்டதைப் பற்றிப் பேசிக்கொண்டிருந்தார்கள். "சதாமை எல்லாம் அப்படியே வெட்டிப் போடணும் சார்" என ஒருவரும், "இல்லை சார், பப்ளிக்ல அவனைத் தூக்குல போடணும் சார்!" என மற்ற வரும் பேசிக் கொண்டிருந்தார்கள்.

எதற்காக ஒருபோதும் பரிச்சயம் இல்லாத ஒரு மனிதன் மீது இத்தனை துவேஷம்? இராக்கில் என்ன நடக்கிறது என்று தெரியுமா? உங்களில் யாரோ ஒருவர் அந்த யுத்தத்தால் நேரடியாக, மறைமுகமாகப் பாதிக்கப்பட்டிருக்கிறாரா? இல்லை, சதாம் உசேன் மீது தனிப்பட்ட கோபம் ஏதேனும் இருக்கிறதா? எதுவுமில்லையே!

நேரடியாக நமக்குக் கொஞ்சமும் பரிச்சயமில்லாத, ஊடகங்கள் உருவாக்கிய செய்திகளில் உருவான மனிதர்கள் மீது நமது அதிகபட்ச கசப்பை உமிழத் துவங்கியிருக்கிறோம்.

இந்த வியாதி ஊடகங்களிலிருந்து பரவி, நமது தெருக்களில், வீடுகளில் நிரம்பிவிட்டது. அண்டை வீட்டுக்காரனை மட்டுமல்ல, ஆயிரம் மைலுக்கு அப்பால் ஏதோ தேசங்களில் இருப்பவனைக்கூடக் காரணமில்லாமல் பிடிக்காமல் போய்விடுகிறது. ஒரு மனிதன் சந்தோஷமாக இருப்பது, ஏனோ இன்னொரு மனிதனுக்கு வெறுப்பாக வளர்ந்துவிடுகிறது.

வெறுப்பு, உலகின் வர்ணங்கள் யாவற்றையும் அழித்துவிடக் கூடியது. எல்லா ருசிகளையும் மழுங்கடித்து விடக்கூடியது. பிடிக்காத மனது வளர வளர பொருட்கள், வீடுகள், சுற்றுப்புறம் என யாவும் பிடிக்காதவை ஆகிவிடுகின்றன. ஒவ்வொரு மனிதனும் தன்னளவில் ஒரு வெறுப்பின் பட்டியலைக் கொண்டிருக்கிறான்.

பகையும் வெறுப்பும் ஒன்றல்ல. பகை எப்போதும் உறவுள்ள இருவருக்கே ஏற்படுகிறது. முறிந்துபோன உறவின் பெயர்தான் பகை. அறியாத மனிதனோடு எவரும் பகைகொள்வது இல்லை. ஆனால், வெறுப்பு - இயலாமையின் குழந்தை.

ஏதோவொரு இயலாமைதான் வெறுப்பை வளர்க்கத் துவங்குகிறது. இயலாமை எப்போதுமே அவமானத்தைத் தனது தோழனாகக் கொண்டிருக்கிறது. எனவே, அவமானமும் இயலாமையும் ஒன்று சேரும்போது, வெறுப்பு எரிதழல்போல உக்கிரமாகிறது.

ஒவ்வொரு வீடும் தனது உறவில் யாரோ ஒரு குடும்பத்தை வாழ்நாள் முழுவதும் வெறுத்துக்கொண்டிருக்கிறது. அதை நான் பல இடங்களில் கண்டிருக்கிறேன்.

ஆடித் திருவிழாவுக்காக ஒருமுறை நண்பர்களில் ஒருவரின் பூர்வீக கிராமத்துக்குப் போயிருந்தேன். அவர்களது வீடு, தெருவின் நடுவில் இருந்தது. தெருவில் இறங்கி நேரடியாக நுழைந்துவிடாமல், ஒரு சந்துக்குள் நுழைந்து, அடுத்த தெரு வழியாக அவரது வீட்டுக்குச் சென்றோம்.

"எதற்காக இப்படி?" என்று கேட்டதற்கு, "வழியில் ஒரு வேண்டாத வீடு இருக்கிறது. அவங்க முகத்துல பட்டுடக் கூடாது" என்றார். ஆச்சரியமாக இருந்தது.

ஒரே தெருவில் நான்கு வீடுகள் தள்ளியிருக்கும் ஒரு குடும்பத்தின் கண்களுக்குப் பயந்து, அடுத்த தெரு சுற்றிப் போகுமளவு என்ன நடந்தது? "அது யாருடைய வீடு?" என்று நண்பரைக் கேட்டேன்.

"தாய்மாமா வீடு" என்றார். அன்றிரவு திருவிழாவில் சாமி வீடு வீடாக வந்துகொண்டிருந்தது. நண்பரின் வீட்டுப் பெண்கள் வாசலையொட்டி ஒளிந்து நின்றபடி, சாமி வருகிறதா என்று பார்த்துக்கொண்டிருந்தார்கள்.

காரணம் - வெளியே வந்தால் தாய்மாமாவின் வீட்டார் தெருவில் நிற்கக்கூடும் என்பதாகத்தானிருக்கும் என்று தெரிந்தது. "ஒருவருக்கு ஒருவர் முகம் பார்த்துக்கூட பத்து வருஷத்துக்கு மேலாகிவிட்டது" என்றார்கள்.

நண்பரின் வீட்டில் இருந்த நான்கைந்து வயதுச் சிறுவர்கள் கூட, தெருவில் அந்த வீட்டு ஆட்கள் எவரையாவது பார்த்து விட்டால், தலையை அண்ணாந்துகொண்டு எதையும் பார்க்காததுபோல நடந்து போவார்களாம்!

இரவில் நாடகம் நடக்கிற இடத்தில், கையில் ஒரு குழந்தையை வைத்துக்கொண்டு, எங்களையே பார்த்துக் கொண்டிருந்த ஒரு பெண்ணைப் பார்த்தேன். அந்தப் பெண் எங்களை உன்னிப்பாகக் கவனிப்பதை நண்பரிடம் சொன்னபோது, அவர் திரும்பிப் பார்க்கவே இல்லை!

"யாரது?" என்று கேட்டதும் "அது எங்க பெரியக்கா" என்றார். சொந்த சகோதரியைத் திரும்பிப் பார்க்கக்கூட முடியாதபடி என்ன வெறுப்பு? நாடகம் முடிந்த பிறகு இருவரும் மைதானத்தில் உட்கார்ந்தபடி, அவர்களின் குடும்பக் கதையைப் பேசிக்கொண்டிருந்தோம்.

தாய்மாமாவின் பையனுக்கு அக்காவை மணம் முடித்துக் கொடுத்திருக்கிறார்கள். திருமண நாளில் சம்பிரதாய முறையில் ஏதோ குறைபாடு என்று இரண்டு குடும்பத்துக்கும் பேச்சு

வார்த்தை முற்றி அடிதடியாகிவிட்டது. அன்றே அவர்களின் அக்கா, தங்கள் வீட்டைப் பிரிந்து மாமா வீட்டோடு ஒன்றாகிவிட்டார். பேச்சுவார்த்தை கிடையாது.

ஆனால், பத்து வருஷமாக மாமா வீட்டார் அவர்களை ஊரைவிட்டு வெளியேற்றவும் இவர்கள் மாமா வீட்டை ஊரைவிட்டு வெளியேற்றவும் ஏதேதோ காரியங்களைச் செய்து, பரஸ்பரம் வெறுப்பை வளர்த்து வந்துவிட்டதாகச் சொல்லியபடி, "ஒரு காக்கா எங்க வீட்டுல இருந்து எழும்புத் துண்டைக் கொண்டுபோய் அவங்க வீட்டுல போட்டுச்சுன்னு, பக்கத்துல காக்கா நிக்குற புளிய மரத்துக்கே எங்க மாமா தீ வெச்சுட்டாரு. அவ்வளவு குரோதம்! இது இன்னும் நூறு வருஷமானாலும் தீராது!" என்றார்.

காலில் முள் முறிந்து வலியேறிக் கொண்டிருப்பதுபோல், அவர்கள் கடந்த காலத்தின் ஒரு சம்பவத்தை மனதில் ஊறவிட்டுக்கொண்டே இருக்கிறார்கள். வெறுப்பு ஒரு தாரைபோலப் பிசுபிசுப்புடன் அவர்கள் தெரு முழுவதும் ஓடிக்கிடப்பதைக் காண முடிந்தது.

அந்த வெறுப்பிலாவது குடும்ப உறவும் அதன் அவமானமும் புரிகிறது. ஆனால், நாம் எந்தக் காரணமும் இல்லாமல் ஒருவனைத் தூக்கில் போடவேண்டும் என்று வற்புறுத்தவும், தாடி வைத்தவர்கள் யாவரும் தீவிரவாதிகள் என உறுதியாக அடையாளம் காட்டவும் எப்படி உருமாறினோம்?

எது நம்மிடையே இத்தனை குரோதத்தை வளர்க்கிறது? உண்மையில் நாம் வெறுப்பை விலை கொடுத்து வாங்கி, நமக்குள் நிரப்பிக்கொள்கிறோம் என்றுதான் தோன்றுகிறது.

ஊடகங்களில் பெரும் பான்மையானவை தனது விருப்பத்தைத்தான் உலகின் முடிவான உண்மைபோல வெளியிடுகிறது. வெறுப்பை எப்படி வெளிப்படுத்த வேண்டும் என்று கற்றுத் தருகிறது. வெறுப்பு மனதளவில் நின்றுவிட்டால்கூட ஆதாயமற்றுப் போய்விடும் என்று அதைச் செயல்படுத்தும் ஆயுதங்களைத் தயாரித்துத் தருகிறது.

மனித வெறுப்பிலிருந்து எப்படி நம் குழந்தைகளைக் காப்பாற்றுவது?

எஸ்.ராமகிருஷ்ணன்

ருஷ்யக் கதையொன்று நினைவுக்கு வருகிறது. வாழ்நாள் முழுவதும் அடுத்தவர்களை வேதனைப்படுத்திக்கொண்டே இருந்த வியாபாரியின் மனைவி ஒருத்தி இருந்தாள். வயதாகி அவள் ஒரு நாளில் இறந்து போனாள். அவளை நரகத்தில் தூக்கிப் போட்டார்கள்.

ஆனால், 'அது தவறு' என்று ஒரு தேவதை அவளுக்காகக் கடவுளிடம் வாதாடினாள். 'அவள் ஒரு நாள் பசியோடு வந்த பிச்சைக்காரனுக்கு ஒரு முழு வெங்காயத்தைத் தானம் செய்திருக்கிறாள். அவனும் சாப்பிடும்போது அவளை மனதார வாழ்த்தியிருக்கிறான். அதைக் கணக்கில் எடுத்துக்கொண்டு, அவளை ஒரு நாளாவது சொர்க்கத்தில் தங்க அனுமதிக்க வேண்டும்' என்றாள்.

கடவுளும் 'சரி, ஒரு வெங்காயத்தைத்தானே தானமாகத் தந்தாள். நரகக் குழிக்குள் ஒரு வெங்காயத்தை உள்ளே விடுங்கள். அதைப் பிடித்துக்கொண்டு அவள் மேலே வரமுடிந்தால், சொர்க்கத்தில் நிச்சயம் இடம் தருகிறேன்' என்றார்.

அதன்படியே, நரகத்தில் ஒரு முழு வெங்காயச் செடியை உள்ளே விட்டு, 'அதைப் பிடித்துக் கொள். மேலே தூக்கி விடுகிறேன்' என்றாள் தேவதை.

வியாபாரியின் மனைவி இரண்டு கைகளாலும் வெங்காயச் செடியைப் பிடித்துக்கொண்டு, 'சொர்க்கத்துக்குப் போக ஆசைப்படுகிறவர்கள் யாராக இருந்தாலும் என் காலைப் பிடித்துக்கொள்ளுங்கள். அதற்கான கட்டணத்தைச் சொர்க்கத்தில் வந்து வாங்கிக்கொள்கிறேன்' என்றாள்.

நரகத்தில் இருந்த பலரும் ஒருவர் காலை மற்றவர் பிடித்துத் தொங்கத் துவங்கினார்கள். தேவதை வெங்காயத்தைத் தூக்கும்போது, எடை தாங்க முடியாமல் அறுந்துவிடவே... தேவதை உள்ளிட்ட யாவரும் நரகக் குழியினுள் விழுந்து போனார்கள்.

பசியோடுள்ள ஒருவனுக்கு அன்போடு ஒரு வெங்காயத்தைத் தானமாகத் தந்தால்கூட, சொர்க்கத்தில் இடம் கிடைக்கக்கூடும். ஆனால், உங்கள் எண்ணத்தில் கசடு நிரம்பிவிட்டால் நீங்கள்

மட்டுமல்ல, உடன் இருப்பவர்களையும் ஏன், மீட்க வந்த தேவதையையக்கூட நரகத்தில் புதைத்துவிடுவீர்கள் என்கிறது இந்தக் கதை.

கடுங்கோடையில் ஒருவனுக்கு மரத்தின் நிழல் தரும் குளிர்ச்சியைப் போன்றதுதான் கடவுள் என்கிறது, மூவர் தேவாரம். நிழல் தருவது மரத்தின் சுபாவம். நம் நிழல் எவருக்காவது பிரயோஜனப்படுகிறதா என்ன?

33.

கனவின் தாழ்வாரம்

நண்பர்கள் யாவரும் ஒன்று கூடும் நாட்கள் அபூர்வமாகவே நேர்கிறது. ஒவ்வொருவரும் ஓர் ஊரில், ஒரு வேலையில் என ஆனபோதும் சந்தித்த மறுநிமிஷம் யாவும் கரைந்து போகத் துவங்கி, காலம் தானே பின் நகர்ந்து போய்விடுகிறது.

நட்போடு வயதும் சேர்ந்து வளர்ந்திருக்கிறது என்பது நினைவிலேயே இல்லை. சந்தித்துப் பழகி, சுற்றிய நாட்களின் வயதே இப்போதும் இருப்பது போலிருக்கிறது.

சந்தித்த சில மணிநேரம் நல்விசாரிப்புகள், சொந்த விஷயங்கள், அன்றாடப் பேச்சுக்கள் உருவாகி முன் பின்னாக வளர்ந்து, ஏதோவொரு புள்ளியில் மறைந்த பிறகு ஒரு மௌனம் ஏற்படத் துவங்கும். பின்பு மெதுவாக ரகசியப் பேச்சு துவங்குகிறது.

எப்போதும் போலவே நீண்ட இரவைப் பற்றிய கவனமேயின்றி பேச்சு விரிந்தோடி, ஒரு சுழியில் பிரவேசிப்பதுபோல காதலித்த, காதலிக்க ஆசைப்பட்ட பெண்களைப் பற்றியதாக வளையமிடத் துவங்கியவுடன், மனதின் ஏதோவொரு மூலையில் இருந்து புகை கசிந்து வருவதுபோல விருப்பமான பெண் வெளிப்படத் துவங்கிவிடுகிறாள். அவளைப் பார்த்த நிமிஷம், பார்த்த இடம் என சித்திரம் மெதுவாக உருப்பெறத் துவங்கி சடசடவென முழுதாகிவிடுகிறது.

காகம் தண்ணீர் குடிப்பதற்காக கல்லை ஒவ்வொன்றாக மேலே போட்டு, தண்ணீரைப் பானையடியிலிருந்து மேலே கொண்டுவந்த கதைபோல், எங்கள் நண்பன் ஒருவனின் காதல் நினைவுகளை மற்ற யாவரும் ஒவ்வொன்றாக நினைவுபடுத்தி சொல்லச் சொல்ல, உணர்ச்சி மீறிய நிலையில் அவன் அடைய முடியாமல் போன பெண்ணிற்காக அழுதுவிடுவது அநேக சந்தர்ப்பங்களில் நடந்திருக்கிறது.

ஆனால், அந்த அழுகை கண்களில் இருந்து உருவானதில்லை. மனதின் ஏதோவொரு ஆழத்தில் சுனை கசிந்து பீறிட்டு கண்கள் வழியாக வெளியாகின்றது. அது ஒரு சப்தமற்ற அழுகை. அதன்பிறகு பெண்களைப் பற்றிய ரகசியப்பேச்சு முடிவுக்கு வந்துவிடும். மெதுவாக ஒவ்வொருவரும் மணியைப் பார்க்கத் துவங்குவதோ, பின்னிரவின் நட்சத்திரங்களைப் பார்த்துக்கொண்டிருப்பதோ நடைபெறும். கலைந்து அவரவர் படுக்கைக்குத் திரும்புவோம்.

அது போன்ற நாட்களில் கனவுகள் வருவதில்லை. சிலவேளைகள் உறக்கம் வராமல் புரண்டுகொண்டே மனது கடந்து போன விஷயங்களைப் புரட்டிக்கொண்டிருக்கும். இருபது வயது என்பதே கனவின் தாழ்வாரம்தானோ? பகலும் இரவும் கனவால்தான் அப்போது நிரம்பியிருந்தது. காதலித்துத் தோல்வியடைந்தவர்களைவிடவும் காதலை வெளிப்படுத்தாமல் தோல்வியடைந்தவர்கள்தான் அதிகம். நண்பர்களில் ஒருவன் ஒரு பெண்ணை விரும்பத் துவங்கியிருந்தான்.

அவள் பெயர் நிர்மலா. அருகில் உள்ள ஊரிலிருந்து வந்து பார்மஸி டிப்ளமோ படித்துக்கொண்டிருந்தாள். நெளிநெளியான கூந்தல் கொண்டவள்.

ஒரு நட்பு உருவாவதற்கு ஏதோவொரு காரணம் இருக்கக்கூடும். ஆனால், ஒரு பெண்ணிடம் காதல் கொள்வதற்கு எந்தக் காரணமும் அவசியமில்லை போலும். நண்பன் சட்டென ஒரு நாளில் எங்களுக்கு நிர்மலாவைக் காட்டி, அவளைத் தான் காதலிக்கத் துவங்கியிருப்பதாகச் சொன்னான். அநேகமாக இப்படி ஒவ்வொருவனும் ஒரு பெண்ணை அவ்வப்போது காட்டுவதும் பிறகு ஏதோ ஒரு காரணத்தால் அந்தக் காதல் விலகிப்போக, அடுத்த பெண் மீதான விருப்பம் உண்டாவதும் இயல்பாக நடக்கும்.

ஆனால், எங்கள் நண்பன் நிர்மலாவைத் தீவிரமாகக் காதலிக்கத் துவங்கி, அதிலேயே நின்றுகொண்டிருந்தான். அவளோ அப்படியொருவன் தன்னைக் காதலித்துக் கொண்டிருக்கிறான் என்ற உண்மையை அறிந்துகொள்ளாமலே மருந்தியல் களஞ்சியத்திலே மூழ்கிக் கிடந்தாள். அநேகமாக அந்த நாட்களில் இரவுப் பேச்சு முழுவதும் பெண்கள் மட்டுமே நிரம்பியிருந்தார்கள்.

ஒரு இரவுப் பேச்சு நீண்டுபோய், நண்பன் தான் காதலிப்பவளை, தூங்கி எழுவது முதல் அவள் வீட்டிலிருந்து புறப்பட்டு கல்லூரிக்கு வந்து மாலையில் திரும்பவும் வீடுபோய் இரவு உறங்கும்வரை பார்த்துக்கொண்டே இருக்க வேண்டும் என்று ஆசைப்பட்டான்.

பைத்தியக்காரத்தனம் என்று ஒருவர்கூட மறுக்கவில்லை. யாரும் செய்யாத அதிசயம் என்பதுபோல இதை எப்படி நிறைவேற்றுவது என்பதைப் பற்றி திட்டமிடத் துவங்கினோம்.

தன்னோடு ஒரேயொரு ஆள் மட்டும் வந்தால்போதும் என்றான் நண்பன். நானும் அவனுமாக இரவு அவளது ஊருக்குப்போய் இறங்கும்போது தெருவே இருண்டு கிடந்தது. நகரமாயிருந்தால்கூட வெளியாட்களைப் பற்றி கவனம் கொள்ளமாட்டார்கள். நிர்மலா இருந்தது சிற்றூர் என்பதால், என்ன செய்வது என்று குழப்பமாயிருந்தது.

ஆனாலும் அவளது வீடு தெருவின் முனையிலிருந்து சாலையைப் பார்த்தது போலிருந்ததில் ஒரு சிறிய சௌகரியம் இருந்தது. அவளது வீட்டைக் கடந்து தெருமுனைக்கு வந்து

நின்றோம். மாடியில் சிறிய மஞ்சள் வெளிச்சம் எரிந்து கொண்டிருந்தது. அந்த அறையில்தான் நிர்மலா படித்துக் கொண்டிருப்பாள் என்று திட்டமாக நண்பன் சொன்னான். வெகு சீக்கிரத்திலேயே ஊர் அடங்கியிருந்தது. கடைசி பஸ் வந்து திரும்பும்வரை நாங்கள் பஸ்ஸுக்குக் காத்திருப்பவர் போன்ற பாவனையுடன் நின்றுகொண்டிருந்தோம்.

ஊர் முழுவதும் நிசப்தம் நிரம்பிய பிறகு, நாங்கள் பார்த்துக் கொண்டிருக்கும்போதே ஒரு கை ஜன்னலை இழுத்து மூடி விளக்கை அணைத்தது. அவன், பெருமூச்சுடன் நிர்மலா உறங்கப்போகிறாள் என்றபடி ஒரு சிகரெட்டைப் பற்றவைத்துக் கொண்டான். இனி என்ன செய்வது? இருவரும் அருகிலிருந்த ரேஷன் கடை மூடப்பட்டிருப்பதைக் கவனித்தோம். கடை வாசலில் இரண்டு காலியான மண்ணெண்ணெய் டின்கள் உருண்டு கிடந்தன. அதில் உட்கார்ந்தபடி, இருளில் கரைந்து கொண்டிருக்கும் நிர்மலாவின் வீட்டைப் பார்த்துக் கொண்டிருந்தோம்.

பின்பனிக்காலம் என்பதால் இரவெங்கும் மெலிதான குளிர்க் காற்று. நண்பன் உட்கார மனமின்றி இருளுக்குள்ளாகவே சில அடிகள் நடப்பதும் அவள் வீட்டை நிமிர்ந்து பார்ப்பதுமாக இருந்தான். நீண்ட நேரத்துக்குப் பிறகு பால் வெளிச்சத்தில் ஊரின் மீது நிலா ஊர்ந்து கொண்டிருப்பது தெரிந்தது. மணியைப் பார்த்தபோது பன்னிரண்டைக் கடந்திருந்தது. நண்பன் வெகு ஆசையாக தயங்கித் தயங்கி நிர்மலாவின் வீட்டுப் படியில் ஒருமுறை உட்கார்ந்து பார்த்தான். பிறகு யாராவது பார்த்துவிடக்கூடுமோ என்று இருளுக்குள் வந்துவிட்டான். உறக்கம் அழுத்தத் துவங்கிய விடியும் நேரம் வந்தபோது, அவன் எனது கைகளைப் பிடித்துக்கொண்டபடி கேட்டான் - "அந்த மாடி அறையில் ஒருநாளாவது படுத்துத் தூங்கணும்டா, நடக்குமா?" நான் பதில் சொல்லவேயில்லை.

அசைவற்றதுபோல நிலா ஓரிடத்தில் நின்று ஒளிரத் துவங்க, ஊரே வெளிச்சத்தில் அமிழ்ந்து கிடந்தது. அத்தனை அழகோடு நிலவை அதன் பிறகு பார்த்ததாக நினைவேயில்லை. நண்பன் தலைகவிழ்ந்தபடி தனக்குத் தானே பேசிக்கொண்டிருந்தான். விடியும்வரை விழித்தபடியே கனவு கண்டு கொண்டிருந்தோம்.

முதல் ஆளாக டீக்கடையில் டீ குடித்தோம். உறக்கம் பீடித்த கண்களுடன், நிர்மலா தென்படமாட்டாளா என்று பார்த்துக் கொண்டிருந்தோம்.

சரியாக எட்டு மணிக்கு அவள் வாசலைவிட்டு வெளியே வந்த சில நிமிடங்களில் பஸ் வந்தது. நிர்மலா எங்களைக் கவனிக்கவேயில்லை. பஸ்ஸில் ஏதோவொரு பாடத்தைப் படித்துக்கொண்டே வந்தாள். கல்லூரி வாசல்வரை கூடவே நடந்தோம். பிறகு அங்கேயிருந்த டீக்கடையில் மாலை வரும்வரை தினத்தந்தியின் பக்கங்களைத் திரும்பத் திரும்பப் படித்தோம். மாறி மாறி டீ குடித்தோம்.

கல்லூரி முடிந்து களைத்துப் போனவளாக வீடு திரும்ப பஸ் ஏறினாள். கூடவே வீடு வரை சென்றோம். அன்று கடைசிபஸ் வருவதற்குள் அவள் வீட்டின் மாடி லைட் அணைக்கப்பட்டுவிட்டது. நாங்கள் கடைசி பஸ்ஸில் திரும்பும்போது நாவெல்லாம் டீ கசப்பு படிந்திருந்தது.

மறுநாள் நண்பர்கள் கேலி செய்தார்கள். அதன்பிறகு நண்பன் நிர்மலாவைப் பற்றி ஒவ்வொரு சிறு தகவலையும் என்னிடம் மட்டுமே பகிர்ந்துகொள்ளத் துவங்கினான். ஒருவருடம் முடிந்துபோன பிறகும் நண்பன் அவனது காதலை நிர்மலாவிடம் வெளிப்படுத்தவில்லை. இத்தனை ஆசையிருந்தும் நேரில் சொல்ல என்ன தயக்கம் எனப் பலமுறை கேட்டபோதும் அவன் தயங்குபவனாகவேயிருந்தான்.

மறுவருடத் துவக்கத்தில் நிர்மலா பார்மஸி வேலை கிடைத்து ஏதோவொரு ஊருக்குப் போய்விட்டாள். நண்பன் எங்கள் எவரையும் சில மாதங்கள் பார்க்க வராமலேயிருந்தான். பிறகு சந்தித்தபோது என்னிடம் மட்டும் பேசுவதைத் தவிர்க்கத் துவங்கினான். அதன்பிறகு ஏதோவொரு வேலையைக் காரணம் காட்டி ஊரைவிட்டுப் போய்விட்டான்.

அவள் வீட்டை இருவர் இரவெல்லாம் விழித்திருந்து பார்த்துக்கொண்டிருந்ததோ, விடிகாலையில் அவளது ஊரில் நிலா அத்தனை அழகோடிருந்தது எதனால் என்றோ, நிர்மலா தெரிந்துகொள்ளவே இல்லை. நிர்மலா உறங்கிக் கொண்டிருப்பதால் அவளது வீடு தரையிலிருந்து உயர்ந்து

தனியே மிதந்து கொண்டிருந்தது என்று சொன்ன ஒருவன் இருந்ததைக்கூட அவள் அறியவேயில்லை. வாழ்வின் நீள்வெளியில் நிர்மலா யாரையோ மணந்து போய்விட்டாள்.

நிர்மலாவும் நண்பனின் காதலும் கடந்து போய்விட்டன. ஆனால், அந்த ஊரில் இப்போதும் ஒரு இரவு அதுபோல அவளது வீட்டை பார்த்தபடி அமர்ந்திருக்க மாட்டோமா என்ற ஆதங்கம் மனதில் இருந்துகொண்டிருக்கிறது. இதைச் சொன்னபோதுதான் இந்த முறை எனது நண்பன் வெடித்து அழத் துவங்கினான்.

34
ஸ்தீரீபார்ட்

டெல்லி ரயிலில் அமர்ந்திருந்தேன். வெளியே புதிதாக டெல்லிக்குச் செல்லும் ஒருவனை வழியனுப்ப வந்த நண்பர்கள், கேலியான குரலில் சொல்லிக் கொண்டிருந்தார்கள் - "போபால் தாண்டினதும் கவனமாயிருந்துக்கோ! ஏதாவது ஒரு ஸ்டேஷன்ல அரவாணிகள் கூட்டமாக ஏறி, தனியா உட்கார்ந்திருக்கிற பையன்களை வசமாகப் பிடிச்சுக்கிடுங்க. லேசுல விடமுடியாது!" டெல்லி போக இருந்தவன் பயமும் கொஞ்சம் கூச்சமுமாக, "என்னடா செய்வாங்க?" என்று கேட்டான். "லவ் பண்ணுவாங்க!" என மற்றவன் சொன்னதும், நின்றிருந்த யாவரும் சத்தமாகச் சிரித்தார்கள்.

நான் டெல்லிக்குச் சென்று திரும்பும் போதெல்லாம் பல முறை பார்த்திருக்கிறேன் - கண்ணாடி பதித்த நீலமும் மஞ்சளுமான பாவாடை உடுத்திக்கொண்டு, கை நிறைய வளையல்கள் அணிந்து, லிப்ஸ்டிக் பூசிய வாயும்

சுருக்குப்பை தொங்கும் இடுப்புமாகத் தலைக்கு முக்காடு அணிந்தபடி அரவாணிகள் கூட்டமாக ஏறுவார்கள். அதுவரை அசதியும் களைப்புமாக இருந்த கம்பார்ட்மென்ட், சட்டென விழித்துக்கொண்டது போல உற்சாகமாகிவிடும். அரவாணிகளின் பேச்சும் செய்கையும் மிகுந்த நகைச்சுவையுணர்வோடு கூடியது.

தம்பதிகளாக வருபவர்களையும் வயதானவர்களையும் அரவாணிகள் வணக்கம் செய்து காசு கேட்பார்கள். தனியாகவோ, கூட்டமாகவோ வரும் இளைஞர்கள்தான் அவர்களின் பரிகாசத்துக்கான இலக்கு. யாவரும் பார்த்துக் கொண்டிருக்கும்போதே இளைஞர்களின் அருகில் நெருக்கமாக உட்கார்ந்துகொண்டு காதலர்களைப்போல கைகளைப் பிடித்து முத்தமிடுவதையும் கொஞ்சுவதையும் தாளமுடியாமல் கையில் கிடைக்கும் பணத்தைத் தந்து அனுப்பிவிடுவதைப் பார்த்திருக்கிறேன்.

ரயில்தான் இவர்களின் வாழ்வு. ஒப்பனை செய்துகொண்டு பாடுவதும் கேலி செய்வதும் என தங்கள் வாழ்வின் வலியை மறைத்துக்கொண்டு வேடிக்கையை தங்கள் வெளிப்பாடாக மாற்றிக்கொண்டிருக்கிறார்கள். ஒரு டெல்லி பயணத்தின்போது பாதுகாப்பு சோதனை கடுமையாக இருந்தது. ரயில் முழுவதும் ராணுவத்தினர் சோதனையில் ஈடுபட்டுக் கொண்டிருந்தார்கள். கூட்டமாக ரயிலில் ஏறிய அரவாணிகளை ராணுவத்தினர் நிறுத்திச் சோதனை செய்ய முற்பட்டார்கள்.

அரவாணிகளின் கோபம் எப்படி இருக்கும் என்பதை அப்போதுதான் பார்த்தேன். மிகுந்த ஆவேசத்துடன், தங்களை ராணுவ வீரர்கள் தொட்டுப் பரிசோதிக்கக் கூடாது, அவர்களின் கையே தங்கள் மீது படக்கூடாது என ரௌத்திரத்துடன் இந்தியில் மாறி மாறிக் கத்தினார்கள். ராணுவ வீரர்களில் ஒருவர், ஓர் அரவாணியின் துப்பட்டாவைப் பிடுங்கிவிட்டார். பார்த்துக்கொண்டிருந்த வயதான அரவாணிகளில் ஒருவர், ஆவேசத்துடன் அவர் முகத்தில் ஓங்கியறைந்தார். ராணுவ வீரர்களும் மிக ஆத்திரமாகிவிட்டார்கள். அரவாணிகள் யாவரையும் கையை மடக்கி மண்டியிடச் செய்து மிகக் கொச்சையாகத் திட்டினார்கள். 'ரயிலில் டிக்கெட் எடுக்காமல் எதற்காக ஏறினீர்கள்?!' என்று மிரட்டினார்கள்.

அடி பட்டபோதும் அரவாணிகளின் ஆத்திரம் அடங்க வில்லை. "ரயில் என்ன உன் பொண்டாட்டி கொண்டு வந்த சீதனமா? இது எங்க ரயிலு! இந்த ரயில்ல உள்ள யாராவது எங்களை ஏறக்கூடாதுன்னு சொல்லட்டும்... போயிடறோம். நீ டிக்கெட் எடுத்து இருக்கியா, காட்டு!" என்று கத்திக்கொண்டிருந்தார்கள்.

அவர்களைக் காவல் நிலையத்தில் ஒப்படைக்கப் போவதாகவும் மறு நாள் கோர்ட்டுக்குக் கொண்டு போய்விடுவார்கள் என்றும் ராணுவத்தினர் மிரட்டினார்கள். பயணிகள் தங்களுக்காகப் பரிந்து பேசுவார்கள் என்று அரவாணிகள் ஏக்கத்துடன் பார்த்துக்கொண்டிருந்தார்கள். ஒருவரிடமும் சலனமே இல்லை. சஃபாரி உடையணிந்து இருந்த வயதான நபர் ராணுவத்தினரிடம் அரவாணிகளைக் காட்டி, "இவர்கள் ரொம்பவும் தொந்தரவு தரக்கூடியவர்கள். இவர்களை எல்லாம் தூக்கி உள்ளே போடவேண்டும்" என ஆங்கிலத்தில் சொன்னார்.

தலைகவிழ்ந்து உட்கார்ந்திருந்த ஒரு அரவாணி, இதைப் புரிந்துகொண்டது போல கோபம் பீரிட, "யூ இன்சல்ட் சார். வொய்? வீ ஆர் நாட் அனிமல்ஸ். ஹியூமன்" என அரைகுறையான ஆங்கிலத்தில் ஆவேசப்பட்டார். அதுவரை ரயிலில் அமைதியாக இருந்த இளைஞர்கள் யாவரும் அரவாணிகளுக்காகப் பரிந்து பேச முற்பட்டார்கள். ஒரு மணி நேரத்துக்குப் பிறகு, அரவாணிகளைப் பரிசோதிக்காமல் ராணுவத்தினர் திரும்பிப் போய்விட்டார்கள்.

வழக்கமாக இருந்த கலகலப்பு, கேலி எதுவும் அன்று அவர்களிடம் இல்லை. கம்பார்ட்மெண்டிலிருந்தவர்களிடம் அவர்கள் தலைவணங்கி நன்றி சொன்னார்கள். இறங்க வேண்டிய ரயில் நிலையத்துக்காக அவர்கள் எழுந்து கொண்டபோது, கம்பார்ட்மெண்டில் இருந்தவர்கள் காசு திரட்டி அரவாணிகளிடம் கொடுத்தார்கள். அரவாணிகள் அதை வாங்கிக்கொள்ளவில்லை. மாறாக, இரண்டு கைகளையும் சேர்த்துக் குவித்து நன்றி சொன்னார்கள். அவர்கள் ரயிலைவிட்டு இறங்கிய பிறகு, அந்த வயதான சஃபாரி ஆசாமி, அரவாணிகள் எப்படியெல்லாம் ஏமாற்றுவார்கள் என்பது பற்றி சென்னை

வரும்வரை பேசிக்கொண்டு இருந்தார். அவரது பேச்சை யாரும் பொருட்படுத்தியதாகவே தெரியவில்லை.

வழி முழுவதும் இந்த நிகழ்ச்சி, பால்யத்தில் பார்த்திருந்த காமாட்சியைப் பற்றிய நினைவாக எனக்குள் ஊறத் துவங்கியது. காமாட்சி எங்கள் ஊரிலிருந்த பெண்டுகம். வசதியான வீட்டில் பிறந்தவன். அவனது தாத்தா கொண்டையாவுக்கு ஊரில் நாலு கோட்டை விதைப்பாடு நிலமிருந்தது. காமாட்சி தாயில்லாதவன். வீட்டில் ஆம்பளைப் பிள்ளைகளாகவே இருந்ததால் சிறுவயதில் இருந்தே காமாட்சிக்கு ஜடை போட்டு, வளையல் அணிவித்து அலங்காரம் பண்ணி அழகு பார்த்திருக்கிறார்கள். சிறுவயது முழுவதும் பாவாடை சட்டைதான் அணிந்து இருந்தான் அவன். காமாட்சிநாதன் என்ற பெயரையும் சுருக்கி காமாட்சியாகிவிட்டான்.

சிறுவயதிலிருந்தே தான் ஒரு பெண் என்றுதான் காமாட்சி தன்னை உணர்ந்து கொண்டிருக்க வேண்டும். பள்ளிக்கூடத்தில் பெண்கள் பெஞ்சில் உட்காரவே ஆசைப்பட்டான். வாத்தியார் அதற்கு மறுக்கவே, தாத்தாவை அழைத்துக்கொண்டு வந்து சொல்லி பெண்கள் பெஞ்சில் உட்கார்ந்துகொண்டான். எப்படிக் கற்றுக்கொண்டான் என்று தெரியவில்லை. மிக அழகாக பூக்கட்டுவதற்கு காமாட்சி பழகியிருந்தான். வாய் பேசிக் கொண்டிருக்கும்போதே விரல்கள் லாகவமாக பூக்களைத் தொடுத்துக்கொண்டிருக்கும். யார் வீட்டில் உதிரிப்பூ வாங்கினாலும், கட்டுவதற்கு காமாட்சியைத் தேடுவார்கள். இதனால்தானோ என்னவோ, காமாட்சிக்கு சிநேகிதம் முழுதும் ருதுவடைந்த பெண்களோடே இருந்தது. குறிப்பாக, ஜடைக்கு மட்டை வைத்து பூக்கட்டுவதற்கு காமாட்சியை விட்டால் ஊரில் ஆளில்லை.

காமாட்சிக்கு லேசாக மீசையரும்புவது போல ரோமமிருந்தது. அதை எப்படியாவது அகற்றிவிட வேண்டும் என்பதற்காகவே ஒரு நாளைக்குப் பத்து தடவை கல்லில் மஞ்சளை அரைத்து முகத்தில் தடவிக்கொள்வான். பூ கட்டாத நேரங்களில் ஏதாவது ஒரு வீட்டின் திண்ணையில் பெண்களுடன் தாயம் ஆடிக்கொண்டிருப்பான். ஊர்ப் பெண்கள் திருமணமாகிப் போகும் நாளில் அழும் முதல்குரல் அவனுடையதாகத்

எஸ்.ராமகிருஷ்ணன்

தானிருக்கும். மாப்பிள்ளையின் கையைப் பிடித்துக்கொண்டு கையில் கண்ணீர்த்துளிபடுமளவு அழுவான். மற்றவர்கள் கேலி செய்வதைப் பற்றி எல்லாம் பொருட்படுத்தவே மாட்டான்.

வாலிபம் துவங்கிய நாட்களில் காமாட்சி ஒரு நாள் அரக்கு நிறத்தில் புடவை கட்டிக்கொண்டு தெருவில் வந்தான். பெண்கள் ஆச்சரியத்துடன் வீடு வீடாக அழைத்து அவனை உட்காரச் சொல்லி அழகு பார்த்தார்கள். காமாட்சியின் தாத்தாவுக்கு இது அவமானமாக இருந்தது. இரவில் புளிய விளாறால் விரட்டி விரட்டி அடித்தார். "அடிக்காதே கொண்டையா. எனக்கு இதுதான் பிடிச்சிருக்கு" என்று கூப்பாடு போட்டான் காமாட்சி.

காமாட்சியின் வீடு இருந்த தெருவில் சரோஜா என்ற பெண்ணுக்குத் திருமணம் ஏற்பாடாகி இருந்தது. மாப்பிள்ளை சர்வேயர். காமாட்சியை பூக்கட்டுவதற்காக அழைத்திருந்தார்கள். இரவு முழுவதும் விதவிதமாக சரம் தொடுத்துக்கொண்டிருந்தான் அவன். பூ கட்டுமிடத்தில் சிரிப்பொலி பொங்கிக்கொண்டிருந்தது. திருமண நாளின் காலையில் காமாட்சியைப் போட்டு நாலு பேர் மண்டப வாசலில் அடித்து உதைத்துக் கொண்டிருந்தார்கள். அவன் அடிவாங்கியபடி, ஆனால் கத்தாமல் நின்று இருந்தான். அடித்துக் கொண்டிருந்தவர்களில் ஒருவன், "உள்ளதைச் சொல்லுடா, என்ன செஞ்சே?" என்றான். காமாட்சி வாயைத் திறக்கவே இல்லை.

திருமண வீடே திரண்டு வேடிக்கை பார்த்தது. காலையில் கிணற்றடியில் மாப்பிள்ளை குளிக்கும்போது, தண்ணீர் இறைத்துத் தருவதாகச் சொல்லிய காமாட்சி, குளித்துக் கொண்டிருந்த மாப்பிள்ளையைத் திடீரெனக் கட்டிப் பிடித்துக்கொண்டு "என்னையக் கட்டிக்கிடுவீங்களா?" என்று கேட்டிருக்கிறான். மாப்பிள்ளை உதறியபோதும் விடாமல் முத்தம் கொடுத்துவிட்டான்.

வீட்டிலிருந்த காமாட்சியின் தாத்தா விஷயத்தைக் கேள்விப்பட்டு ஆத்திரத்துடன் வந்து, காமாட்சியின் தலைமுடியைப் பிடித்து இழுத்து, "வேடிக்கைக்கு செஞ்சியா, நிஜமாவாடா?" என்று கேட்டார். காமாட்சி அவர் கையைப்

பிடித்துக்கொண்டு "நிஜமாத்தான்" என்றான். கொண்டையா குனிந்து தனது டயர் செருப்பைக் கழற்றி காமாட்சியை மாறி மாறி அடித்தார். அடி வாங்கியபடியே காமாட்சி, "என்னை இப்படி அடிச்சுக் கொல்றதுக்கு பதிலா அந்த மாப்பிள்ளைக்கே கட்டி வெச்சிரு, கொண்டையா!" என்றான். தாத்தா செருப்பை வீசியெறிந்து விட்டு, 'இப்படிக் கிறுக்குப் பயலாயிருக்கானே! இவனை என்ன செய்யிறது?' என்று புலம்பியபடியே, தன் வீட்டை நோக்கி நடந்துபோனார்.

அதற்கு சில தினங்களுக்குப் பிறகு காமாட்சியை எங்கோ தூத்துக்குடி பக்கமிருந்த உறவினர் வீட்டுக்குக் கூட்டிப் போய் விட்டார்கள். உதிரிப்பூ கட்ட உதவிக்கு காமாட்சி இல்லாமல் போய்விட்டானே என்று பெண்கள் வருத்தப்பட்டார்களே தவிர, யாருமே காமாட்சி ஆசைப்பட்டது தவறு என்று சொல்லவே இல்லை. காமாட்சியின் கல்யாண கனவு நிறைவேறியதா என்று இன்றுவரை தெரியவில்லை.

காமாட்சி தந்த முத்த ருசியை மறந்திருப்பானா அந்த மணமகன்?

எஸ்.ராமகிருஷ்ணன்

35
எண்ணும் எழுத்தும்

சென்னை வரைபடத்தில் அடையாறு ஆலமரம், ஆழ்வார்பேட்டை ஆஞ்சநேயர் கோயில், அண்ணாசாலை ஸ்பென்சர், அசோக் பில்லர் என பிரபலமான ஒவ்வொரு இடத்தையும் குறிக்கும் அடையாளம் இருக்கிறது. நான் ஒரு வரைபடம் தயாரித்திருக்கிறேன். அதில் எனக்கு விருப்பமானதொரு அடையாளத் தால் நகரங்கள் குறிக்கப்பட்டுள்ளன. எனது அடையாளம், ஆங்காங்கே இருக்கும் பழைய புத்தகக் கடைகள். எனது வரைபடத்தில் லஸ் என்பது ஆழ்வார் பழைய புத்தகக்கடை. கே.கே. நகர், காதர்பாய் கடை. திருவல்லிக்கேணி, ஞாயிற்றுக்கிழமை புத்தகலாட் நடக்குமிடம். சென்ட்ரல் என்பது மூர்மார்க்கெட் புத்தகக் கடைகள்.

இது மட்டுமல்ல, திருச்சி மலைக்கோட்டை எதிரில், மதுரை நியூ சினிமாவுக்குப் பக்கத்துச் சந்து, திருநெல்வேலி சுலோசன முதலியார் பாலத்தின் அடியில், பெங்களூரில் கெம்பே

கவுடா சர்க்கிள், டெல்லியில் ஜன்பத் சாலை, திருவனந்தபுரத்தில் வெள்ளியம்பலம் என பழைய புத்தகக் கடைகள் இருக்கும் இடம்தான் எனது அடையாள கோபுரங்கள். பல வருடமாகத் தேடித் திரிந்த புத்தகங்கள் மிக எளிதாக அந்தக் கடைகளில் கிடைத்திருக்கின்றன. தேடுதலில் பழைய புத்தக வியாபாரிகள் பலரும் நண்பர்களாகிவிட்டார்கள்.

இரண்டு வருடத்துக்கு முன்பு, தஞ்சாவூரில் ஒரு வீட்டில் நிறைய புத்தகங்கள் இருப்பதாகவும் அங்குள்ள புத்தகங்களை அதன் உரிமையாளர் விற்க விரும்புவதாகவும் ஒரு பழைய புத்தக அன்பர் தெரிவித்தார் (தமிழகம் எங்கும் ஏதேதோ பழைய புத்தகங்களைத் தேடித் திரியும் ஒரு கூட்டமே இருக்கிறது). அவரிடமிருந்து முகவரியை வாங்கிக்கொண்டு தஞ்சாவூருக்குப் போயிருந்தேன்.

பழைய காலத்து வீடு. 'கனகவிலாசம், 1931-ம் வருடம்' என காலக்குறிப்பு கல்லில் பொறிக்கப்பட்டிருந்தது. ஹாலில் பெரிய இரும்புச் சங்கிலியிட்ட ஊஞ்சல் ஒன்று தொங்கிக் கொண்டிருந்தது. நான் படியேறி நுழைவதைக் கண்டதைப் போல உள்ளிருந்து வந்த இளம் பெண், என்னை ஊஞ்சல் வாங்க வந்தவன் என்று நினைத்துக்கொண்டு, நான் கேட்பதற்கு முன்பாகவே "ஊஞ்சலை ஏற்கெனவே விலைபேசி முடித்தாகிவிட்டது" என்றாள். (விருப்பமான பொருட்களை விற்பதென முடிவுசெய்த பிறகு வீட்டுப் பெண்களின் முகம் மாறிவிடுவதை நீங்கள் பார்த்திருக்கிறீர்களா? வெளிப்படுத்தப்படாத துயரம் கத்தியின் கூர்மைபோலப் பளிச்சிடும்) நான் புத்தகங்களைப் பார்க்க வந்திருப்பதாகச் சொன்னேன். "மாடியில் இருக்கிறது, வாருங்கள்!" என்றவள், உள்ளே யாரையோ அழைத்தபடியே சென்றாள்.

சில நிமிஷங்களில், ஐம்பது வயது கடந்த ஒரு நபர் வெளியே வந்தார். யார் அனுப்பியது போன்ற விவரங்களைக் கேட்டறிந்துவிட்டு, மாடிக்கு அழைத்துச் சென்றார். இரட்டைத் தாழ்ப்பாள் போட்ட பெரிய மரக்கதவு உள்ள மாடியறை. கால் தடம் பதியுமளவு தூசி சேர்ந்து போயிருந்தது. அகலமான ஜன்னல்கள். பல வருடமாக மூடியே கிடந்திருக்க வேண்டும். மரத்தூசி வண்டல்போல வடிந்து கிடந்தது. நூலகத்தில்

இருப்பதுபோல வரிசையாக நாலைந்து புத்தக ரேக்குகள். ஒரு மேஜையில் இரண்டு பெரிய காலிக்கோ பைண்டு செய்யப்பட்டலெட்ஜர் போன்றநோட்டுகள். என்னோடு வந்தவர் லெட்ஜர் மீதிருந்த தூசியைத் தட்டிவிட்டு, "புத்தகப் பெயர்கள், தேதி, மாதம் போட்டு அதிலே பதிவாகியிருக்கு. அப்பா ரொம்ப கவனமாக வெச்சிருந்தார், பாருங்கோ" என்றார். நான் நோட்டைப் பிரித்துப் பார்த்தேன். நீண்ட கறுப்புமை கையெழுத்தில் அகர வரிசைப்படி புத்தகங்களின் பெயர்கள், வாங்கிய தேதி, விலை, ஊர் விவரமிருந்தது. திருப்பராய்த்துறை, கும்பகோணம், பிராட்வே, பூனா, வாரணாசி, விஜயவாடா என ஏதேதோ ஊர்களில் வாங்கப்பட்டிருக்கின்றன. ஒவ்வொரு புத்தகத்தின் கடைசியிலும் நூலகப் புத்தகங்களில் இருப்பதுபோல ஒரு சொருகு உறை. அதனுள் நீளமானதொரு அட்டைத் துண்டு. அந்தத் துண்டில், நூலைப் படித்த பிறகு அவர் எழுதி வைத்திருக்கும் அபிப்ராயங்கள். பார்க்கவே வியப்பாக இருந்தது. தத்துவம், சரித்திரம், பழந்தமிழ் நூல்கள், விஞ்ஞானம், ஜோதிடம், உடற்கூறு பற்றிய புத்தகங்கள் எனச் சிறியதும் பெரியதுமாக மூவாயிரம் புத்தகங்களுக்கு மேலிருக்கும். ஆனால், எந்தப் புத்தகமும் சமீபகாலத்தில் புரட்டிக்கூடப் பார்க்கப்படவில்லை என்று தெரிந்தது.

நான் ஒவ்வொரு புத்தகமாகப் புரட்டத் துவங்கியபோது, அவர் சற்றே இறுக்கமான குரலில், "தனியா ஒன்றிரண்டு புத்தகம் மட்டும் விலைக்குத் தரமாட்டேன் சார். மொத்த லைப்ரரியையும் வாங்கிக்குங்கோ. இருபதாயிரம் கொடுத்துடுங்க" என்றார்.

என்னிடம் அவ்வளவு பணமில்லை என்றும் மேலும் எனக்கு விருப்பமான புத்தகங்களை மட்டுமே நான் வாங்கிக்கொள்ள முடியும் என்றும் சொன்னேன். ஏமாற்றம் அடைந்தவர்போல், "இது லைப்ரரியில்லை. நீங்க புரட்டிப் பாக்குறதுக்கு! விலை ஜாஸ்தின்னு தோணினா ஆயிரம் ரூபாய் குறைச்சுக்குங்க" என்றார்.

புத்தகங்களைப் பார்க்க வேண்டும் என்ற ஆசையில், "எனது நண்பர்கள் சிலரையும் சேர்த்துக்கொண்டு வாங்கிக் கொள்கிறேன்" என்றபடி, எனது நண்பர்களில் ஒருவரின்

பெயரைச் சொன்னேன். "அவர் பெரிய அரசு அதிகாரியாயிற்றே உங்களுக்குப் பழக்கமா?" என்று கேட்டார். "அதிகாரியாக அல்ல. நல்ல படிப்பாளியாகப் பழக்கம்!" என்றேன். அவருக்குக் கொஞ்சம் நம்பிக்கை வந்ததுபோலச் சொன்னார் - "அப்போ தேவையான புக்ஸை எடுத்துப் பாருங்க. எங்கப்பா பட்டு ஜவுளி வியாபாரம் செய்தவர். ஊர் ஊரா போய்த் தங்கி வியாபாரம் பண்ணியிருக்கார். இப்போ இல்லே, வெள்ளைக்காரன் காலத்திலே! இங்கிருந்து பட்டுப்புடவை விக்க காசி, கயா எல்லாம் போயிருக்கார்ன்னா பாருங்க. அவருக்கு எப்படியோ இந்தப் புத்தகம் வாசிக்கிற பழக்கம் வந்திருக்கு. ஊர் ஊராப் போயி புத்தகம் வாங்கியிருக்கார். புடவைகளை வித்துட்டு புத்தகச் சுமையோடு வீட்டுக்கு வருவார். அந்த ரேக்கிலே முழுக்க இந்தி புத்தகம். ஒன்றிரண்டு தெலுங்கு. உருது புத்தகம்கூட இருந்தது. பாருங்க, சம்பாதிக்கிற காசிலே பாதிக்குப் புத்தகமா வாங்கிருவார். வீட்டுல இருக்கிற நாள்லகூட சும்மா இருக்கமாட்டார். பொஸ்தகந்தான். ஆனா, அதைப் பற்றி யார்கிட்டேயும் பேசமாட்டார். படிச்சு முடிச்சதும் அவரே பைண்ட் பண்ணி வெச்சிருவார்.

நாங்க எட்டுப் பேரு. ஆறு பையன்கள், ரெண்டு பெண்கள். எப்படியோ எங்களை வளர்த்துப் படிக்க வெச்சாரு. எனக்கு மூத்தவர் வக்கீலா இருக்கார். நான் ரெண்டாவது. தம்பிகள் மதராஸ்ல, பம்பாய்ல உத்தியோகத்திலே இருக்காங்க. அப்பா என்னோடதான் இருந்தார். போன வருஷம்தான் தவறிப் போனார். பாகம் பிரிச்சதிலே மத்தவங்களுக்கு நகை, வயல், தோப்புன்னு போயிருச்சு. மிஞ்சினது எனக்கு இந்த வீடும் சாமான்களும்தான். என்ன பெறும் சொல்லுங்க, நேத்து அந்த ஊஞ்சலை வித்தேன். வெறும் பத்தாயிரம்! இன்னிக்கு நீங்க விலை கேட்டதுமே யோசிக்கிறீங்க. வர்ற விலைக்குத் தள்ளிவிட்டுற வேண்டியதுதான். புத்தகத்தை வெச்சுப் பராமரிக்க எனக்கு இஷ்டமில்லை."

அவசர அவசரமாக அவர் தன் கதையைச் சொல்லி முடித்தார். நான் திரும்பவும் புத்தக ரேக்குகளில் தேடத் துவங்கினேன். அரிதான ஒவ்வொரு புத்தகத்தைப் புரட்டும்போது மனது தானும் புரண்டது. எறும்புகள் தானியத்தை ஒவ்வொன்றாக புற்றுக்குள் கொண்டுபோய் வைப்பதுபோல எத்தனை காலமாகி

இருக்கும், இந்தப் புத்தகங்களை ஒன்றுசேர்ப்பதற்கு! எவ்வளவு அழகாகப் பாதுகாக்கப்பட்டு இருக்கின்றன! படிப்பதற்காகவே உள்ள சாய்ந்துகொள்ளும் மரநாற்காலி, விசாலமான ஜன்னல். ஏன் இவையெல்லாம் அடுத்த தலைமுறை வருவதற்குள் அர்த்தமற்றுப் போய்விட்டன?

அவரிடம் தயக்கத்துடன், "அப்பா பெயரில் நூலகம் அமைக்கலாமே அல்லது ஏதாவது ஒரு பள்ளிக்கோ, படிப்பகத்துக்கோ புத்தகங்களைத் தந்துவிடலாமே?" என்றேன். அவர் கடுகடுத்த குரலில், "எதுக்குத் தானம் கொடுக்கணும்? ஒவ்வொரு புத்தகமும் என்ன விலை பாருங்க... அந்தக் காலத்திலே பவுன் பத்து ரூவா. இப்படித் தண்டமா போன காசுக்கு தங்கமா வாங்கி வெச்சிருந்தா, எவ்வளவு பிரயோசனமா இருந்திருக்கும்! எங்கப்பா படிச்சு என்ன சார் கண்டார்? தனக்குத்தானே பேசிக்கிட்டு இருந்ததுதான் மிச்சம். எல்லாம் வேஸ்ட்! என் பிள்ளைகள் இதைப் பாத்துப் படிச்சுக் கெட்டுப்போயிறக் கூடாதுன்னுதான் உடனே காலிபண்ணச் சொல்றேன். உங்களுக்காகப் பதினைந்தாயிரம் ரூபாய்க்குத் தர்றேன். காலி பண்ணிட்டுப் போயிருங்க!" என்றார்.

வீடு நிறைய புத்தகங்கள், அதுவும் தரமான புத்தகங்கள் நிரம்பியிருந்தபோது, ஏன் வீட்டில் ஒருவருக்குக்கூட ஈடுபாடு வராமல் போனது? நாற்காலியோ, மேஜையோ பல வருடமாக உபயோகித்துப் பிரயோசனப்படாத நாளில்தானே மூலையில் தூக்கி எறிகிறோம் அல்லது பழைய சாமான் கடையில் போடுகிறோம்? புத்தகங்களுக்கு வயதாகிறதா என்ன? இல்லை, ஏதாவது ஒரு புத்தகத்தின் உபயோகம் முடிந்துபோகிறதா? பள்ளிப் பிள்ளைகளின் பாடப்புத்தகங்கள் கூட அடுத்த வருட மாணவருக்குத் தேவையாயிருக்கும்போது நிகண்டும், அபிதான சிந்தாமணியும் தேவாரமும் திருவாசகமும் திருமந்திரமும் பௌத்தசாரமும் ஷேக்ஸ்பியரும் கதேயும் பாரதியாரும் எப்படித் தேவையற்றவர்கள் ஆனார்கள்? வாழ்வின் கணக்கு விசித்திரமாக இருந்தது.

புத்தகங்களின் தூசியைவிடவும் வீட்டில் இருந்தவர்களின் மனதில் தூசி அதிகம் படிந்திருப்பது தெரிந்தது. அந்த வீட்டிலிருந்து ஒரு புத்தகத்தைக்கூட வாங்கக்கூடாது. அது

கனகசபாபதிக்குச் செய்யும் துரோகம் என்று தோன்றியது. சென்னைக்குச் சென்று திரும்பிய பிறகு வாங்கிக்கொள்வதாகச் சொல்லிவிட்டுக் கிளம்பி வந்துவிட்டேன்.

சில வாரங்களுக்குப் பிறகு திருவல்லிக்கேணி பிளாட்பாரத்தில் குவியலாக இருபது ரூபாய், ஐம்பது ரூபாய் எனப் புத்தகங்கள் குவிந்து கிடந்தன. யாவும் கனகசபாபதியின் கையெழுத்து உள்ளவை. குற்ற உணர்வு மேலிட, புத்தகக் குவியலைக் குனிந்து தேடாமல் கடந்து போய்விட்டேன்.

இப்போது சில நேரங்களில் 'நூலகம் விலைக்கு வருகிறது. பார்க்கிறீர்களா?' என்று பழைய புத்தக வியாபாரிகள் கேட்கிறார்கள். பதில் சொல்ல முடியாதபடி குரல் கம்மிவிடுகிறது. புத்தகங்களுக்குள் செத்துக்கிடக்கும் வெள்ளிப் பூச்சிபோல ஆசையாகச் சேகரித்த மனிதர்களின் நினைவு வருகிறது. வாழ்வின் தராசில் யாவும் விற்பனைக்காக நிறுத்தப்படத் துவங்கிவிட்டன. நாம் இன்னமும் நம்மை மட்டும் விற்பதற்கு விலை பேசாமல் இருக்கிறோம். சந்தர்ப்பம் இல்லாமலா அல்லது விலை நிர்ணயிக்க முடியாமலா என்று மட்டும்தான் தெரியவில்லை.

■

36

சொல்லாத சொல்

திருவல்லிக்கேணி பார்த்தசாரதி கோயில் பிராகாரத்தில் நடந்து கொண்டிருந்தபோது, வயதான பெண்மணி ஒருவர் தன்னோடு வந்திருந்த கணவரைத் திட்டிக்கொண்டிருந்தது கேட்டது.

"உங்ககூடப் பேசிப் பேசி என் உதடே தேய்ஞ்சு போச்சு. வயசாயிருச்சின்னா பேச்சைக் குறைச்சிரணும். உங்களுக்கு அது முடியாது. சாப்பாட்டிலே உப்பைக் குறைக்கச் சொன்னது மாதிரி, டாக்டர்தான் உங்களுக்கெல்லாம் பேச்சையும் குறைக்கச் சொல்லணும். நான் சொன்னா ஏறுமா?"

ஒரு குழந்தையைப்போல முதியவர் தலையாட்டிக் கொண்டிருந்தார். பிராகாரத்தில் பேசிக்கொண்டிருந்த சில வயதானவர்கள் சட்டென நிசப்தமானார்கள். வயதானபோது தான் பேசும் ஆசை அதிகமாகிறது போலும்.

பூங்காவில், ரயில்நிலைய பெஞ்சில், கடற்கரையில் என எல்லா இடங்களிலும் முதியவர்கள் பேசிக்கொண்டிருப்பதைக் கண்டிருக்கிறேன். பேசிக்கொள்வதற்காகவே ஒருவரையொருவர் சந்திக்கிறார்கள். பேசிக்கொள்ள யாருமற்ற நேரங்களில் தனக்குத்தானே பேசிக்கொண்டிருக்கும் வயசாளிகளைக்கூட காண முடிகிறது.

பேச்சின் மீது ஏன் இத்தனை பிடிப்பு? பேச்சைப்போல தீராத ருசியுடையது வேறு ஏதேனும் இருக்கிறதா என்ன?

பேச்சுதான் நட்பை, உறவை, காதலை, பகையை, குரோதத்தை, அகந்தையை, அறிவை என யாவையையும் உருவாக்குகிறது.

வற்றாத ஒரு ஜீவநதியைப்போல பேச்சு உலகமெல்லாம் ஓடிக்கொண்டிருக்கிறது. ஒன்றரை வயதில் குழந்தை பேசக் கற்றுக்கொள்ளத் துவங்குகிறது. அர்த்தமற்ற சத்தங்களாக மொழி அதனுள் சுரக்கிறது. அந்த நாட்களில் குழந்தை வாய் ஓயாமல் எதையாவது சத்தமிட்டபடியே இருக்கும், கவனித்திருக்கிறீர்களா?

ஒன்றரை வயதில் குழந்தை பேசத் துவங்குவது நமக்குத் தெரியும். எந்த வயதில் பேச்சைக் குறைத்துக்கொள்வது என்று ஏதேனும் வரையறையிருக்கிறதா என்ன? எழுதப்படாத ஒரு விதியைப்போல வயதானால் பேச்சைக் குறைத்துக்கொள்ள வேண்டும் என்று சகலரும் சொல்கிறார்கள். முதுமையானதும் தோற்றம் கனிவடைந்துவிடுகிறது. அதுபோல பேச்சும் கனிந்து ருசியாகி விடுமல்லவா. பின் ஏன் பேச்சைக் குறைக்க வேண்டும்?

ஆனால், உலகின் நியதி அதற்கு மாறாக உள்ளது. அது வேறு காரணங்களைச் சொல்கிறது. குழந்தையிலிருந்து எப்படி ஒவ்வொரு சுவையாக, ருசிக்கக் கற்றுக்கொள்கிறோமோ.. அதுபோல மூப்படையத் துவங்கும்போது ஒவ்வொரு சுவையிலிருந்தும் விடுபட வேண்டியிருக்கிறது. இனிப்பு, உப்பிலிருந்து விடுபடுவதற்கே தினந்தினம் வயதானவர்கள் போராடிக் கொண்டிருக்கும்போது, பேச்சை விடுவதென்பது எளிதானதா என்ன?

பாஷை, மனிதனின் மகத்தான கண்டுபிடிப்பு. தண்ணீர் எப்படிப் பனியாகவும், காற்றாகவும், தண்ணீராகவும் மூன்று

நிலைகளில் இருக்கிறதோ, அப்படியே பேச்சும் உறைந்தும், மௌனமாகியும், சல சலத்து ஓடியும் மூன்று நிலையிலிருக்கிறது.

எனது வாசகர்களில் ஒருவரான சிவசுவின் ஊரான பாபநாசத்துக்கு ஒரு முறை போயிருந்தேன். அவரது குடும்பமே ஆசிரியர்கள். எதையும் குடும்பமே கூடிப் பேசி விவாதித்துத்தான் முடிவு செய்வார்கள். அது சமையல் செய்வதாயிருந்தாலும் சரி, திருமண விஷயமாயிருந்தாலும் சரி. நான் சந்திக்கும் நாட்களில் பேச்சு இலக்கியத்தில் துவங்கி சினிமா, நாட்டு நடப்பு என எங்கெங்கோ சுற்றி முடிவடையும்போது இரவு கடந்து விடிகாலை பிறந்து கொண்டிருக்கும். சிவசுவின் வீட்டில் ஒரு முரணைக் காண முடிந்தது. அவரது அம்மாவும் அப்பாவும் ஒருவரோடு ஒருவர் பேசிக்கொள்ள மாட்டார்கள். "பேசி பத்து வருடத்துக்கும் மேலாகிவிட்டது" என்றார் சிவசு.

ஒரே வீட்டில் ஒன்றாக வாழ்கிற இருவர் ஒருவருக் கொருவர் பேசிக்கொள்வதில்லை என்பது வியப்பாக இருந்தது. ஆனால், வீட்டில் இருந்தவர்கள் அதை மிகவும் எளிதாக எடுத்துக்கொண்டிருக்கிறார்களே! கடந்த காலக் கதையை சிவசு நேற்று நடந்ததுபோல் விவரித்தார். "பத்து வருடத்தின் முன்புவரை அம்மாவைக் கேட்காமல் அப்பா ஒரு காரியம்கூட செய்யமாட்டார். கூட்டுக் குடும்பமாக வாழ்ந்தோம். ஆறேழு குழந்தைகள். பெரியவர்கள். சாப்பாட்டுக்கே பிரச்னை. கஷ்ட ஜீவனம். அம்மா எப்படியோ வருமானத்துக்குள் வீட்டை கொண்டு செலுத்திக்கொண்டிருந்தாள்.

ஒருநாள் சாமிக்குக் காணிக்கையாக வைத்திருந்த பணத்தை யாரோ எடுத்துச் செலவழித்துவிட்டார்கள் என்று தாத்தா கத்தி கூப்பாடு போட்டார். யாரும் எடுக்கவில்லை என்றார்கள். விசாரணை நடந்தது. அம்மா அன்று வந்த புடவைக்காரனிடம் புதுப்புடவை வாங்கியிருக்கிறாள். புடவை பெட்டியிலிருந்து சாட்சியாக எடுக்கப்பட்டிருந்தது. அவளை விசாரிக்கச் சொல்லி தாத்தா கத்தினார். இத்தனை களேபரத்துக்கு இடையிலும் அம்மா அமைதியாக இருந்தாள். முடிவாக அப்பா அவளை பூஜையறைக்கு வரச்சொல்லி ஒரேயொரு வார்த்தை கேட்டார்.

'நீ பணத்தை எடுத்துப் புடவை வாங்கினாயா?'

அம்மாவால் அதைத் தாங்க முடியவேயில்லை. சட்டென எரிந்து கொண்டிருந்த விளக்கில் கையை நீட்டி சத்தியம் செய்தபடி 'புடவை வாங்கினது நிஜம். ஆனால், காணிக்கை பணத்தைப் பற்றி எனக்குத் தெரியாது' என்றாள். அப்பா ஆத்திரமாகி அவளுக்கு ஒரு அறை கொடுத்தார். அம்மா அழவேயில்லை. கையை விளக்கில் காட்டிக் கொண்டே யிருந்தால் சூடுபட்டுக் கொப்பளமாகியது.

அன்றிரவு அந்தக் காணிக்கை பணத்தைத் தாத்தாவே குளியல் இடத்தில் கைமறந்து போட்டிருப்பதைக் கண்டு பிடித்துவிட்டார்கள். அம்மா கடன் சொல்லிப் பாட்டியின் திவசத்துக்காகத்தான் புடவை வாங்கியிருக்கிறாள் என்பதை அப்பாவே கண்டுபிடித்து அவளிடம் மன்னிப்பு கேட்டார். ஆனால், 'மனுஷாள் மேல் நம்பிக்கை போனபிறகு எதுக்குப் பேச்சு?' என அம்மா, அப்பாவோடு மட்டும் பேச மறுத்து விட்டாள். நாங்களும் அது சரிதான்னு விட்டுட்டோம்" என்றார்.

பேச்சைக் கற்றுக்கொள்வதைப்போல மௌனத்தை எளிதில் கற்றுக்கொண்டுவிட முடியாது. பூக்கள் வாசனையால் தன்னை வெளிப்படுத்திக் கொள்வதுபோல சொற்கள் இல்லாமல் நம்மை வெளிப்படுத்திக் கொள்வதுதான் மௌனம்.

குளத்தில் மூழ்கிக் கிடக்கும் கற்களைப்போல சொற்கள் மனதில் அமிழ்ந்து கிடக்கின்றன. மௌனியாக இருந்தால் நீர்ப்பூச்சிகள் தண்ணீரில் நடந்து அலைவதுபோல உலகின் எல்லாக் காட்சிகளும் மனதின் மேல்தட்டில் ஊர்ந்து கடந்து விடுகின்றன. மனம் சலனம் கொள்வதில்லை. அன்று சிவசுவின் வீட்டில் நான் மகாபாரதத்திலிருந்து இருவரைப் பற்றி சொன்னேன்.

மகாபாரதத்தில் விதுரன் வயதாகி துறவறம் மேற் கொள்கிறான். இமயமலையின் யாருமற்ற பிரதேசத்தில் நிர்வாணியாக மௌனமாகத் திரிந்தான். தன்னையறியாமல் நாவு அசைந்து பேச்சு பிறந்துவிடக்கூடும் என்பதற்காக நாவின் அடியில் கூழாங்கற்களை ஒதுக்கி வைத்திருந்தான். இதனால் நாவு அசையவே அசையாது. வாழ்நாள் முழுவதும் அரச குடும்பத்துக்காக ஆயிரம் யோசனை சொன்ன

எஸ்.ராமகிருஷ்ணன் • 215

விதுரனின் நாவுகூட என்றோ ஒரு நாளில் கூழாங்கற்களால் அடங்கிவிடுகிறது.

ஆனால், பிறந்தது முதல் தேசத்துக்காகப் பாடுபட்டு, நித்ய பிரம்மச்சாரியாக தனிமையில் மௌனமாக வாழ்ந்த பிதாமகர் பீஷ்மரோ, யுத்தத்தில் காயம்பட்டு அம்புப் படுக்கையில் படுத்த பிறகு எதை எதையோ பேசிக்கொண்டேயிருக்கிறார். தன்னைச் சந்திக்கும் கர்ணன், ஸ்ரீகிருஷ்ணன், யுதிஷ்டிரன் என யாவரின் கேள்விகளுக்கும் பதில் சொல்லியபடியே இருக்கிறார். பீஷ்மரே வாழ்நாளின் கடைசியில் பேச்சைத்தான் துணைக்குக் கொள்கிறார். உலகம் இப்படித்தானிருக்கிறது என்றேன்.

சட்டென சிவசுவின் அம்மா ஒரு பழமொழியைச் சொன்னார் - "உதடு தேய்வதைவிடவும் உள்ளங்கால் தேயலாம்." அதற்கு என்ன அர்த்தம் எனக் கேட்டதும் "ஒவ்வொரு வேலையையும் அடுத்தவரை செய்யச் சொல்லி ஏவிக்கொண்டே இருந்து உதடு தேய்வதை விடவும், தானே ஓடியாடி வேலை செய்து வேலை செய்து உள்ளங்கால் தேய்வது நல்லது" என்றார்.

ஔவை மட்டுமே பெண் கவியல்ல. எத்தனையோ பெண்கள் தங்கள் வாழ்நாளில் கண்டறிந்த உண்மையைத்தான் பழமொழியாக்கி இருக்கிறார்கள். ஊர் திரும்பும்போது சிவசுவிடம் அவரது அம்மா ஒரு யோகியை விடவும் பலமானவள் என்று சொன்னேன். அவர் புரிந்துதுபோல தலையாட்டினார். ஒரு சொல் என்பது அஸ்திரத்தைவிடக் கடுமையானது என்று உணர்ந்திருக்கிறோமா? முறிந்த முள்ளைப்போல மனதில் புரையோடிக் கிடந்த சொற்கள் நினைவு வரத் துவங்கின. வீட்டை நெருங்கும்போது எனக்கு நானே சொல்லிக்கொண்டேன் - 'சொல்லின் வலி சொல்லால் வெளிப்படுத்தப்பட முடியாதது'.

■

37
மனக்குகை

முதல் கதை பிரசுரமாகியிருந்த நேரம். உலகமே கதைகளாலும் எழுத்தாளர்களாலுமே நிரம்பியிருப்பதாக இருந்தது. எழுதவேண்டிய கதைகள் என மனது ஒரு நீண்ட பட்டியலை உருவாக்கிக்கொண்டிருந்தது. ஒரே நாளில் டால்ஸ்டாய், செகாவ், பால்சாக், புதுமைப் பித்தன், மௌனி, தி.ஜானகிராமன் என முன்னோடி எழுத்தாளர்கள் யாவரும் நெருங்கிய நண்பர்களாக மாறியிருந்தார்கள். 'எழுத்தாளன் என்ற முறையில் இனி என்னைக் கௌரவிக்க வேண்டியது இந்தச் சமூகத்தின் கடமை. நான் ஒட்டுமொத்த மக்களின் வாழ்வு உயர்வதற்காக எழுதத் துவங்கியிருக்கிறேன்' - இப்படிச் சுயபிரகடனம் வேறு மனதில் கொந்தளித்துக்கொண்டிருந்தது.

முதல் கதையைப் படித்துவிட்டு என் அண்ணன் கொஞ்சம் பணம் கொடுத்து

புத்தகங்கள் வாங்கிக்கொள்ளச் சொன்னார். மனது உடனே யாத்திரைக்குத் திட்டமிடத் துவங்கியது. பையில் இரண்டு புத்தகங்கள், குறிப்பு நோட்டு, ஒரு மாற்று உடையுமாகக் கிளம்பினேன். சென்னை பஸ் தயாராக இருந்தது. விழுப்புரம் அருகேயுள்ள கீழ்வாலை கிராமத்திலுள்ள மலைக் குகையில் கற்கால ஓவியங்கள் இருக்கின்றன என்று வாசித்திருக்கிறேன். விழுப்புரத்தில் ஓர் இலக்கிய நண்பர் மின்சாரத்துறையில் வேலை செய்து கொண்டிருந்தார். அவரைச் சந்தித்து விட்டால் அவரோடு தங்கிக்கொண்டு குகையைப் பார்த்துவிட்டு, மறுநாள் பாண்டிச்சேரிக்குச் சென்றுவிடலாம் என்று முடிவு செய்திருந்தேன்.

பகல் முழுவதும் பயணம் செய்து விழுப்புரத்துக்கு வந்து இறங்கியபோது மாலையாகியிருந்தது. நண்பரின் வீட்டைக் கண்டுபிடிப்பது எளிதானதில்லை என்று வந்த பிறகுதான் தெரிந்தது. அவர் ஓர் இலக்கியக் கூட்டத்தில் தந்திருந்த முகவரியைக் கையில் வைத்துக்கொண்டு விசாரித்துச் சென்ற போது, அந்த வீட்டிலிருந்து மாறிப்போயிருந்தார். இன்னொரு மின்சார ஊழியரின் வீட்டைக் கண்டுபிடித்து நண்பரின் முகவரியை வாங்கியபோது இருட்டத் துவங்கியிருந்தது.

விழுப்புரத்தின் புறநகர்ப் பகுதியில் உள்ள குடியிருப்பு ஒன்றில் அவர் தங்கியிருந்தார் என்பதால், நெடுஞ் சாலையைவிட்டு விலகிய பாதையில் நடந்துகொண்டிருந்தேன். வெளிச்சம் சிதறக்கிடந்த வீடுகள். நண்பரின் வீட்டைக் கண்டுபிடித்தபோது, அவர் வாசல்படியில் உட்கார்ந்து குழந்தைகளுக்கு வீட்டுப் பாடம் சொல்லிக்கொண்டிருந்தார். என்னை எதிர்பார்த்திருக்க வில்லை. சிரித்தபடியே எழுந்துகொண்டார்.

வாசல்படியில் உட்கார்ந்துகொண்டேன். அவருக்கு மூன்று குழந்தைகள் இருந்தார்கள். மிகச் சிறிய வீடு. வாடகை குறைவு என்பதால் இங்கே மாறிவந்துவிட்டதாகச் சொன்னார். வீட்டினுள் இருந்து அவரது மனைவி வெளியே வந்து குடிப்பதற்காகத் தண்ணீர் தந்துவிட்டு, என்னைப் பற்றி எதுவும் கேட்டுக்கொள்ளவேயில்லை. இருவரும் படியில் உட்கார்ந்தபடியே உரையாடத் துவங்கினோம். எனது முதல் கதையை வாசிக்கத் தந்தேன். பிறகு படிப்பதாக வாங்கி வைத்துக்கொண்டார்.

கீழ்வாலையில் இருந்த குகையைப் பற்றித்தான் கேள்விப் பட்டிருப்பதாகவும், காலையில் இருவருமே போய்ப் பார்த்து வரலாம் என்றார். மேலும், மலை மீது காலையிலேயே ஏறிவிடுவதால், மதியச் சாப்பாட்டுக்கு ஏதாவது சாப்பாடு செய்து எடுத்துக்கொண்டு போய்விடலாம் என்றார். மிகுந்த சந்தோஷமாக இருந்தது.

மௌனியின் கதைகள் ஏன் புரியவில்லை, பாரதி கவிதைகளில் வரும் பாலத்து ஜோசியன் எங்கேயிருக்கிறான் என்று இலக்கிய விசாரமும், புத்த கயாவுக்குப் போனது துவங்கி இந்தியாவில் சுற்றித் திரிந்த இடங்கள் பற்றிய பேச்சுமாக நீண்டுகொண்டிருந்தது. வீட்டிலிருந்து ஒரு சிறுவன் வந்து, "சாப்பிடுவதற்காக அம்மா அழைக்கிறாள்" என்று எங்கள் இருவரையும் கூப்பிட்டான்.

கோதுமையை உருட்டி ஒரு சிறுமி சப்பாத்தி போட்டுக் கொண்டிருந்தாள். நானும் அவரும் சாப்பிடத் துவங்கினோம். காலையில் இருந்து பயணம் செய்த அசதி, மேலும் வீடு தேடி அலைந்த களைப்பு, சூடான சப்பாத்தியை நாலைந்து சாப்பிட்டிருப்பேன். அடுப்பினருகே அமர்ந்தபடியிருந்த நண்பரின் மனைவி ஸ்டவ் அடுப்பைத் திகுதிகுவென எரியவிட்டார். சப்பாத்தி கருகத் துவங்கியது. நான் அதைப் பற்றிய எண்ணமே இல்லாமல் ஐந்தாவது சப்பாத்தியைத் தாண்டிக் கொண்டிருந்தேன். அவள் சட்டென அடுப்பை அணைத்துவிட்டு "இனிமேல் மாவுதான் சலிக்கணும்" என்று சொல்லியவளாக இன்னொரு அறைக்குள் சென்றுவிட்டாள். நான் தண்ணீரைக் குடித்துவிட்டு, வாசல்படிக்கு வந்தபோது உள்ளே நண்பரிடம் அவரது மனைவி சொல்வது கேட்டது -

"இந்த ஆளு யாரு? இப்படித் திங்கான். இவனுக்குச் சுட்டுப் போட்டு முடியலே. உங்களுக்கு இவனை எப்படிப் பழக்கம்?"

நண்பர் இலக்கியக் கூட்டத்தில் சந்தித்த விவரத்தைச் சொல்லிக்கொண்டிருந்தார்.

"படிச்சிட்டுச் சும்மா திரியுற ஆளா? அதான் இப்படிச் சாப்பிடுறான். அந்த ஆளு சொல்றான்னு மலைக்குப் போனா நீங்களும் அப்படியே சாமியாரா மலை மேலேயே

எஸ்.ராமகிருஷ்ணன் ● 219

போயிற வேண்டியதுதான். நான் பிள்ளைகளைக் கூட்டிட்டு ஊருக்குப் போயிருவேன். ஒரு ஆளைப் பாக்க வர்றவன், வீட்ல சின்னப் பிள்ளை இருக்குமேன்னு ஒரு பிஸ்கட் பாக்கெட்டாவது வாங்கிட்டு வந்திருக்கானா? பாருங்க... உங்க முகத்துக்குத்தான் இப்போ சப்பாத்தி போட்டேன். நாளைக்கு நானே சொல்லிருவேன், பாத்துக்கோங்க."

நண்பர் மெதுவான குரலில், நான் வெகு தொலைவில் இருந்து வந்திருக்கிறவன், கதை எழுதுகிறவன் என்று ஏதோ சொல்லிக்கொண்டிருந்தார். அந்தப் பெண் சினம் அடங்காமல் கேட்டாள் -

"கதை எழுதுனா ஊர்க்காரங்க எல்லாம் சாப்பாடு போட்டு உபசாரம் செய்யணுமா? அடுத்தவங்க வீட்ல ஒரு டம்ளர் காபி குடிக்கவே கூச்சமா இருக்கு. எப்படித்தான் இப்படிச் சாப்பிடுறானோ இவங்களுக்கெல்லாம் மலையைப் பிடுங்கித்தான் சாப்பிடக் கொடுக்கணும்."

நான் அவமானத்தால் குறுகிப் போனவனாக வெளியே உட்கார்ந்திருந்தேன். இப்படியே எழுந்து போய்விடலாமா என்று தோன்றியது. ஆனால், அது நண்பரைக் குற்ற உணர்ச்சிக்கு ஆளாக்கி விடும் என்று இருளை வெறித்தபடியிருந்தேன். வீட்டினுள் பேச்சு மெதுவாக அடங்கியது. நீண்ட நேரத்தின் பின்பாக நண்பர் கதவை மூடிவிட்டு, ஒரு பாயை எடுத்துக்கொண்டு வந்தார். வாசல்படியை ஒட்டிய தரையில் போட்டுப் படுத்துக்கொள்ளச் சொன்னார். அவரது முகம் இறுகிப்போயிருந்தது. நான் உடையை மாற்றிக்கொள்ளாமல் உட்கார்ந்து இருந்தேன். அவர் என்ன செய்வது என்று தெரியாத நிலையில் தயங்கித் தயங்கி, காலையில் தனது ஆபீஸ் கேம்ப் இருப்பதாகவும், ஆறு மணிக்கே தான் புறப்பட்டுவிடுவதாகவும் சொன்னார். நான் முதல் பஸ் பிடித்து கீழ்வாலைக்குப் போய்விடுவதாகச் சொன்னேன்.

வீட்டுக்குள்ளிருந்து மனைவி அவரை அழைக்கும் சத்தம் கேட்டது. சட்டென எழுந்து உள்ளே போய் கதவை மூடிக்கொண்டார். சாத்திய கதவுக்கு வெளியே இருளில் உட்கார்ந்திருந்தேன்.

எதற்காக இப்படி அலைகிறேன்? என்ன உரிமையில் இவரைப் பார்க்க வந்தேன்? ஒரே கதையை, கவிதையை படிக்கிறவர் என்பது என்ன வகையான உறவு? உறவினர்களே ஒரு வேளைச் சாப்பாடு போடாத உலகில், எங்கோ ஓர் இலக்கியக் கூட்டத்தில் சந்தித்த சில மணி நேர நட்பை எப்படி முழுமையாக நம்பினேன்? பசியை ஒளித்துக்கொள்ள ஏன் தெரியாமல் போனது?

முருங்கை மரத்தில் சட்டென ஒரு நாளில் கம்பளிப் பூச்சிகள் அப்பியிருப்பதுபோல், மனதெங்கும் கேள்விகள் அப்பிக்கொண்டு ஊர்ந்தன. இப்படியே போய்விடலாம் என்றால், என் முதற்கதை வந்த இதழை வாசிப்பதற்காக அவர் வைத்திருக்கிறார். அதை வாங்கிக்கொள்ளாமல் எப்படிப் போவது என்று மனது நொண்டிச்சாக்கு சொன்னது. கீழ்வாலைக்குப் போவதால் என்ன கிடைத்துவிடப் போகிறது என்று ஆத்திரமாக வந்தது. நெடுநேரம் வீட்டுக்குள் இருவரின் பேச்சுக் குரல்கள் கேட்டுக்கொண்டேயிருந்தன.

உறங்கக்கூடாது என்று பிடிவாதமாக இருளுக்குள்ளாகவே நடந்தேன். ரயில்வே தண்டவாளத்தை ஒட்டிய பாலத்தில் உட்கார்ந்து கொண்டேன். அந்தப் பெண் சொன்ன ஒவ்வொரு வார்த்தையும் மனதில் பீறிடுவதும் மறைவதுமாக இருந்தது.

விடிகாலையில் நான் புறப்படத் தயாராகி, அவரது வீட்டுக் கதவைத் தட்டினேன். நண்பர் கதவைத் திறந்தபடியே, "தூங்கலையா?" என்றார். "எனது கதை வேணும்?" என்றேன். அவர் சட்டையைப் போட்டுக்கொண்டு, கதையை எடுத்துக் கொண்டு வந்தார். இருவரும் இருளுக்குள் நடந்தோம். தொலைவில் பஸ் வரும் வெளிச்சம் கண்டபோது கையில் ஒரு இருபது ரூபாய் கொடுத்து, "வைத்துக்கொள்ளுங்கள்" என்றார். நான் வாங்க மறுத்தபடியே, படிக்கக் கொண்டு வந்திருந்த இரண்டு புத்தகங்களையும் பையிலிருந்து எடுத்து அவருக்குத் தந்தபடி, "வெச்சுக்கோங்க" என்றேன்.

கீழ்வாலைக்கு வந்தபோது காலை துவங்கியிருந்தது. எவரையும் கேட்கவேயில்லை. மலையில் ஏறத் துவங்கினேன். ஆடு மேய்க்கும் சிறுவர்கள் சிலர் தென்பட்டார்கள். அழைக்காமலே என்னோடு சேர்ந்துகொண்டார்கள். மலையின்

எஸ்.ராமகிருஷ்ணன் ● 221

உயரத்தில் இருந்த குகையில் கற்காலத்தைச் சேர்ந்த ஓவியங்கள் இருந்தன. நெடுநேரம் ஆதிமனிதன் வரைந்த ஓவியங்களைப் பார்த்தபடியிருந்தேன். அவமானமும் அலைச்சலும் கசப்பும்தான் எழுத்தாளனின் சமையல் பொருட்கள் என்று தோன்றியது. ஏகாந்தமான காற்றும் சாந்தமும் பரவியதும், மனம் மெதுவாக வடியத் துவங்கியது.

வாழ்வில் முதல் முறையாக ஒன்றும் அவமானப் படவில்லையே. உறவினர்களால், சொந்த மனிதர்களால், நண்பர்களால், குடும்ப விழாக்களில், பண்டிகை நாட்களில் என எத்தனை முறை அவமதிக்கப்பட்டிருக்கிறேன்! உடலில் ஏற்படும் வடுக்கள் கண்ணில் தெரிவதுபோல அவமதிப்பின் வடுக்கள் தெரிவதில்லை. அது ஒன்றுதான் ஆறுதல். ஒருவேளை அவமதிப்பின் வடுக்கள் உடலில் வெளிப்படையாகத் தெரியத் துவங்கினால், யாவரும் உடல் முழுவதும் வடுக்களோடுதான் இருப்பார்கள் என்று சுயசமாதானம் செய்து கொண்டேன்.

குகை வாழ்க்கையில் கூட ஓவியம் வரைய முயன்றவன் இருந்திருக்கிறான் என்பது ஆறுதலாக இருந்தது. கையில் பணமும் வசதியும் ஏற்படும் நாளில், நண்பரையும் அவரது மனைவி, குழந்தைகளையும் கூட இந்த மலைமீது கூட்டிவந்து, குகை ஓவியங்களைக் காட்டி, இங்கேயே ஒரு விருந்து தரவேண்டும் என்று தோன்றியது. சூரியன் மேற்கில் மறையும்போது கீழே இறங்கத் துவங்கியிருந்தேன். அன்றைக்கு எனக்குப் பசிக்கவேயில்லை. ஊர் வரும்வரை, என் முதல் கதையை நண்பர் படிக்காமல் போய்விட்டாரே என்றுதான் மிக வருத்தமாக இருந்தது.

38
சப்தரேகை

பிரபல நாகஸ்வர கலைஞர்களான காருகுறிச்சி அருணாசலம், திருவாவடுதுறை ராஜரத்தினம்பிள்ளை போன்றவர்கள் வாசித்த நாகஸ்வரம், இப்போது யாரிடமிருக்கிறது? அதைப் பார்க்க வேண்டுமானால் என்ன செய்வது? ஏதாவது ஊரில் இசைக் கலைஞர் களுக்குச் சிலையிருக்கிறதா என்று மானுடவியல் ஆய்வுக்காக அமெரிக்காவிலிருந்து வந்திருந்த கிளாராமிட்சேல் என்னிடம் சில நாட்களுக்கு முன்பாகக் கேட்டார்.

இந்தச் சந்தேகம் எனக்குமிருந்தது. நானும் பல முறை யோசித்திருக்கிறேன். மொசார்ட் வாசித்த வயலின், வியன்னாவில் இருக்கிறது. பீதோவன் வாசித்த பியானோ, இன்றும் பத்திரமாகப் பாதுகாக்கப்பட்டு வருகிறது. உலகின் முக்கிய இசைக் கலைஞர்கள் பலருக்கும் தனியான மியூசியங்கள் இருக்கின்றன. ஆனால், தமிழ்ச் சூழலில் பல முக்கிய இசைக் கலைஞர்களின்

பெயர்களே மறந்துவிட்ட நிலையில், இதுபோன்று இசைக் கருவிகள் பாதுகாக்கப்பட்டிருக்குமா என்ன?

எனக்குத் தெரிந்தவரை கோவில்பட்டியில் அரசுப் பொது மருத்துவமனைக்கு அருகாமையிலுள்ள வீதியில் காருகுறிச்சி அருணாசலத்துக்குச் சிலை இருப்பதைப் பார்த்திருக்கிறேன். காருகுறிச்சி அருணாசலம் கோவில்பட்டியில்தான் குடியிருந்தார். இந்தச் சிலைகூட காருகுறிச்சி அருணாசலத்தின் மீது மிகுந்த நட்புகொண்டு இருந்த ஜெமினிகணேசன் விருப்பத்தால் அமைக்கப்பட்டிருக்கிறது ('கொஞ்சும் சலங்கை' திரைப்படத்தில் 'சிங்கார வேலனே தேவா' பாடலுக்கு காருகுறிச்சியார் வாசித்த நாகஸ்வர இசை இன்றைக்கும் மனதை மயக்குகிறது!).

காருகுறிச்சியார் வீட்டின் கிரகப்பிரவேசத்துக்கு ஜெமினி கணேசன், சாவித்திரி, சிவாஜி கணேசன் போன்ற பிரபலங்களும் அன்றைய முக்கிய இசைக் கலைஞர்கள் பலரும் வந்திருக்கிறார்கள். அப்போது ஜெமினியும் சிவாஜியும் காருகுறிச்சியோடு இணைந்து நாகஸ்வரம் வாசிப்பதுபோலப் புகைப்படம் எடுத்துக்கொண்டார்கள் என்று அந்த அரிய காட்சியைப் பலரும் இன்று நினைவில் வைத்திருக்கிறார்கள்.

வேறு எங்காவது இசைக் கலைஞர்களுக்குச் சிலையிருக்கிறதா என்று நான் அறிந்தவரை நினைவில்லை. ஆனாலும், காருகுறிச்சியார் வாசித்த நாயனம் யாரிடம் இருக்கக்கூடும் என்றோ, அவர்கள் வீட்டில் எவரும் இசைக் கலைஞர்களாகி இருக்கிறார்களா என்றோ தெரியவில்லை!

சில வருடங்களுக்கு முன்பாக உலகத் திரைப்பட விழாவில் 'ரெட் வயலின்' என்ற ஆங்கிலப் படம் ஒன்றைப் பார்த்தேன். அந்தப் படம் 16-ம் நூற்றாண்டில் இத்தாலியில் வாழ்ந்த ஒரு இசைக் கலைஞன், பிறக்கப்போகும் தனது மகன் வாசிக்க வேண்டும் என்று சிறப்பாக உருவாக்கிய ஒரு சிவப்பு வயலின் எப்படி காலவெள்ளத்தால் ஒவ்வொரு கையாக மாறி, தேசம் விட்டு தேசம் போய், அழிவையும் நிராசைகளையும் சந்தித்து, கடைசியில் ஒரு மியூசியத்துக்கு வந்து சேர்கிறது என்பதைப் பற்றியது. வயலின் மீது படிந்துள்ள விரல் ரேகைகள் வழியாக, அதை வாசித்து சாதனை செய்ய விரும்பிய மனிதர்களின்

கனவுகள் எப்படி உருவாயின, எவ்விதம் சிதைந்து போயின என்பதை நுண்மையாகச் சித்திரித்த படம்.

கிளாராவின் கேள்வி என்னை இதுபோன்றதொரு தேடுதலுக்கு உந்திக்கொண்டிருந்தது. காருகுறிச்சி அருணாசலத்தின் சிலையைப் பார்ப்பதற்காக கோவில்பட்டிக்கு வந்திறங்கிய போது, நகரில் பலருக்கும் இப்படி ஒரு சிலை இருப்பதே மறந்துபோயிருந்தது. அங்கும் இங்கும் விசாரித்துப் பார்த்து கண்டுபிடித்துச் சென்றபோது, சிலை காலத்தின் பழைமை ஏறி அப்படியேயிருந்தது. தன் இசையால் தமிழகத்தையே மயக்கிய அந்த நாகஸ்வர கலைஞன், இன்று கொண்டாட யாருமற்ற தனிமையில் வீழ்ந்திருப்பதுபோல, சிலையின் மௌனம் களிம்பேறி இருந்தது.

காருகுறிச்சி வாழ்ந்த வீடும் அதன் நெருக்கமான மனிதர்களும் அவரைப் பற்றின நினைவுகளில் மூழ்கிக் கிடந்தார்கள். அவர்களது பேச்சில் ஆதங்கமும் இதுபோன்ற ஒருவரைக் கவனிக்கவில்லையே என்ற கோபமும் ஒளிந்திருப்பதை அறிய முடிந்தது. காருகுறிச்சி அருணாசலத்துக்கு நண்பர்களாகியிருந்த வர்களின் பட்டியல் ஜவஹர்லால் நேருவில் துவங்குகிறது. நேரு மிகுந்த விருப்பத்தோடு அவரை டெல்லிக்கு வரவழைத்து நாகஸ்வர இசையைக் கேட்டிருக்கிறார். விருந்தளித்திருக்கிறார். அரசியல் தலைவர்கள், திரைத்துறை கலைஞர்கள் எனப் பலரும் அவரோடு நெருக்கமாக இருந்திருக்கிறார்கள்.

இவர்களில் ஜெமினி கணேசனுக்கும் காருகுறிச்சியாருக்கும் இருந்த நட்பு அலாதியானது. ஒருவரை ஒருவர் கேலி செய்துகொள்ளவும், ஒன்றாகச் சேர்ந்து சாப்பிடவும், இசை கேட்கவும் என காருகுறிச்சியார் மறைவவரை இந்த நட்பு பரிமளித்து இருக்கிறது! இந்த ஆசையால்தானோ என்னவோ, அருணாசலம் 'தில்லானா மோகனாம்பாளை'ப் படமாக்க மிகவும் ஆசைப்பட்டிருக்கிறார் (இந்தப் படம் இவருக்குத்தான் சமர்ப்பணம் செய்யப்பட்டிருக்கிறது!).

காருகுறிச்சியாரின் நாகஸ்வர இசையை ரசித்தவர்கள் பெரும்பாலும் அடித்தள மக்கள். அன்றாட வேலை பார்ப்பவர்கள். பணம், காசைவிடவும் மக்கள் தன் இசையை ரசிப்பதை அவர் மிகவும் விரும்பி இருந்திருக்கிறார். சிறு

கிராமங்களில் கூட கச்சேரி செய்வதற்குத் தயக்கமின்றி ஒப்புக் கொண்டிருக்கிறார். ஆண்டுதோறும் கோவில்பட்டி பேருந்து நிலையத்துக்குள் உள்ள பிள்ளையார் கோயிலில் நடைபெறும் இசைக் கச்சேரியை இலவசமாக நடத்திக் கொடுத்திருக்கிறார்!

பல வருட காலமாகப் பேருந்து நிலையத்தில் அழுக்குப் படிந்த உடையோடு, பித்தேறிய நிலையில் மனநலமற்ற ஒரு ஆள் அலைந்துகொண்டு இருந்தான். அவன் ஆங்காங்கே நின்றுகொண்டு, யாரையோ கூப்பிடுவதுபோல் இரண்டு கைகளையும் சேர்த்துத் தட்டுவான். யாராவது திரும்பிப் பார்த்தால், தனக்குத்தானே சிரித்துக்கொண்டு நடந்து போய்விடுவான். அவன் எங்கிருந்து வந்தான் என்று யாருக்கும் தெரியாது. குப்பையில் கிடக்கும் பொருட்களைப் பொறுக்கிச் சாப்பிட்டபடி பேருந்து நிலையத்திலே வாழ்ந்துகொண்டிருந்த அவன், ஒரு முறை நாகஸ்வர இசை நிகழ்ச்சி நடந்து கொண்டிருந்தபோது எழுந்து விடுவிடுவெனக் கூட்டத்தை விலக்கிக் கொண்டுபோய், காருகுறிச்சியாரின் முன் தன் கையை நீட்டி ஏதோ கொடுத்தான். அவர் கையில் வாங்கிப் பார்த்தபோது, நெளிந்து போயிருந்த ஐம்பது பைசா நாணயமிருந்தது! அவன் மிகுந்த சிரிப்போடு வைத்துக்கொள்ளச் சொல்லித் தலையாட்டிவிட்டுக் கூட்டத்துக்குப் போய் விட்டான். காருகுறிச்சியார் தன் கண்களில் அந்தக் காசை ஒற்றிக் கொண்டபடி, தனக்குக் கிடைத்த பெரிய சன்மானம் இதுதான் என்று சொல்லியபடி அன்று விடியும்வரை நாகஸ்வரம் வாசித்தார். ஆலங்கட்டி மழை போல் அப்படியொரு கம்பீரமான இசை ஊரெங்கும் நிரம்பியது.

அதன் பிறகு, காரில் பேருந்து நிலையத்தைக் கடந்து போகும் போதெல்லாம் மனநலமற்றவரை நோக்கிக் கையசைத்துச் சிரித்தபடிதான் போவார். அப்படியொரு சுபாவம் என நினைவுகூர்ந்தார் என் நண்பரின் தந்தை.

காருகுறிச்சியாருக்குக் குடும்பத்தில் இசை வாரிசு இல்லை. அவரது நாகஸ்வரம் அவரது மூத்த பெண்ணிடம் ஒப்படைக்கப்பட்டிருக்கிறது. அவர்கள் பழனியில் வாழ்கிறார்கள். அவர்களது வீட்டின் பூஜையறையில் பட்டுத்துணி போர்த்தி

வைக்கப்பட்டிருந்தது அந்த நாகஸ்வரம். குடும்பத்தவர்களின் கண்களில், பேச்சில் அந்த நாகஸ்வரத்தின் மீதான மரியாதை படிந்திருக்கிறது. எத்தனையோ ஆயிரம் முறை தன் உதடுகளைப் பதித்து வாசித்து, நாகஸ்வர சீவாளிகளில் படிந்திருந்த காருகுறிச்சி அருணாசலத்தின் எச்சில் உலர்ந்து போய்விட்டிருந்தது. இப்போது அந்த நாகஸ்வரம் நிசப்தத்தைத் தன் இசையாக வாசித்துக்கொண்டிருக்கிறது.

மேளமும் நாகஸ்வரமும் கேட்ட வீதிகளும் கோயில்களும் இன்று வெறிச்சோடிக் கிடக்கின்றன. தெய்வங்களும் டேப்ரிக்கார்டரில் சங்கீதம் கேட்கத் துவங்கிவிட்டன. இயந்திரமயமாகிப்போன இசையின் முன்பாகத் தமிழ் இசைக் கருவிகள் விளையாட்டு பொம்மைகள்போலச் செயலற்றுக் கிடக்கின்றன.

எத்தனையோ பெரிய சபாக்கள், கச்சேரிகள் என சென்னை தனக்கென தனியான இசை உற்சவத்தையே கொண்டிருந்தாலும், எங்கோ தென் மூலையில் உள்ள கரிசல் கிராமங்களில், கொதிக்கும் வெயிலைப்போலவே உக்கிரமானதொரு இசையாகத் தன் நாகஸ்வர இசையின் மூலம் கிராம மனிதனைக்கூட வசியம் செய்ய முடிந்திருந்த அந்த மாபெரும் இசைக் கலைஞன், இன்று எவ்விதமான சிறப்புமற்று ஏதோவொரு தெருவின் மூலையில் சிலையென உறைந்திருக்கிறான்.

திருவையாறில் தியாகராஜர் இசைவிழா நடப்பதுபோல, தமிழிசை விழாக்கள் ஏன் இதுபோன்ற சிறு நகரங்களில் நடத்தப்படக்கூடாது? மணிமண்டபம், ஆளுயர சிலை வைப்பது அல்ல ஒரு கலைஞனுக்குச் செய்யும் மரியாதை. காருகுறிச்சி போன்று நாகஸ்வரத்தை உயிராக நேசித்த கலைஞனின் நினைவைக் கொண்டாடும் வகையில் நாகஸ்வரம், தவிலிசை என ஒருவார காலம் தமிழிசை விழாவை அரசாங்கமோ, தனியார் அமைப்புகளோ ஏன் கோவில்பட்டியில் நடத்தக்கூடாது?

இப்போதும் பேருந்தின் நெருக்கடிக்குள் கர்ப்பிணிப் பெண்கள் போலத் தவிலை வயிற்றோடு சேர்த்துப் பாதுகாத்தபடி எவ்விதமான சிறு முணுமுணுப்புமின்றி, ஏதோவொரு கிராமத்தை நோக்கிப் போகக் காத்திருக்கும் நாகஸ்வர,

தவில் கலைஞர்களைப் பார்த்துக்கொண்டிருக்கிறேன். தங்கள் குழந்தைகளைவிடவும் அதிகமாக தங்கள் இசைக் கருவியை அவர்கள் தூக்கிச் சுமந்திருக்கிறார்கள். அந்த சுமையின் வலியை, காலத்தால் தாங்கள் விலக்கப்பட்டுக்கொண்டே வருகிற பரிதவிப்பை மறைத்தபடி 'அலைபாயுதே கண்ணா' போலவே 'மன்மதராசாவை'யும் தங்களை மறந்து நாகஸ்வரத்தில் வாசிக்கிறார்கள்.

தாவரங்களுக்கு இசை கேட்டு வளரும் நுண்மையிருக்கிறது என்கிறார்கள் அறிவியலாளர்கள். மனிதர்களுக்கு இருக்கிறதா என்றுதான் பரிசோதிக்க வேண்டியிருக்கிறது.

39
அன்று சொன்ன பொய்கள்

பொய் ஒரு விதையில்லாத தாவரம். காற்றைப்போல எல்லா இடங்களிலும் பரவி வளரக்கூடியது. நாம் பொய்யின் உச்சத்தை 'பச்சைப் பொய்' என்கிறோம். ஆங்கிலேயர்கள் 'வெள்ளைப் பொய்' என்கிறார்கள். பொய்க்கும் நிறம் இருக்கிறது போலும். பொய்யின் சரித்திரம், உலகச் சரித்திரத்தை விடவும் சுவாரஸ்யமானது.

பொய் எப்படி உருவாகியிருக்கும்? கற்றுத் தரும் ஆள் யாராம்? பொய் எதற்காக இப்படிச் சுவையாக இருக்கிறது? பொய்யைக் குழந்தைகள் விளையாட்டுப் பொருளைப்போல பயன்படுத்துகிறார்கள். பெரியவர்களோ, உணவுப்பொருள் போலப் பயன்படுத்துகிறார்கள்.

எஸ்.ராமகிருஷ்ணன்

சிறுவயது முழுவதும் பொய்களால்தான் நிரம்பியிருக்கிறது. கடுகு வெடித்துச் சிதறியிருப்பதுபோலப் பொய்கள் சுற்றிலும் நிறைந்திருந்தன.

ஏழு வயதில் டெல்லிக்குச் சுற்றுலா கூட்டிப்போவதாக அப்பா சொன்ன பொய், 'தீபாவளியன்று கடவுள் வீடு வீடாக வந்து, கதவைத் தட்டித் தலைக்கு எண்ணெய் தேய்த்துக் குளித்திருக்கிறார்களா என்று தலையைத் தொட்டுப் பார்ப்பார்' என்று பாட்டி சொன்ன பொய், 'இருட்டில் உட்கார்ந்து சாப்பிட்டால், பக்கத்தில் பூதம் உட்கார்ந்து சாப்பாட்டைப் பிடுங்கித் தின்றுவிடும்' என்று அம்மா சொன்ன பொய், பார்த்துக் கொண்டிருக்கும்போதே லட்டை ஒரே வாயில் தின்றுவிட்டு, தான் எடுக்கவில்லை என்று என் மீது பழிபோட்ட சகோதரியின் பொய், 'வீட்டுப் பாடம் படிக்காவிட்டால், இரவில் சரஸ்வதி சூலாயுதத்தால் நாக்கில் குத்திவிடுவாள்' என்று ஆசிரியர் சொன்ன பொய் என, பொய்யைக் குவளை குவளையாகக் குடித்து மயங்கிக் கிடந்த நாட்கள் அவை!

பொய் ஒரு கள்ளச் சாவியைப்போல எதையும் திறக்கக் கூடியதாக இருந்தது. கோழி ரோமத்தைப்போல எடையற்றதாக இருந்தது. கோபத்திலும் சந்தோஷத்திலும் இயலாமையிலும் பொய்களை வாரியிறைத்திருக்கிறேன். சில பொய்கள் இப்போது நினைத்துப் பார்க்கும்போதும் ஆச்சரியமாக இருக்கின்றன.

பள்ளிக்கூடம்தான் பொய்களை வளர்ப்பதில் பெரிய பங்கு வகித்தது. வீட்டில் பொய்கள் பெரியவர்களுக்கான உத்தியாக இருந்ததால், குழந்தைகளின் பொய்கள் எளிதில் அடையாளம் காணப்பட்டு தண்டனைக்கு உள்ளாயின. ஆனால், பள்ளிக்கூடம் அப்படியல்ல. அங்கே பொய்கள் பரஸ்பரம் பரிமாறிக்கொள்ளப்படும். பொய்யின் கடுமை என்ன என்பதைப் புரிந்துகொள்ளச் செய்தது ஒரு சிறுபொய்தான்.

ஆறாம் வகுப்புப் படிக்கும்போது வகுப்பு மாணவர்கள் எவருக்குமே பிடிக்காத சரித்திர ஆசிரியர் இருந்தார். அவரிடம் புதிதாக ஒரு அட்லஸ் சைக்கிள் இருந்தது. அவர் மாணவர்களிடம் பிரம்பால் மட்டுமே பேசுவார் (அவர் பள்ளிக்கூடத்தைவிட்டு மாறிப்போய்விட வேண்டும் என்று மாணவர்கள் யாவரும் ஒரு நாள் கூட்டுப் பிரார்த்தனை நடத்தினோம். கடைசிவரை அந்தப் பிரார்த்தனை பலிக்கவேயில்லை!).

'அவர் சைக்கிளை எப்படியாவது ஒருமுறை பஞ்சர் ஆக்கிவிட வேண்டும்' என்று மாணவர்கள் பலருக்கும் தீராத ஆசை. ஆனால், அதை நிறைவேற்றும் துணிவு எவருக்குமே இல்லை.

ஒரு நாள் பள்ளி நிழலில் நிறுத்தப்பட்டிருந்த சைக்கிள் ஆணி குத்தி பஞ்சர் ஆகியிருந்தது. ஆசிரியர் சைக்கிளை உருட்டிக்கொண்டே சென்றார். எங்களுக்குச் சிரிப்பாக வந்தது. வீடு திரும்பும் வழியில் சக மாணவர்களிடம் சுவாரஸ்யத்துக்காக, நான் தான் ஆணியில் குத்தியதாக ஒரு பொய் சொன்னேன். இரண்டு மாணவர்கள் விழி பிதுங்க 'நிஜமாவா?' என்றார்கள். ஆனால், எங்களோடு வந்துகொண்டிருந்த ஐந்தாம் வகுப்புப் படிக்கும் நல்லமுத்து மட்டும் திரும்பவும் கேட்டான் - 'நீதான் ஆணியில குத்தினியா?'

பொய்யை விரிவாக்கிச் சொன்னேன். வழி முழுவதும் மாணவர்கள் சிரித்துக்கொண்டு வந்தார்கள். அன்றிரவு நான் வீட்டில் சாப்பிட்டுக் கொண்டிருந்தபோது, வாசலில் யாரோ இரண்டு பையன்கள் என்னை அழைப்பதாக சகோதரி சொன்னாள். வாசலுக்கு வந்தபோது, நல்லமுத்துவும் இன்னொரு பையனும் நின்றிருந்தார்கள். நல்லமுத்து என் தோளின்மீது கையைப் போட்டபடியே, இருட்டுக்குள் அழைத்துப் போய்க் கேட்டான் - "எனக்கு நாலணா வேணும், கொடுடா"

"என்னிடம் காசே கிடையாது!" என்றேன். அவன் முகத்தைக் கடுமையாக வைத்துக்கொண்டு, "வாத்தியார் சைக்கிளை நீதான் பஞ்சராக்கினேன்னு சொன்னேன் வெச்சுக்கோ, தோலை உரிச்சுருவாரு. மரியாதையா காசு கொடு!"

இதென்ன புதுக் குழப்பம்? இப்படியாகும் என்று நினைக்கவே இல்லை. உதட்டைக் கடித்துக்கொண்டு அமைதியாக நின்றிருந்தேன்.

"காசைத் தர்றியா இல்லே, வாத்தியார்கிட்டே போட்டு விட்டுருவா?" என்றான்.

"வீட்டில் இருக்கிறது. எடுத்து வருகிறேன்" என்று அவசரமாக அவர்களிடமிருந்து தப்பி வீட்டுக்குள் ஓடிவிட்டேன்.

எஸ்.ராமகிருஷ்ணன்

வெளியே அவர்கள் நெடுநேரம் நின்றிருக்கக்கூடும். காலையில் குளிப்பதற்காகக் கிணற்றுக்குப் போகும் வழியில் நல்லமுத்து நின்றிருந்தான். அவன் முகம் கோபத்தில் சிவந்திருந்தது. என் கையைப் பிடித்து முறுக்கியபடி, "காசு எங்கேடா?" என்றான். நான் "பள்ளிக்கூடம் வரும்போது தருகிறேன்" என்றேன். "அப்படியானால் ஒரு ரூபாய் பணம் வேண்டும்" என்றான். "அவ்வளவு காசு என்னிடம் இல்லை" என்று சொன்னேன். அவனோ, "உங்கப்பா சட்டைப்பையிலிருந்து எடுத்துக்கொண்டு வா. நீ காசு கொடுக்கலேன்னா, நிச்சயமா வாத்தியார்கிட்டே சொல்லிடுவேன்" என்றான். வேறுவழியில்லாமல் பொய்யைக் காப்பாற்றவேண்டி, சமையலறையில் அம்மா வைத்திருந்த காசிலிருந்து ஒரு ரூபாயை எடுத்து ஒளித்துக்கொண்டு வந்து பள்ளியில் கொடுத்தேன். நல்லமுத்து காசை வாங்கிக்கொண்டு, என் கண் முன்னாடியே பால் ஐஸ்களாக நான்கைந்து வாங்கித் தின்றான். பெரும் துக்கமாக இருந்தது.

அன்றிரவு திரும்பவும் வீட்டுக்கு வந்தான் நல்லமுத்து. இந்த முறை அவனது கோரிக்கை விநோதமாக இருந்தது. ஐந்தாம் வகுப்பில் எனது சகோதரிதான் முதல் மாணவி. தனக்கு அவளது மேப் டிராயிங் நோட்டை எடுத்துத்தர வேண்டும் என்று கேட்டான்.

நான் "முடியாது" என்று மறுத்தேன். "உன் வீட்டில் காசு திருடியிருப்பதைச் சொல்லித்தர வேண்டுமா? இல்லை, வாத்தியார் சைக்கிளை பஞ்சராக்கியதைப் போட்டுத் தரட்டுமா?" என்றான். குற்றத்தின் எண்ணிக்கை வளர்ந்து கொண்டே போனது. மறுநாள் பள்ளிக்குக் கொண்டு வருவதாகச் சொல்லி அனுப்பினேன். அடுத்த நாளின் காலையில் பள்ளிக்குப் போகாமல் எப்படியாவது லீவு போட்டுவிட வேண்டும் என்று படுக்கையில் கிடந்தேன். அதற்காக வயிற்றுவலி என்று ஒரு பொய்யைச் சொன்னேன். பகல் முழுவதும் நல்லமுத்துவிடம் இருந்து எப்படித் தப்பிப்பது, அதற்கு என்ன பொய்யைப் பயன்படுத்துவது என்று யோசித்துக்கொண்டிருந்தேன். மாலையில் சகோதரி வீடு திரும்பியதும் பள்ளியில் நல்லமுத்து என்னை விசாரித்ததாகச் சொன்னாள்.

அன்றிரவு மூன்று நபர்களைக் கூட்டிக்கொண்டு நல்லமுத்து வந்திருந்தான். அவன் பேசும் தொனியே மாறியிருந்தது. "மேப்

டிராயிங் இல்லாவிட்டால் பரவாயில்லை. உனது மோதிரம் ஒன்றைக் கொடு. எல்லாவற்றையும் மறந்துவிடுகிறேன். இல்லாவிட்டால் ஹெட்மாஸ்டர் வீட்டுக்கே போய், உன்னைப் பற்றிச் சொல்லி பரீட்சையில் ஃபெயிலாக்கிவிடுவோம்" என்றான். "மோதிரம் வீட்டில் எங்கே வைக்கப்பட்டிருக்கிறது" என்றுகூட அதுவரை தெரியாது. நாளைக்கு எப்படி அவனைச் சந்திப்பது, என்ன செய்வது எனப் புரியவில்லை.

வீட்டில் யாரிடமும் சொல்ல முடியாமல், உறக்கமும் வராமல் புரண்டு புரண்டு படுத்தேன். எதற்காக அந்த ஒரு பொய்யைச் சொன்னேன்? பொய்க்கு எப்படி இத்தனை கால்கள் முளைத்தன? வேதனை உடலை நிரப்பியது.

மறுநாளும் "பள்ளிக்கூடத்துக்குப் போகமாட்டேன்" என்றேன். அம்மா, என் கண்களில் பொய் படிந்திருப்பதைக் கண்டுபிடித்துவிட்டாள். நிமிடத்தில் நடந்த யாவையும் கொட்டித் தீர்த்துவிட்டேன். பள்ளிக்கூடத்துக்கு என்னோடு அப்பாவின் அலுவலக பியூனை அனுப்பிவைப்பதாகச் சொன்னாள். பயத்தோடு தனியே நடந்து போனேன்.

நல்லமுத்து வழியிலேயே நின்றுகொண்டிருந்தான். ரகசியமான குரலில் 'எங்கேடா மோதிரம்?' என்றான். நான் பதில் சொல்லவில்லை. அவனது கைகள் எனது சட்டைப்பையைத் துழாவின. தொலைவில் பியூன் வந்துகொண்டிருந்தார். எதுவும் கைக்குக் கிடைக்காமல் நல்லமுத்து ஆத்திரமாகி, எனது சட்டை காலரை இழுத்தபோது, பியூன் வேகமாக அருகில் வந்து, நல்லமுத்துவின் தலைமுடியைப் பற்றியபடி, "நீதான் காசு கேட்டியாடா?" என்று ஒரு அறை கொடுத்தார். அவன் திமிறிக்கொண்டு தப்பியோட முயன்றான். நல்லமுத்துவை இழுத்துக்கொண்டு தலைமையாசிரியரிடம் சென்றார். நல்லமுத்து தனக்கு எதுவுமே தெரியாது என்றான். தலைமை ஆசிரியர் கோபத்துடன் "காசு வாங்கினியா, இல்லையா?" என்று கேட்டார்.

'இல்லை'யென நல்லமுத்து தலை அசைக்கவே, கன்னத்தோடு ஒரு அறை தந்து, "பொய் சொல்லாதேடா" என்றார். பிறகு என் காதைப் பிடிதுத் திருகி, "எதுக்கு நீ பொய் சொன்னே?" என்றார்.

எஸ்.ராமகிருஷ்ணன்

நான் தலை கவிழ்ந்திருந்தேன். நாங்கள் மட்டுமல்ல... சரித்திர ஆசிரியரும்கூட அன்று தலைமை ஆசிரியரால் கண்டிக்கப்பட்டார். அதன்பிறகு சரித்திர வகுப்பைத் தானே எடுப்பதாகத் தலைமையாசிரியர் சொன்னது மனதுக்கு ஆறுதலாக இருந்தது. நல்லமுத்து நெடுநாட்கள் எனது எதிரி வரிசையில் முதலாவதாக இருந்தான்.

காலம் பொய்களைச் சுவையாக மாற்றும் வித்தையைக் கற்றுத் தந்துவிட்டது. சிறுபொய் எத்தனை வேகமாக வளர்ந்து விடும் என்பதை அறிந்துகொண்ட பின்பும் பொய்யைத் தவிர்க்க முடியவில்லை. பணத்தைச் சில்லறையாக மாற்றிச் செலவு செய்வதுபோல், அன்றாடம் பொய்களைச் செலவு செய்தபடி இருக்கிறோம்.

இப்போது 'பொய் சொன்னால் மூக்கு வளர்ந்துவிடும்' என்று கதையில் வந்தால்கூட, குழந்தைகள் கேலி செய்து சிரிக்கிறார்கள். காரணம், பொய்யை நாம் அங்கீகரித்து விட்டோம்.

பொய்யின் தற்போதைய பெயர் திறமை. பொய்யில் கடந்தகாலப் பொய், நிகழ்காலப் பொய், எதிர்காலப் பொய் என்று பேதமிருக்கிறதா என்ன?

∎

40

பகல் வேஷம்

கொடைக்கானல் போவதற்காக திண்டுக்கல் பேருந்து நிலையத்தில் நின்றிருந்தேன். சித்ரா பௌர்ணமி விழாவுக்குச் செல்லும் பயணிகளின் கூட்டத்தில் பேருந்து நிலையமே நிரம்பியிருந்தது. கூட்டத்திற்குள் இருந்து என்னை பேர் சொல்லி யாரோ அழைப்பது போலிருந்தது. திரும்பிப் பார்த்தபோது முகம் தெரியவில்லை. நெரிசலில் ஆட்கள் இங்குமங்கும் ஓடிக்கொண்டிருந்தனர்.

திரும்பவும் அழைத்ததும் பரிச்சயமான குரலாக இருக்கிறதே என்று பார்த்தேன். ஒரு கையில் விலங்கு போடப்பட்ட நிலையில், ஒரு கான்ஸ்டபிளுடன் நின்றுகொண்டிருந்தான் சங்கையா. அவன் என்னைப் பார்த்துச் சிரித்தபடியே "என்ன ஆள் தெரியலையா? சங்கையாடா! எப்படிடா இருக்கே?" என்று உரிமையோடு கேட்டான். சற்று தயக்கத்துடன் அருகில் சென்று நின்று அவனையே பார்த்துக் கொண்டிருந்தேன்.

அவன் கைவிலங்கிடப்பட்டிருப்பதை பற்றிய கவனமேயின்றி, "ஊருக்குப் போயிருந்தியா? எப்படியிருக்கே? காலேஜ் படிப்பெல்லாம் முடிச்சிட்டியா? எந்த ஊர்ல இருக்கே? கல்யாணமாயிருச்சா?" என்று ஒரு கேள்வியின் மீது மற்றொரு கேள்வியாகக் கேட்டுக்கொண்டேயிருந்தான். கான்ஸ்டபிள் என்னை ஆச்சரியத்துடன் பார்த்தபடியே நின்று கொண்டிருந்தார். பதில் சொல்வதற்குக் கூச்சமாகயிருந்தது. அவனோ மிகுந்த உரிமையுடன் "உன் தங்கச்சியை எல்லாம் கட்டிக் கொடுத்தாச்சா, எந்த ஊர்ல இருக்கா?" என்று கேட்டுக் கொண்டிருந்தான். அவனது கைவிலங்கு என் கண்களில் உறுத்திக்கொண்டேயிருந்தது.

சங்கையா எங்கள் ஊர்க்காரன். அவனுக்கும் எங்களுக்கு மிடையில் விலக்க முடியாத ஒரு உறவு இருந்தது. பதினைந்து வருடங்களுக்கு முன்பாக ஒரு மழைக் காலத்தில் அவன் எங்கள் வீட்டின் ஓட்டை பிரித்துத் திருடுவதற்காக வீட்டினுள் குதித்தவன். பண்டபாத்திரங்களைத் திருடிக்கொண்டு மேலே ஏறும்போது தூண் வழுக்கி பலத்த சப்தத்துடன் உள்ளே விழுந்து அகப்பட்டுக்கொண்டான்.

பின்னிரவு என்பதால் ஊரே நன்றாக உறங்கிக் கொண்டி ருந்தது. திருடன் அகப்பட்டுவிட்ட சப்தத்தால் அண்டை வீட்டார் விழித்துக்கொண்டார்கள். நாலைந்து பேராக அவனைப் பிடித்து மரத்தில் கட்டிவைத்தார்கள். உறக்கம் கலைந்த பலரும் அவனை ஆளுக்கொரு அடி கொடுத்தார்கள். அவன் வானத்தை பார்த்து முறைத்தபடியே நின்றிருந்தான்.

சங்கையாவுக்குத் திருடுவது ஒன்றும் புதிதான விஷயமில்லை. அவனது தகப்பனும், சகோதரனும்கூட வேறு வேறு திருட்டு கேஸ்களில் பிடிபட்டிருக்கிறார்கள். சங்கையா எங்கள் பள்ளியில் சில வருடங்கள் படித்திருக்கிறான். பின் ஏனோ படிப்பை நிறுத்தி விட்டான். இரவு முழுவதும் அவனை மரத்திலேயே கட்டிவைத்தபோதும் கலக்கமடையவேயில்லை. விடிகாலையில் பக்கத்து ஊரிலிருந்து இரண்டு போலீஸ்காரர்களை அழைத்து வந்து அவனை ஒப்படைத்தார்கள்.

அந்த கேஸில் நானும் எனது அப்பாவும் மாமா ஒருவரும் சாட்சியாக அழைக்கப்பட்டிருந்தோம். இதற்காக கோர்ட்டிற்குப்

போவதற்கு விடிகாலையிலேயே நாங்கள் புறப்பட நேரிடும். ஊரில் முதல் பஸ் காலை ஆறு மணிக்கு. அதற்கு அடுத்த பஸ் எட்டரை மணிக்குத்தான். அதில் பயணமானால் கோர்ட்டுக்குப் போக நேரமாகிவிடும் என்பதால் நாங்கள் முதல் பஸ்ஸிற்கே தயாராகிவிடுவோம். ஒவ்வொரு முறை வாய்தாவிற்கு நாங்கள் புறப்படும்போது அதே பஸ்ஸிற்காக சங்கையாவின் அம்மா, அவளது மகளான ஈஸ்வரியையும் தன்னோடு கூட்டிக்கொண்டு பேருந்து நிறுத்தத்தில் காத்துக்கொண்டிருப்பாள்.

என் அப்பா நிற்பதைக் கவனித்தவுடன் இரு கைகளையும் குவித்து பவ்வியமாக ஒரு வணக்கம் வைப்பாள். நாங்கள் நகரில் இறங்கி கோர்ட்டுக்குப் போவதற்குள் அவள் அங்கிருக்கும் மாரியம்மன் கோயிலுக்குப் போய் வணங்கிவிட்டு நெற்றி நிறைய திருநீறு பூசிக்கொண்டு கோர்ட்டிற்குள் வருவாள். கோர்ட் வளாகத்தில் புங்கை மரங்களும் ஒன்றிரண்டு வாதுமை மரங்களுமிருந்தன. கோர்ட்டைச் சுற்றிலும் கசக்கியெறியப்பட்ட காகிதங்களும் கார்பன் பேப்பர்களும் குவிந்துபோயிருக்கும். நாங்களும் ஒன்றிரண்டு காகங்களும் மட்டுமே அந்த வளாகத்திலிருப்போம்.

வக்கீல்களும், காவலர்கள் அழைத்து வரும் மற்ற கைதிகளும் வந்துசேரும்போது பகல் நீண்டுபோயிருக்கும். கோர்ட்டின் உள்ளேயிருந்த கொடுக்காபுளி மரத்தடியில் சங்கையாவின் அம்மா கைகளைக் கட்டிக்கொண்டு சலனமேயில்லாமல் நின்றிருப்பாள். ஈஸ்வரி கோர்ட்டின் உள்ளே நடப்பவற்றை எட்டியெட்டி பார்த்தபடியிருப்பதும் அம்மாவை கவனித்துக் கொள்வதுமாகயிருப்பாள். இருவரும் யாரோடும் பேசுவது கிடையாது.

சிறையிலிருந்து சங்கையாவை இரண்டு போலீஸ்காரர்கள் கூட்டிக்கொண்டு வரும்போது, அவள் அருகில் போய் நிற்பாள். சங்கையா கோபத்தோடு அவளிடம், "இங்கே எதுக்கு வந்தே, உன்னை யாரு வரச்சொன்னது?" என்று கோபப்படுவான். அவள் பதில் சொல்வதில்லை. மாறாக போலீஸ்காரர்களை கையெடுத்து வணங்குவாள். அவர்கள் சட்டை செய்யாமல் கடந்து போய்விடுவார்கள்.

கோர்ட்டிற்கு அழைத்து வரப்பட்டவர்களிடம் விசாரணை நடப்பதை பார்த்தபடியே நான் நின்று

கொண்டிருப்பேன். டைப்ரைட்டரின் ஓசை இடைவிடாமல் கேட்டுக்கொண்டேயிருக்கும். மதிய நேரத்தில் அடுத்த வாய்தா போட்டுவிடுவார்கள். சங்கையாவை போலீஸ் கூட்டிக்கொண்டு புறப்பட்டுவிடும். அப்போது வரை அவனது அம்மா எதுவும் சாப்பிடாமல் பசியோடு உட்கார்ந்தேயிருப்பாள். சில நேரங்களில் அவளும் மகளும் உதிர்ந்து கிடக்கும் வாதுமைப் பழங்களை பொறுக்கித் தின்று கொண்டிருப்பார்கள்.

அப்பா ஒருமுறை ரெண்டு பொட்டலம் சாதம் வாங்கி அவளிடம் சாப்பிடத் தந்தார். அவள் மறுப்பேதும் சொல்லாமல் வாங்கிச் சாப்பிட்டுவிட்டு மௌனமாக நின்றுகொண்டாள். சாட்சியாக அழைக்கப்பட்டிருந்தபோதும் நாங்கள் சாட்சிக் கூண்டில் ஏறுவதற்கே பல நாட்களாகிப்போனது.

ஒரு வருடத்திற்கும் மேலாக நடந்த கேஸில் சங்கையா ஆறுமாத காலம் தண்டிக்கப்பட்டான். அவனை வெளியே அழைத்துக் கொண்டு வரும்போது அப்பாவைப் பார்த்து "என்னைப் பிடிச்சுக் கொடுத்துட்டேயில்லை, வந்து வச்சுக்கிடுறேன்" என்று மிரட்டினான். இதைக் கேட்டதும் சங்கையாவின் அம்மா கோபத்துடன் "தூ நாயே நீ களவாண்டுபுட்டு அவக மேல எதுக்குப் பாயுறே?" என்று மகனைத் திட்டினாள்.

அவனும் ஆத்திரத்துடன் "எச்சி சோத்துக்கு அலையுறியா? வெளியே வந்தா உன்னை வெட்டிபோட்டுட்டு உள்ளே போயிருவேன், பாத்துக்கோ" என்று அம்மாவிடம் கோபமாகக் கத்தினான்.

அதன்பிறகு ஈஸ்வரி எப்போதாவது எங்கள் வீட்டின் முன்வந்து மாட்டு வண்டியின் மசி வேண்டும் என்று கேட்டபடி நிற்பாள். எதற்கு என்று கேட்டால் கண்ணில் மை தீட்டிக்கொள்ள என்பாள். ஒரு ரூபாய்க்குக் கண்மை வாங்க முடியாதபடி வறுமை பீடித்திருந்த வீடாகயிருந்தது. சங்கையாவின் தாய் பசியில் வாதுமைப் பழத்தை தின்கிறாள். மகள் வண்டி மசியை எடுத்து அலங்கரித்துக்கொள்கிறாள். இந்தச் சூழலில் அவன் திருடனாக மாறியதில் என்ன தவறு இருக்கிறது என்று என் வீட்டு மனிதர்களே பேசிக்கொண்டிருந்தார்கள்.

சில மாதங்களுக்குப் பிறகு ஒரு நாள் சங்கையாவும் அவனது அம்மாவும் கையில் தேங்காய் பழத்தட்டுடன்

எங்கள் வீட்டிற்கு வந்தார்கள். அவர்களோடு அவர்களது அண்ணனும் வந்திருந்தான். சங்கையாவின் அம்மா என் அப்பாவிடம் தட்டைக் கொடுத்துவிட்டு தன் மகனுக்கு சிவன் கோயிலில் வைத்துக் கல்யாணம் என்றும் அவசியம் அவர் வந்து ஆசீர்வாதம் செய்ய வேண்டும் என்றும் சொன்னாள். அப்பாவும் போய் நூற்றியொரு ரூபாய் வெற்றிலையில் வைத்துச் சுருள் தந்துவிட்டு வந்திருந்தார்.

நினைக்கையில் ஆச்சரியமாகயிருந்தது.. என்ன உறவிது? களவும் குற்றமும் பகையும் எப்படிக் கரைந்துபோனது? இத்தனை வருடங்களுக்குப் பிறகு அதே சங்கையாவை பேருந்து நிலையத்தில் சந்தித்தவுடன் ஊற்றில் நீர் பொங்குவதுபோல மனதில் யாவும் கொப்பளிக்கத் துவங்கியது.

சங்கையாவிற்கு இப்போது முப்பத்தைந்து வயது கடந்திருக்கும். முகம் இறுகிச் சிவந்த கண்களுடனிருந்தான். கைவிலங்கை கவனிப்பதை அறிந்துகொண்டதுபோல கான்ஸ்டபிள் அதன்மீது ஒரு சிவப்புத் துண்டை இயல்பாகப் போட்டு மறைத்தபடி நிற்க முயன்றார். சங்கையா சிரித்தபடி "என்ன ஏட்டு, உங்களுக்கு வெட்கமா இருக்கா? கையை எதுக்கு மூடுறீங்க? எல்லாம் இவனுக்குத் தெரிந்த சமாசாரம்தான்" எனக் கையை விலக்கிக்கொண்டான்.

பிறகு அவனாகவே ஒரு தியேட்டர் மேனேஜரை குத்திய வழக்கில் கேஸ் நடக்கிறது என்று சாவகாசமாகச் சொல்லியபடி "உனக்கு எத்தனை பிள்ளைகள் இருக்கு?" என்று கேட்டான். நான் சொன்னதும், அவனும் உற்சாகமாக "எனக்கு நாலு பொம்பளைப் பிள்ளைக சிவகாசியில் தீப்பெட்டி ஒட்டிக்கிட்டு வாழ்ந்துக்கிட்டு கிடக்குதுக. பாத்து நாளாச்சு. கண்ணுக்குள்ளயே நிக்குதுக" என்றான்.

போலீஸ்காரர் எங்கள் இருவரையும் விநோதமாகப் பார்த்தபடியே சங்கையாவிடம் ரகசியமான குரலில் "இவர் உங்க ஊரா? சொந்தக்காரரா?" என்று கேட்டார். சங்கையா சிரித்தபடியே "எல்லாம் சொந்தம்தான்னு வச்சிக்கோங்க" என்றான். கான்ஸ்டபிளுக்குப் புரியவில்லை. சங்கையா ஆதங்கத்துடன் "தெரிஞ்ச ஆள் வந்திருக்கார். ஒரு காபித் தண்ணி வாங்கித் தரக்கூடாதா ஏட்டையா" என்றான்.

எஸ்.ராமகிருஷ்ணன்

அவர் சிரித்தபடியே என்னிடம் "சார் டீ சாப்பிடுவீங்களா?" என்றபடியே, பக்கத்து கடையில் டீ சொன்னார். நாங்கள் மூவரும் டீ குடித்தோம். பிறகு அவன் எதையோ பேச விரும்பினான். மதுரைக்குச் செல்லும் பஸ் வந்தது. அவன் புறப்படுவதற்குத் தயாரானவனாக பஸ்ஸில் ஏறிக்கொண்டான். பஸ் புறப்படும்போது கேட்டான். "உங்கப்பா சுகமாயிருக்காரா?" நான் நன்றாகயிருப்பதாகத் தலையாட்டினேன். அவன் பஸ் பேருந்து நிலையத்தை விட்டுப் போகும்வரை என்னைத் திரும்பித் திரும்பிப் பார்த்தபடியே இருந்தான்.

வாழ்வின் விநோதம் தீர்மானிக்க முடியாததாகயிருந்தது. கையசைத்து விடைதர முடியவில்லையே என்று எனக்கு என் மீதுதான் கோபம் வந்தது. காரணம், என் மனதில் குற்றவாளியைப் பற்றி இது நாள் வரை வைத்திருந்த எண்ணங்களின் சங்கிலி இறுக்கமாக என்னை பீடித்திருக்கிறது. கைவிலங்கையாவது சிறைச்சாலைக்குள் போனதும் கழட்டிவிடுவார்கள். ஆனால், காலம் காலமாகக் குற்றவாளியைப் பற்றி நம் மனதில் உருவாகியிருக்கும் தவறான நினைப்பின் விலங்கை எப்படி அகற்றுவது?

■

41
நீர்க் கோலம்

மூன்று மாதங்களுக்கு முன், ஓர் இரவு உணவகத்தில் தற்செயலாக அவர்களைச் சந்தித்தேன். பல்கலைக்கழகத்தில் என்னோடு படித்திருந்த தனபால், தன் மனைவி, குடும்பத்தோடு சாப்பிடுவதற்காக வந்திருந்தான். என்னைச் சந்தித்த ஆச்சரியத்துடன் தனது குடும்பத்தை அறிமுகம் செய்து வைத்தான். தனபாலின் இரண்டு வயதுக் குழந்தை, நாங்கள் சாப்பிட்டுக்கொண்டிருந்த தட்டில் கையைவிட்டு காலிஃபிளவரை எடுத்துச் சாப்பிட முயன்றது. தனபாலோடு வந்திருந்த வயதான பெண்மணி, குழந்தையிடமிருந்து அதைப் பிடுங்க முயன்றார். குழந்தை அவசரமாக வாயில் போட்டுக்கொள்ளவே, குழந்தையின் வாயில் விரலைவிட்டு நோண்டி காலிஃபிளவரை வெளியே எடுத்துப்போட்டார். குழந்தை வீறிட்டு அழத் தொடங்கியது.

தனபால் அதை விரும்பாதவன்போல, "சாரதாம்மா! பரவாயில்லை... குழந்தையை விடுங்க!" என்றான். அதைச் சட்டையே செய்யாமல் அந்த வயதானவர், "இதெல்லாம் பிள்ளைக்கு ஒத்துக்கிடாது. பிறகு, ராத்திரியெல்லாம் அழும்" என்று கடிந்துகொண்டார். அவர் தனபாலின் உறவுக்காரப் பெண்ணாக இருக்கக்கூடும் என்று நினைத்துக்கொண்டேன். தனபால் நெடுநேரம் பேசிக்கொண்டிருந்தான். ஆனால், சாரதாம்மாள் குழந்தையைச் சமாளிக்க முடியாதவர்போல, "வீட்டுக்குப் போகலாம் தம்பி! பிள்ளை தூங்க ஆரம்பிச்சிருச்சு" என்றார். மனமின்றி, இன்னொருமுறை சந்திப்பதாகச் சொல்லிப் பிரிந்து சென்றான்.

இரண்டு வாரங்களுக்குப் பிறகு தனபாலை மீண்டும் சந்திக்க நேர்ந்தது. குழந்தைக்காக அவர்கள் வீடு மாறி வந்து விட்டதாகச் சொல்லி, என்னை அருகிலிருந்த தனது புதிய வீட்டுக்கு அழைத்துப் போனான். தனபாலின் மனைவி கம்ப்யூட்டரில் எதையோ அடித்துக்கொண்டிருந்தாள். வீடு முழுவதும் சாம்பிராணி புகை நிரம்பியிருந்தது. சாரதாம்மாள் தனது இடுப்பில் குழந்தையைத் தூக்கிக்கொண்டபடியே, தூபப் புகையை வீடெங்கும் காட்டியபடி சென்றார்.

மதியம்வரை தனபாலோடு பேசிக்கொண்டிருந்தேன். அவன், தான் காதலித்துக் கல்யாணம் செய்துகொண்டபோது ஏற்பட்ட பிரச்னைகளைப் பற்றிக் கதையாகச் சொல்லிக்கொண்டிருந்தான். அவன் மனைவி வெட்கத்துடன் இடையிட்டு அவ்வப்போது சில திருத்தங்களைச் சொல்லியபடி, தானும் ஆர்வமாகத் தங்கள் கதையைக் கேட்டுக்கொண்டிருந்தார். மதிய உணவு கல்யாண விருந்தைப்போலவே இருந்தது. ஒரே ஆளாக இத்தனை பதார்த்தங்களை இவ்வளவு சுவையாக எப்படிச் செய்தார் என்று ஆச்சரியமாயிருந்தது.

சாரதாம்மாளின் சமையல் நன்றாக இருப்பதாகப் பாராட்டியதும், "இதென்ன சமையல்! இந்த ஊர்ல காய்கறி ருசியே இல்லை. மதுரையில் இருந்தப்போ தம்பி வீட்டுக்கு வந்திருக்கணும், இருபத்தாறு வகை வெச்சிருப்பேன்!" என்றார். யாவரும் சிரித்தோம். தனபால் சாப்பிட்டுக் கொண்டே சாரதாம்மாளுக்கு சென்னையைப் பிடிக்கவேயில்லை என்றான்.

ஆமோதிப்பதுபோல சாரதாம்மாளும், "இந்த ஊர்ல என்ன இருக்கு? கையை வீசி நடந்தா ஆட்டோக்காரன், பைக்ல வர்றவன் அடிச்சுப் போட்டுட்டுப் போயிருவானோன்னு பயமா இருக்கு. நிம்மதியா சாமி கும்பிடுறதுக்குக் கோயில்கூடக் கிடையாது. தேடிக் கண்டுபிடிச்சுப் போனாலும் சாமியைப் பார்க்க முடியாம ஒரே கூட்டம். மூச்சு முட்டுது. அடுத்த வீட்ல பேசக்கூட முடியாது. எல்லா வீடும் எப்பவும் பூட்டித்தான் இருக்கு!" என்றார். நாங்கள் சிரித்தோம். இதில் சிரிப்பதற்கு என்ன இருக்கிறது என்பதுபோல, சாரதாம்மாள் கோபத்துடன் குழந்தையைத் தூக்கிக்கொண்டு சமையல் அறைக்குப் போய்விட்டார்.

சில வாரங்களுக்குப் பிறகு, ஒரு மதியத்தில் தனபால் எனக்கு போன் செய்து, "உனக்கு ரயில்வேயில் யாரையாவது தெரியுமா? அவசரமாக இன்றிரவு ரயிலில் மதுரைக்கு ஒரு டிக்கெட் வேண்டும். எவ்வளவு முயன்றும் டிக்கெட் கிடைக்கவேயில்லை" என்றான். "யாருக்கு டிக்கெட்?" என்றதும், "சாரதாம்மாள் உடனடியாக மதுரைக்குப் போகவேண்டும்" என்றான்.

ரயில்வேயில் நண்பர் ஒருவர் இருப்பதால், "எப்படியும் அனுப்பிவிடலாம். சாரதாம் மாளை ஸ்டேஷனுக்கு அழைத்துக் கொண்டு வந்து விடு" என்றேன். ஆறு மணிக்கெல்லாம் சாரதாம்மாள் ரயில் நிலையத்தில் தனது பழைய நீலநிறப் பையை வைத்துக்கொண்டு நின்றுகொண்டிருந்தார். டிக்கெட்டுக்காகச் சொல்லியிருந்தவர் வருவதற்காக, நானும் தன்பாலும் காத்துக்கொண்டிருந்தோம். "சாப்பிடுவதற்கு ஏதாவது வாங்கி வரட்டுமா?" என்று தன்பால் கேட்டான். சாரதாம்மாள் பதிலே பேசாமல், ரயில் வரும்வரை தரையை வெறித்துப் பார்த்தபடியிருந்தார். தனபால் அவரது கையில் ஐந்நூறு ரூபாய் கொடுத்தான். அவர் அதை வாங்கிக்கொள்ளவேயில்லை. தனபால் எவ்வளவோ வற்புறுத்தியும் வாங்கிக்கொள்ள மறுத்துவிட்டார். ரயிலில் ஏறி உட்கார்ந்து புறப்படும்வரை, சாரதாம்மாள் எங்கள் இருவரையும் நிமிர்ந்து பார்க்கக்கூட இல்லை.

ரயில் புறப்பட்டு வெளியேறியதும், தன்பால் என்னை அழைத்துக்கொண்டு வெளியே வந்தான். "ஏதாவது துயரச்

சம்பவமா? ஏன் சாரதாம்மா இப்படியிருக்கிறார்?" என்று கேட்டேன். "இல்லை" என்றபடியே தனபால் ஒரு சிகரெட் பற்ற வைத்துக்கொண்டு "சாரதாம்மா யார் தெரியுமா?" என்று என்னிடம் கேட்டான். "உங்கள் உறவினர்தானே?" என்றேன். அவன் கலங்கிய பார்வையோடு, "இல்லை. எங்கள் வீட்டு வேலைக்காரி" என்றான். என்னால் நம்ப முடியவில்லை. அவனாக என்னிடம் சொல்லத் துவங்கினான்.

"நானும் கவிதாவும் காதல் திருமணம் செய்துகொள்வதில் எங்கள் இருவர் வீட்டுக்கும் சம்மதமில்லை. நாங்கள் நண்பர்கள் உதவியுடன் பதிவுத் திருமணம் செய்துகொண்டோம். இரண்டு பேரும் வேலை பார்ப்பதால், மதுரையில் தனியாக வீடு எடுத்து வாழத் தொடங்கினேன். ஒரு நண்பரின் மூலமாக, வீட்டு வேலைக்காக வந்தார் சாரதாம்மா. வந்த சில நாட்களிலேயே, எங்களுக்கென்று யாருமே இல்லை என்று அவருக்குத் தெரிந்துவிட்டது. தானாக வேலைகளை இழுத்துப் போட்டுக்கொண்டு செய்வார். அவரே எங்கள் பெயரில் கோயிலில் வெள்ளிக்கிழமைகளில் பூஜை செய்துகொண்டு வருவார். கைசுத்தம். ருசியாகச் சமைக்கக் கூடியவர். காதல் திருமணம் ஏற்படுத்திய காயங்களுக்கு நடுவே, எங்களுக்கு இருந்த ஒரே ஆறுதல் சாரதாம்மாதான்.

கவிதா கர்ப்பமானதும் சாரதாம்மா அவளைப் பார்த்துப் பார்த்துக் கவனித்தார். ஊட்டிவிடாத குறையாகச் சாப்பிட வைப்பார். சாரதாம்மா எங்களுக்காகச் செய்யும் காரியங்களுக்குப் பதிலாக என்ன செய்துவிட முடியும் என்று அப்போது பலமுறை யோசித்திருக்கிறோம். ஆரம்பத்தில் இரண்டு மூன்று வீடுகளில் வேலை செய்துகொண்டிருந்தவர், பிறகு எங்களுக்காக மட்டுமே வேலை செய்யத் தொடங்கிவிட்டார். சாரதாம்மாவின் கணவர் சிறுவயதிலேயே இறந்து போய்விட்டார். குழந்தைகள் கிடையாது. ஒரேயொரு தம்பி மட்டும்தான். அவரது வீட்டில்தான் தங்கியிருந்தார்.

எங்கள் குழந்தை பிறந்த பிறகு தனது வீட்டுக்குப் போவதைக்கூட சாரதாம்மா குறைத்துக் கொண்டுவிட்டார். விரதம், பிரார்த்தனை, வழிபாடு - இதுதான் சாரதாம்மாவின் உலகம். குழந்தைக்காக மதுரையில் ஏதேனும் பெயர்

தெரியாத கோயிலுக்குக்கூடப் போய் வேண்டுதல் செய்தபடியோ, நிறைவேற்றியபடியோ இருந்தார். கவிதாவுக்கு சென்னைக்கு வேலை மாறியதால், நானும் சென்னைக்கு வரவேண்டியதாகிவிட்டது. சாரதாம்மாவை என்ன செய்வது என்று புரியவில்லை. எங்களை விடவும் குழந்தையை விட்டுவிட்டு எப்படி இருக்க முடியும் என்பதுபோல சதா புலம்பியபடியிருந்தார். நான் சென்னைக்கு வந்து புதுவீடு பிடித்துவிட்டு மதுரையிலிருந்த வீட்டைக் காலிசெய்யும்போது சாரதாம்மாவிடம், 'நீங்களும் எங்களோடு சென்னைக்கு வந்துவிடுகிறீர்களா?' என்று ஒரு வார்த்தைதான் கேட்டேன். பள்ளிப் பிள்ளைகள் ஆசையாகப் பையோடு கிளம்பி விடுவது போல எங்களோடு அன்றிரவே புறப்பட்டு விட்டார்.

ஆனால், வந்த சில நாட்களிலேயே அவரின் சுபாவம் மாறத் தொடங்கிவிட்டது. குழந்தையைத் தவிர, மற்ற வேலைகளில் ஆர்வம் காட்டமாட்டார். சில நாட்கள் குழந்தையைத் தூக்கிக்கொண்டு ஏதாவது கோயிலுக்குப் போய்விடுவார். நாங்கள் தேடுவதுண்டு. அதைப் பற்றிக் கேட்டால் அழுதுவிடுவார். நாங்கள் அவரை அனுசரித்துப் போகத் தொடங்கினோம். சென்னையின் பரபரப்பும் வீட்டிலேயே அடைந்து கிடப்பதால் ஏற்படும் மனநெருக்கடியும் அவருக்கு ஒப்புக்கொள்ளவில்லை. குழந்தைக்காகத்தான் இங்கே இருக்கிறார் என்பது புரிந்தது. ஆனால், நாளுக்கு நாள், காரணமில்லாத பயமும் ஆத்திரமும் சாரதாம்மாவுக்குள் நிரம்பத் துவங்கியது. ஒரு நாள் கவிதாவுக்கும் அவருக்கும் சச்சரவு உண்டானது.

கோபித்துக்கொண்டு, அன்றிரவு தண்ணீர்த் தொட்டியின் பின்னால் ஒளிந்துகொண்டுவிட்டார். எங்கே போனார் என்று தேடித் தேடி, இரவெல்லாம் நாங்கள் பயந்து போயிருந்தோம். மறுநாள், கவிதா எங்கள் பையனை குழந்தைகள் காப்பகத்தில் விட்டுவிட முடிவு செய்து விட்டாள். சாரதாம்மாவால் அதைத் தாங்கிக்கொள்ளவே முடியவில்லை. அன்று பகல் முழுவதும் சாப்பிடவேயில்லை. இரவு சாரதாம்மாவுக்கு காய்ச்சல் வந்துவிட்டது. மருந்து சாப்பிட மறுத்துவிட்டார். மறுநாள் விடுமுறை தினம். குழந்தை எங்களோடுதான் இருந்தது. ஆனால், சாரதாம்மா குழந்தையைத் தொடக்கூட இல்லை.

'நான் உடனே ஊருக்குப் போகவேண்டும். இல்லாவிட்டால் செத்துப்போய்விடுவேன்' என்றார். அதனால்தான், இப்போது அனுப்பிவிட்டு வருகிறேன்" என்றான்.

சாரதாம்மாளின் பிரிவு தனபாலை அழுத்தமாக பாதித்திருப்பதை உணர முடிந்தது. ஆறுதலாக என்ன சொல்வது என்று தெரியவில்லை. அவன் குற்ற உணர்ச்சி ததும்பச் சொன்னான் - "காதலிக்கிறது சுலபம்டா! ஆனா, காதல் கல்யாணம் பண்ணிக்கிட்டு யாருமில்லாம படுற அவஸ்தையிருக்குது பாரு, அது பெரிய வேதனை! யாரும் யாரையும் புரிஞ்சுக்கவே மாட்டேங்கிறாங்கடா. நான் என்னதாண்டா செய்யறது?" என்றான். நான் சிரித்தபடியே சொன்னேன், "இப்படித்தான் ஒவ்வொருவரும் மற்றவரைப் பற்றி நினைக்கிறார்கள்!"

அவன் என்னோடு சேர்ந்து லேசாகப் புன்னகை செய்து கொண்டான். சிரித்து முடிக்கும்போது எனக்கு வருத்தமாக இருந்தது. புறக்கணிப்பு, வண்டு நுழைந்த பழம் போலக் கண்ணுக்குத் தெரியாமல் நம்மை அழித்துக் கொண்டேயிருப்பது என்று மனதின் மூலையில் ஒரு வரி எழுந்து, திரும்பத் திரும்பச் சொல்லிக்கொண்டேயிருந்தது.

அதன்பின், சாரதாம்மாளை மறந்து தனபாலும் நானும் சென்னையில் அவரவர் காரியங்களில் மூழ்கியிருந்தோம். இரு தினங்களின் முன்பாக அலுவலகத்திலிருந்து தன்பால் போன் செய்து, "உடனே நீ வரமுடியுமா?" என்று கேட்டான். அலுவலகத்தில் சென்று பார்த்தபோது, ஒரு சிறிய கவரைப் பிரித்து உள்ளிருந்து குங்குமம், விபூதி, பிரசாதத்தை எடுத்து நீட்டினான். நான் புரியாமல் பார்த்தபோது சொன்னான்... "மடப்புரம் காளி கோயில்ல பூஜை பண்ணி சாரதாம்மா அனுப்பியிருக்காங்க. உனக்குப் பிரசாதம் ஒண்ணு தனியா கொடுக்கச் சொல்லியிருக்காங்க. அதான் வரச் சொன்னேன்!" என்று சொல்லியபடி, குங்குமப் பொட்டலங்களை என்னிடம் தந்தான். நான் கையில் வாங்கும்போது தன பால் கேட்டான்-

"ஏண்டா அவங்க இப்படியிருக்காங்க?"

நான் அவனிடம் அதையே திரும்பக் கேட்டேன் - "நாம் ஏண்டா இப்படியிருக்கோம்?"

எங்கள் இருவரிடமும் அதற்கான பதில் இல்லை என்பதால் மௌனமாக இருந்தோம். ஆனால், குங்குமப் பொட்டலத்தைப் பிடித்திருந்த அவனது விரல், தானே நடுங்கிக் கொண்டிருந்தது!

42
காகிதக் கத்தி

'டேய் மடையா, உன்னிஷ்டப்படி கண்டதையும் எழுதாதே! கைகால்களை வெட்டிவிடுவேன், எச்சரிக்கை' என்று அஞ்சல் அட்டை முழுவதும் கொட்டையான எழுத்தில் எழுதப்பட்ட கடிதம் ஒன்று, உபபாண்டவம் நாவல் வெளியாகியிருந்த நாட்களில் எனக்கு வந்திருந்தது. படித்ததும் வேடிக்கையாக இருந்தது. நண்பர்கள் பலரும் அந்தக் கடிதம் பற்றி கேலி செய்துகொண்டிருந்தார்கள். ஆனால், இரண்டு நாட்களில் அதே நபரிடமிருந்து இன்னொரு கடிதம். இது எட்டுப் பக்கங்களுக்கும் மேலாக இருந்தது. ஆவேசமான தாக்குதல் மற்றும் வசைகள் நிறைந்திருந்தன.

அநேகமாக அவர் அப்போது தான் உப பாண்டவத்தைப் படித்துக் கொண்டிருக்கக்கூடும். படிக்கப் படிக்க, கோபக் கடிதங்கள் அவரிடமிருந்து வந்துகொண்டிருந்தன. எல்லாக் கடிதங்களிலும் அவரது பெயரும் முகவரியும் இருந்தது. எழுதியவர்

தன்னை ஒளித்துக்கொள்ள விரும்பாதவராக இருந்தார். மேலும், அவர் அந்தப் புத்தகத்தால் பாதிக்கப்பட்டிருக்கிறார் என்று அறிந்துகொள்ள முடிந்தது. பாராட்டும் வாசகர்களை மட்டுமே பார்க்க வேண்டும் என்று கட்டாயமில்லையே! கடுமையாக விமரிசனம் செய்பவரைக் காண்பதில் தவறென்ன இருக்கிறது? கடிதத்திலிருந்த முகவரிக்குச் சென்று அவரைச் சந்திக்கலாம் என்று தோன்றியது. திருவாரூருக்குப் பயணமானேன். நான் போய் இறங்கிய மதியத்தில், அந்த முகவரியில் ஒரு சைக்கிள் கடைதான் இருந்தது. அதுவும் பூட்டப்பட்டிருந்தது.

அருகிலிருந்த லாட்டரிக் கடையில் விசாரித்தேன். கடிதம் எழுதியிருந்த சம்பந்தமூர்த்தியின் வீட்டு முகவரியைக் கொடுத்தார்கள். மூர்த்தியின் வீட்டுக் கதவைத் தட்டியதும், உள்ளிருந்து வெளியே வந்தவருக்கு முப்பத்தைந்து வயதிருக்கும். கசங்கிய வேட்டியும், மேல்சட்டை அணியாத உடலுமாக, கையில் ஒரு குழந்தையைத் தூக்கி வைத்திருந்தார். திகைப்போடு, "யார் வேணும்?" என்று கேட்டார். மூர்த்தி என்பது அவர்தானா என்று கேட்டேன். அவர் "ஆமாம்" என்றதும், "உங்களைப் பார்ப்பதற்குத்தான் வந்திருக்கிறேன். உள்ளே வரலாமா?" என்றேன்.

அவர், நான் யாராக இருக்கக்கூடும் என்று புரியாத குழப்பத்துடன், "என்ன விஷயமா பார்க்க வந்திருக்கீங்க. நீங்க யாரு?" என்று லேசான கோபக்குரலில் கேட்டார். மிக அமைதியான குரலில், "நான்தான் எஸ். ராமகிருஷ்ணன். நீங்கள் கைகாலை வெட்ட விரும்பிய ஆள்" என்றேன். அவர் என்னை எதிர்பார்த்திருக்கவில்லை என்பது அவரது கலக்கத்திலேயே தெரிந்தது. "எதுவா இருந்தாலும் வெளியே போய்ப் பேசுவோம், வாங்க" என்று அவசரமாக குழந்தையை தரையில் இறக்கி விட்டு, ஒரு சட்டையை எடுத்து அணிந்துகொண்டார். அவரது பதற்றத்தில், அவரோடு சண்டைபோடுவதற்காகவே நான் வந்திருக்கக்கூடும் என்ற முகக்குறிப்பு தெரிந்தது.

நான் தவழும் குழந்தையைக் கையில் தூக்கிக்கொண்டபடியே, "என்ன மூர்த்தி, உங்க வீட்டுக்கு வந்திருக்கேன். ஒரு காபி தரமாட்டீங்களா?" என்று கேட்டேன். மூர்த்தி குழப்பத்துடன் என்னை ஒரு மர ஸ்டூலில் உட்காரச் சொன்னார். மிகச்சிறிய

ஒண்டுக் குடித்தன வீடு அது. மூர்த்தியின் மனைவி பால் வாங்குவதற்காகச் சில்லறைகளை அலமாரியில் தேடிக்கொண்டிருந்தார். "நாங்க வெளியே டீ சாப்பிடுகிறோம்" என்றபடி மூர்த்தி என்னைப் பார்த்தார்.

வெளியே சென்று, அருகிலிருந்த கடையில் சூடான டீயைப் பருகியபடியே, "நான் உங்களோடு சண்டை போடுவதற்கு வரவில்லை. என் புத்தகங்களின் மீது இவ்வளவு ஈடுபாடு கொண்டிருக்கும் ஒருவரைப் பார்க்க விரும்பி மட்டுமே வந்தேன்" என்றேன். மூர்த்தி பேசவேயில்லை. தனது கடைக்குப் போய்விடலாம் என்றார். இருவருமாக சைக்கிள் கடைக்கு நடந்தோம். அவர் கடையைத் திறந்து வைத்துவிட்டு, மிகுந்த கோபத்துடன் எனது புத்தகத்தைப் பற்றிப் பேசத் தொடங்கினார். பேசிக்கொண்டிருக்கும்போதே, எனது கவனமெல்லாம் ஆங்காங்கே சிதறிக் கிடந்த புத்தகங்களின்மீது இருந்தது.

பேசி முடிந்த பிறகு, "மூர்த்தி, உங்களது கோபம் புரிகிறது. இதற்கெல்லாம் நான் பிறகு பதில் சொல்கிறேன். ஆனால், இன்று ஒரு நாள் உங்களோடு இருப்பதற்காகவே வந்திருக்கிறேன். அது உங்களுக்குச் சிரமமாக இருந்தால் சொல்லுங்கள், நான் உடனே புறப்பட்டுவிடுகிறேன்" என்றேன்.

தனக்குச் சிரமம் எதுவுமில்லை என்றும், ஆனால் இரவு கடையை எடுத்து வைக்கும்வரை இங்கேதான் இருக்க வேண்டும் என்றும் சொன்னார். இருவரும் அதன் பிறகு புத்தகச் சண்டையிலிருந்து விடுபட்டோம். பக்கத்துக் கடையிலிருந்த பையனை அழைத்துத் தின்பண்டங்கள் வாங்கி வரச்செய்தார். திருவாரூரைப் பற்றி, கொத்தமங்கலம் சுப்புவின் நாவலில் வரும் தேவதாசிகளைப் பற்றி, கோயிலில் வாசிக்கப்படும் இசைக்கருவிகள் பற்றி என ஏதேதோ பேசிக்கொண்டிருந்தோம்.

நீண்ட நேரத்துக்குப் பிறகு மூர்த்தி என்னிடம் கேட்டார் - "புத்தகம் படிச்சா உங்களுக்குக் கோபமே வராதா சார்? நீங்கள் யாருக்கும் இப்படிக் கோபமாக எழுதியதே கிடையாதா?"

படிக்க ஆரம்பித்த வயதில் எனக்கும் இப்படி சர்ச்சை செய்யவேண்டுமென்ற கோபமிருந்தது. ஆனால், அதை யாரும் பொருட்படுத்துவார்களா என்று தயக்கமாக இருந்தது.

'ஜே.ஜே. சில குறிப்புகள்' நாவல் வெளியாகி, சர்ச்சைகள் நடந்துகொண்டிருந்த காலகட்டம். நான் சுந்தர ராமசாமியைப் பார்க்க வேண்டும் என்று ஆசைப்பட்டேன். இதற்காக ஒரு நண்பரை அழைத்துக்கொண்டு நாகர்கோவிலுக்கும் சென்றேன். ஆனால், அவரை அவரது வீட்டில் சென்று எப்படிப் பார்ப்பது என்று தயக்கமாக இருந்தது. அவர் தினசரி காலையிலும் மாலையிலும் நடந்துசெல்லும் பழக்கமுடையவர் என்று தெரிந்து வைத்திருந்தேன். அவர் நடந்து செல்லும் பாதை வழியாக, வாடகை சைக்கிள் ஒன்றை எடுத்துக்கொண்டு அவருக்குத் தெரியாமலே கடந்துபோவேன்.

இரண்டு நாட்கள் அவரது வீட்டின் எதிரேயிருக்கும் கோயில் வாசலில் நின்று உள்ளே நிழலாடும் ஆட்களைப் பார்த்தபடியும், அவரது ஜவுளிக்கடையின் வாசலை பலமுறை கடந்து, உள்ளேயிருக்கிறாரா என்று கவனித்துக்கொண்டும் அவரது பார்வையில்படும்படியாகவே சுற்றியிருக்கிறேன். ஆனால், சந்திக்கும் தைரியம் வரவில்லை. சந்திக்காமலே ஊர் திரும்பிவிட்டேன். பிறகு, வேறு வேறு சந்தர்ப்பங்களில் அவரைச் சந்தித்து, அவரது வீட்டிலும் தங்கிப் பேசியபோதும் அவரிடம் இந்தச் சம்பவத்தைச் சொல்வதற்குக் கூச்சமாகத்தானிருந்தது. இதை மூர்த்தியிடம் சொன்னேன்.

மூர்த்தி சிரித்தபடி, "நானும் அப்படித்தான் சார் இருக்கேன். உங்களுக்குக் கடிதம் எழுதுவதற்குக்கூட பத்து நாட்கள் யோசித்திருப்பேன். என்னால் கோபத்தைக் கட்டுப்படுத்த முடியாமல்தான் எழுதினேன். ஆனால், புத்தகம் வாங்குவதற்கும் படிப்பதற்கும் எவ்வளவு கஷ்டப்பட்டிருக்கிறேன் என்று உங்களுக்குத் தெரியாது" என்று பெருமூச்சிட்டுக்கொண்டார்.

இரவுவரை இருவரும் தெருவின் இயக்கத்தைப் பார்த்தபடி இருந்தோம். மூர்த்தி தன் வீட்டில் சொல்லிவிட்டு வருவதாகப் புறப்பட்டுப் போனார். ஊர் அடங்கத் தொடங்கிய பிறகு, தெப்பத்தின் சுற்றுச்சுவரில் உட்கார்ந்துகொண்டோம். மூர்த்தி பேசத் தொடங்கினார்-"என் அப்பா தாலூகா அலுவலகத்தில் பியூனாக வேலை பார்த்தவர். உங்களுக்கு பியூன்களின் வாழ்க்கையைப் பற்றித் தெரிந்திருக்கும்தானே? அலுவலகத்தில் உள்ள அத்தனை பேரும் அவரைப் பெயர் சொல்லித்தான்

அழைப்பார்கள். ஒரு நிமிடம் நிற்க நேரமில்லாமல் அவருக்கு வேலையிருந்து கொண்டேயிருக்கும். வீட்டுக்கு வருவதற்கே இரவு பத்து மணியாகிவிடும். மறுநாள் காலை ஐந்து மணிக்கெல்லாம் எழுந்து உள்ளூரில் தங்கியிருக்கும் அதிகாரிக்கு காபி வாங்கிக் கொடுக்கப்போக வேண்டும்.

இதனால் வீட்டுக்கு வந்ததும் அப்பா எடுத்ததற்கெல்லாம் கோபப்படுவார். பாடப்புத்தகம் தவிர வேறு ஏதாவது புத்தகத்தைப் பார்த்துவிட்டால்போதும், ஆத்திரம் தாங்க முடியாது. கிழித்துப் போட்டுவிடுவார். காசைத் தொலைத்துவிட்டேன் என்று சொன்னால்கூட ஒரு அடியோடு தப்பிவிடலாம். ஆனால், புத்தகம் வாங்கிவிட்டேன் என்றால், ஸ்கேல் முறியும்படி அடிப்பார். காசு கொடுத்து வாங்கிய புத்தகங்களை அவருக்குத் தெரியாமல் எத்தனையோ இடங்களில் ஒளித்து வைத்திருக்கிறேன்.

அவருக்கு அலுவலகம் தந்த ஆத்திரம் முழுவதும் எங்கள்மீது விழுந்தது. பாடம் படிக்க வேண்டும், முதல் ரேங்க் வாங்க வேண்டும் என்பதை தினமும் பத்துத் தடவையாவது சொல்வார். அதனால்தானோ என்னவோ, எனக்குப் பாடம் படிக்கப் பிடிக்கவேயில்லை. திருட்டுத்தனமாக நூலகத்திலும் நண்பர்கள் வீடுகளிலும் இருக்கும் புத்தகங்களைப் படித்துக் கொண்டிருந்தேன். பாரதியார் விழாவில் கவிதை எழுதி, பரிசாக இரண்டு டம்ளர்கள் பெற்றேன். அப்பா அடிப்பார் என்பதற்காகவே பிரைஸ் கிழித்ததில் விழுந்தது என்று சொல்லி, வீட்டில் கொடுத்தேன். டம்ளரில் கவிதைப் போட்டிக்கான பரிசு என்று எழுதப்பட்டிருந்ததை நான் கவனிக்கவே இல்லை. அப்பா கவனித்திருக்கிறார். 'கவிதை எழுதுவியாடா?" என்று சொல்லிச் சொல்லி அடித்தார் அப்பா. வாங்கிய அடியில் மூக்கு உடைந்து ரத்தம் கொட்டியது.

இதற்காகவே பெரியாளாகி வீடு முழுவதும் புத்தகமாக நிரப்பிக்கொண்டு வாழ வேண்டும் என்று ஆசைப்பட்டேன். இன்றுவரை அது நடக்கவேயில்லை. இப்போது புத்தகம் வாங்கினால்கூட அப்பா உற்றுப் பார்த்து முறைப்பதுபோல ஒரு பிரமை இருந்துகொண்டேதான் இருக்கிறது.

புத்தகம் மட்டுமில்லேன்னா என்ன ஆகியிருப்பேனே

சொல்ல முடியாது. வாழ்க்கையில் நிச்சயமாக என்னால் பிரான்ஸ், ரஷ்யா, ஜெர்மன் எங்கேயும் போக முடியாது. ஏன், இங்கேயிருக்கிற கல்கத்தாவுக்குக்கூடப் போகமுடியாது. ஆனால், அதெல்லாம் பழகின ஊர் மாதிரி ஒரு சிநேகமிருக்கிறது. காரணம், புத்தகம்தான் இல்லையா? அதுதான் படிச்சவுடனே கோபம் கோபமா வருது. ஆனால், ஏன் இந்தக் கோபம்னு தெரிஞ்சுக்க என்னைத் தேடிக்கிட்டு வந்திருக்கீங்க பாருங்க, அதைத்தான் என்னால் நம்ப முடியலே!" என்றார்.

அன்றிரவு முழுவதும் படித்த, விரும்பிய புத்தகங்களைப் பற்றியே பேசிக்கொண்டிருந்தோம். இரவு இரண்டு மணியைக் கடந்தபோது மெல்லிய குளிர் இறங்கத் துவங்கியது. இருவரும் எழுந்துகொண்டோம். வரும் வழியில் மூர்த்தி சொன்னார் - 'என்னைப் பார்க்க வந்த முதல் எழுத்தாளர் நீங்கள்தான். நானும் உங்களுக்கு மட்டும்தான் இப்படிக் கடிதம் போட்டிருக்கிறேன்' இருவரும் சிரித்துக்கொண்டோம்.

வீட்டை நெருங்கும்போது கேட்டேன் - "உங்கள் மனைவி என்னைப் பற்றிக் கேட்கவில்லையா?" அவர் சிரித்தபடியே சொன்னார் - "அவளுக்கு எல்லாமும் தெரியும். நாம் சண்டைபோட்டுக் கொள்வோம் என்று பயந்து போயிருக்கிறாள். இன்னும் தூங்கியிருக்கமாட்டாள், பாருங்களேன்" என்றார்.

வீட்டை நெருங்கும்போதே உள்ளே லைட் எரிவது தெரிந்தது. தட்டுவதற்கு முன்பாகவே கதவு திறந்துவிடப்பட்டது. குழந்தை பாயில் உறங்கிக்கொண்டிருந்தது. எங்களது தோழமையைப் பார்த்ததும் கேலியான குரலில், "யாரை யார் வெட்டியது?" என்று கேட்டார் அவர் மனைவி. இருவரும் கூச்சத்துடன் தலை கவிழ்ந்துகொண்டோம். அவர் இந்நேரம் வரை படித்து வைத்திருந்த புத்தகம் பாதி திறந்து கிடந்தது. எனக்கு அவர்களைப் பார்க்கப் பார்க்கப் பொறாமையாக இருந்தது!

எஸ்.ராமகிருஷ்ணன்

43
பொங்குமாங்கடல்

எந்த நகைச்சுவையாளரையும் விடவும் பார்த்தவுடனே அனைவரின் முகத்திலும் மெலிதான புன்னகையை உருவாக்கும் விநோதன் யார் தெரியுமா? உருவிய வாளைப்போல கம்பீரமாகப் பொங்கி வழியும் அருவிதானது. சாரல் காலத்தில் அருவி சீறிக்கொண்டிருக்கும் போது நடுக்கம் துள்ளும் உடலோடு அருவித் தண்ணீருக்குள் நின்றபடி சிரிக்கும் முகங்களைப் பார்த்திருக்கிறீர்களா? தெறித்து விழும் தண்ணீரைக் கூச்சத்தோடு வேடிக்கை பார்க்கும் சிறுவர்களின் முகத்தில் படரும் பயங்கலந்த சிரிப்பை வேறெங்காவது காண முடியுமா? பின்னிரவில் ஆள் குறைவான அருவியில் ஏகாந்தமாகக் குளித்தபடி புதுமனைவியின் மீது அருவித் தண்ணீரை அள்ளியடிக்க, அவள் தன் கூந்தலில் வழியும் தண்ணீரைச் சுழற்றி வீசும்போது பொய்க் கோபத்துடன் கூச்சலிடும் கணவன் முகத்தில் வரும் சிரிப்பு எங்காவது சாத்தியமா என்ன?

அருவி ஓர் ஆச்சரியம்! உலகில் மனிதன் நடந்த பாதை யெங்கும் அவன் கூடவே நடந்து வருகிறது தண்ணீர். அல்லது, தண்ணீர் செல்லும் பாதையெங்கும் மனிதன் கூடவே நடந்துபோகிறான். பிறப்பில் துவங்கி சாவுவரை பிரியாத நித்ய நண்பன் தண்ணீர் மட்டும்தான். ஆறேழு வயது முதல் வருடம் தவறாமல் குற்றால அருவிக்குச் சென்று கொண்டிருக்கிறேன். இன்றைக்கும் அருவியை பார்க்கும்போது வியப்பாகவே இருக்கிறது.

குற்றாலத்தில் மனநலம் பாதிக்கப்பட்டவர்களுக்கான விடுதிகள் சில இருக்கின்றன. இங்குள்ள மனச்சிதைவு அடைந்தவர்களை அருவியில் குளிக்க வைப்பதற்காக காலையிலும் இரவிலும் வரிசையாக நடத்திக்கொண்டு வருவார்கள். சிறுவயதில் பயத்தோடு, சாலையில் அவர்கள் நடந்து போவதைப் பார்த்தபடியே கூடவே அருவியை நோக்கிப் போயிருக்கிறேன். கால்களில் இரும்புச் சங்கிலி பிணைக்கப்பட்ட அவர்கள், மொட்டையடிக்கப்பட்ட தலையுடன் தரையை நோக்கியபடி நடந்து போவார்கள்.

அருவியை நெருங்கியவுடன், அவர்களில் ஒருவன் கைதட்டி ஆர்ப்பரிக்கத் துவங்குவான். நிமிடத்தில் அந்த சந்தோஷம் மற்றவர்களைத் தொற்றிக்கொண்டுவிடும். அவர்கள் தப்பியோடும் ஒரு விலங்கைப் பிடிக்க முயற்சிப்பவர்களைப்போல அருவியோடு மல்லுக்கட்டிக்கொண்டு குளிப்பார்கள். பின்பு ஈரத்தலை சிலுப்பிட, குற்றால நாதர் கோயிலைக் கடந்துபோகும்போது ஒரு நிமிஷ நேரம் நின்று வணங்கிப் போவார்கள். தரையில் இழுபடும் இரும்புச் சங்கிலிகளின் ஓசையும் அந்தக் காட்சியும் நேற்று பார்த்ததுபோல ஈரம் மாறாமல் நினைவில் பதிந்து போயிருக்கின்றன.

அப்போதெல்லாம் காற்றின் குளிர்ச்சியை வைத்தே தொலைவிலுள்ள ஊர்களில்கூட குற்றாலத்தில் சாரல் துவங்கிவிட்டதை அறிந்துவிடுவார்கள். உடனே குளிக்கும் ஆசை வந்துவிடும். வார விடுமுறை நாட்களில் செட்டாகக் கிளம்பிடுவார்கள். பள்ளியிறுதி ஆண்டில் நாலைந்து நண்பர்கள் குற்றாலத்துக்குப் போயிருந்தோம். சாரல் முற்றியிருந்த நாட்கள் அவை. அதிகாலையில் பஸ் தென்காசிக்குள் நுழையும்போதே

எஸ்.ராமகிருஷ்ணன் 255

ஈரக்காற்றும் விட்டுவிட்டுப் பெய்யும் மழையுமாகப் படர்ந்திருந்தது. தண்ணீர் வழிந்தோடும் வீதிகளைக் கடந்து அருவியை நெருங்கும்போது கூட்டம் அதிகமாயிருந்தது. நெருக்கியடித்துக்கொண்டு குளித்துக் கொண்டிருந்தார்கள்.

செண்பகாதேவி அருவிக்குப் போய்விடலாம் என்று நண்பர்கள் சொன்னதால் மலையேறத் துவங்கினோம். குற்றால மலையில் அருவிகள் ஒன்றுக்குமேல் ஒன்றாக ஒளிந்து கொண்டிருக்கின்றன. செண்பகப் பூக்களின் வாசத்தைப் பற்றியும் குரங்குகளின் வேடிக்கைகளைப் பற்றியும் பேசியபடியே மலையில் ஆண்களும் பெண்களும் ஏறிக்கொண்டிருந்தார்கள்.

ஒரு பாறையைக் கடந்தபோது வெண்ணுரை பொங்க மெயின் ஃபால்ஸின் நெற்றிச்சுழி போலிருந்த பொங்குமாங்கடலில் தண்ணீர் பொங்கிக்கொண்டிருந்தது. அருகில் போய்ப் பார்க்க வேண்டுமென்று நண்பர்கள் ஆசைப்பட்டார்கள். சாரல் தூறிக்கொண்டிருந்ததோடு விசையோடு அருவி விழுந்ததால், அருகில் போக அனுமதிக்கப்படவில்லை. காவலுக்காக நியமிக்கப்பட்டிருந்தவன், குரங்குகளை விரட்டுவதுபோல பொங்குமாங்கடலை நோக்கி வருபவர்களை விரட்டிக் கொண்டிருந்தான்.

கிளைத்து ஓடும் தண்ணீரைத் தாண்டி நடந்து செண்பகா தேவி அருவியில் குளித்தோம். "தேனருவிக்கு மேலாக ஒரு வெள்ளைக்காரனின் இடித்த பங்களா இருக்கிறது, பார்த்திருக் கிறீர்களா?" என்று குளித்துக்கொண்டிருந்தவர்களில் ஒருவர் கேட்டார். நாங்கள் அந்த பங்களாவைப் பார்ப்பதென முடிவுசெய்தோம். சித்ரவேலு என்பவன் மட்டும் தனக்குப் பசிக்கிறது என்று கீழே இறங்கிப் போவதாகச் சொன்னான். அவனோடு சேர்ந்துகொண்டு செல்வகணேசனும் கிளம்பிவிட, நானும் இரண்டு நண்பர்களும் மலையேறத் துவங்கினோம்.

நாணல்போல காட்டுப் புல் வளர்ந்து அடர்ந்திருந்த பாதைகளில் இரண்டு, மூன்று மணிநேரம் நடந்திருப்போம். இடிபாடுகளுடன் மரவீடு ஒன்று சிதிலமாகியிருந்தது. அருவியிலிருந்து வழிந்தோடும் தண்ணீர் வீட்டுக்குள்ளாகவே வரும்படியாகக் குழாய்கள் அமைக்கப்பட்டிருந்த வீடு அது. மரப்படிக்கட்டுகள். பெரிய அறைகள். ஏதோ ஒரு வெள்ளைக்

காரன் துறவியைப்போல தனியே அருவியின் அருகிலேயே வாழ்ந்திருக்கிறான்.

இடிபாடுகளுக்குள்ளாகவே உட்கார்ந்து பேசிக்கொண்டிருந்து விட்டு மலையை விட்டு மதியநேரம் கீழே இறங்கிக் கொண்டிருந்தோம். வழியில் செல்வகணேசனையும் சித்ரவேலுவையும் காணவில்லை.

எங்கிருந்தோ வந்து, சிற்றுவியில் குளித்துவிட்டுச் செல்லும் சுற்றுலா பேருந்திலிருந்து ஓர் இளம்பெண் எங்களைப் பார்த்துக் கையசைத்தபடி சென்றது மிகுந்த சந்தோஷமாக இருந்தது. பார்வையிலிருந்து பஸ் மறையும்வரை உற்சாகமாகக் கையசைத்துக் கத்திக்கொண்டிருந்தான் ஒரு நண்பன். சாப்பிடுவதற்காக காவல்நிலையத்தைத் தாண்டும்போது, எங்கிருந்தோ ஆவேசத்தோடு ஓடிவந்த சித்ரவேலு, எங்களை கட்டிக்கொண்டு ஓங்காரமாக அழுதான்.

"என்னடா ஆச்சு? சொல்லுடா!" என்று கேட்கக் கேட்க பதில் பேசமுடியாமல் அழுதபடி, "செல்வகணேசன் பொங்குமாங்கடல்ல விழுந்துட்டாண்டா!" என்றான். கேட்ட மாத்திரத்தில் துக்கம் தேள் விஷம்போலத் தலைக்கு ஏறியது. அழுகையைக் கட்டுப்படுத்த முடியாமல் தெருவில் நின்ற படியே கண்ணீர்விட்டுக் கொண்டிருந்தோம். அருவியின் பிரமாண்டமான ஓசை துக்கத்தை அதிகப்படுத்திக் கொண்டிருந்தது. 'எப்படி நடந்தது?' என்று கேட்கக்கூடத் துணிவில்லை. சாரல் நின்றுபோய் மஞ்சள் வெயிலடித்துக் கொண்டிருந்தது.

என்ன செய்வதெனத் தெரியாமல் துவண்டு கொண்டிருந்தோம். ஸ்டேஷனிலிருந்து வந்த கான்ஸ்டபிள், எங்களைச் சமாதானப்படுத்தி, எந்த ஊரிலிருந்து வந்தோம் என்ற விவரங்களைக் கேட்டுக் கொண்டிருந்தார். பொங்குமாங்கடலில் விழுந்த செல்வகணேசனின் உடலை ஆட்கள் தேடிக் கொண்டிருந்தார்கள். அருவியின் உச்சியில் எறும்புகள் ஊர்ந்து கொண்டிருப்பதுபோல நாலைந்து ஆட்கள் நடந்து கொண்டிருப்பது தெரிந்தது. அருவியை நிமிர்ந்து பார்க்கவே பயமாக இருந்தது.

எஸ்.ராமகிருஷ்ணன்

நீண்ட பெருமூச்சிட்டபடியே "செல்வகணேசன் வீட்டுக்கு எப்படிடா சொல்றது?" என்று ஒரு நண்பன் கேட்டான். இந்தக் கேள்வி துயரத்தை வெகுவாக அதிகப்படுத்தியது. மாலைவரை காவல்நிலையத்தின் வாசலில் நின்றிருந்தோம். சாரல் விழுவதும் அடங்குவதுமாகயிருந்தது. காலடியில் ஊர்ந்து போகும் தண்ணீர்கூட பயம் தருவதாக இருந்தது.

சித்ரவேலு தன் தலையிலேயே அடித்துக்கொண்டபடி, "சாப்பிடக்கூட இல்லைடா. பசிக்குதுன்னு சொன்னவனை நான்தாண்டா பொங்குமாங்கடல் பார்க்கலாம், வாடான்னு சொன்னேன். கிட்டே போய்ப் பார்க்கறேன்னு தவறி விழுந்துட்டாண்டா'' என்று கத்தினான். இரவுவரை காவல்நிலையத்தின் வாசலில் உட்கார்ந்தேயிருந்தோம்.

மறுநாள் காலையில் உடலைக் கண்டுபிடித்தார்கள். குற்றாலத்தின் தெருக்களில் செல்வகணேசனின் சகோதரிகளும் அப்பாவும் கதறியழுதபடி நின்றிருந்த காட்சி இன்றும் கண்ணீரின் பிசுபிசுப்பு மாறாமல் அப்படியே ஒளிந்து கொண்டுதானிருக்கிறது. பின்பு சில வருடங்கள் அருவிக்கு வருவதென்பதே மனதில் விருப்பமற்றிருந்தது.

கவிஞர் கலாப்ரியா ஆண்டுதோறும் கவிதைக்கான பயிலரங்கம் ஒன்றை குற்றாலத்தில் நடத்தத் துவங்கினார். அதில் கலந்துகொள்வதற்காக திரும்பவும் குற்றாலத்துக்குப் போகத் துவங்கி, மெல்ல மெல்ல அருவியின் மீதிருந்த துக்கம் வடிந்துபோனது. இரண்டு ஆண்டுகளுக்கு முன்பாக ஒரு கோடைகாலத்தில் பத்து நாட்கள் குற்றாலத்தில் தங்கியிருக்க வேண்டிய சந்தர்ப்பம் உண்டானது. அருவி இருந்ததற்கான சுவடேயில்லாமல் வெறும் பாறையில் வெயில் வீழ்ந்து கொண்டிருந்தது.

முரட்டுப் பாறைகளைப் பார்த்தபடி மனதில் விழுந்து கொண்டிருந்த அருவியின் நினைவுகளை அசை போட்டுக் கொண்டிருந்தேன். எதிர்பாராமல் மனதில் தோன்றியது - இப்போது பொங்குமாங்கடலைப் பார்த்தால் என்ன? விடுவிடுவென மலையேறத் துவங்கினேன். பாறையின் மீதேறி நெருங்கி நின்றபோது ஒரு பாறைக்குழிவைப் போலிருந்தது பொங்குமாங்கடல். மிகுந்த ஆழமுடையது என்று

கேள்விப்பட்டிருக்கிறேன். அருவியின் விசை அந்தப் பாறையைச் செதுக்கிச் செதுக்கி வழவழப்பேற்றியிருக்கிறது. இத்தனை மூர்க்கத்தோடு விழும் அருவியைத் தாங்கிய சுவடேயில்லை. அது கர்ப்பகுழியா இல்லை புதைகுழியா எனத் தெரிந்து கொள்ள முடியாத சமநிலையிலிருந்தது. பொங்குமாங்கடலில் ஒரு சொட்டுக்கூடத் தண்ணீரில்லை. அந்தக் குழிவைப் பார்த்தபடியிருந்தேன். ஒரு நிமிடம் என்னையறியாமல் துக்கம் தொண்டையில் வலியுண்டாக்கியது. செல்வகணேசனின் பெயரை வாய்விட்டுச் சொன்னேன்.

இன்றைக்கும் தோள்மீது கைபோட்டபடி மழை ஈரத்துக் குள்ளாக கேலிப் பேச்சும், துடிப்புமாக பள்ளி மாணவர்கள் அருவிக்கரையில் அலைவதைக் காணும்போதெல்லாம் மனம் 'கவனமாயிருங்கள் கவனமாயிருங்கள்' என்று அடித்துக் கொள்கிறது. எனக்கு வயதாகிவிட்டதென நண்பர்கள் கேலி செய்கிறார்கள். அவர்கள் கேட்டிருப்பார்களா, அருவியை விடவும் மிகுந்த விசையோடு ஒரு குடும்பம் தெருவில் நின்று அழுத ஓசையை!

■

எஸ்.ராமகிருஷ்ணன்

44. மயில்ராவணன்

எனக்கு ராவணனைப் பிடிக்கும். ராமாயணத்தைப் புத்தகமாகப் படிப்பதற்கு முன்பாகவே, கதை சொல்லிக் கேட்டுப் பழகிய பால்ய நாட்களிலிருந்தே ராவணனுக்கு என் மனதில் தனியிடம் இருந்து கொண்டே இருக்கிறது.

கிராமப்புறத்தில் கேட்டிருந்த ராமாயணம், ராமனின் சாகசத்தை மட்டும் முன்வைக்கவில்லை. ராவணனின் சங்கீத ஞானத்தையும் சிவபக்தியையும் அவனது ரத்த பாசத்தையும் பெருமையாக எடுத்துச் சொல்கிறது.

அடுத்தவன் மனைவி மீது ஆசை கொண்டு விட்டான் ராவணன் என்று யாரும் அவனைக் குற்றம் சொல்லவில்லை. மாறாக, 'அது மனுஷ சுபாவம்தானே!' என்பதுபோல ஒப்புக் கொண்டிருந்தார்கள்.

பால்யத்திலிருந்து எனக்கு ராவணன் மீதான ஈடுபாட்டுக்குக் காரணமாக இருந்தது - அவனது பத்துத் தலைகள். அதைப் பற்றிய மயக்கம், குறிப்பாகப் பத்துத் தலைகளோடு இருந்தும் அவன் பத்துக் கனவுகள் காணவில்லை! ஒரேயொரு கனவு மட்டுமே காண்கிறான். அதுவும் ஒரு துர்சொப்பனம் என்று மனம்கொண்ட ஈடுபாடு.

ஒவ்வொரு முறை கதையைக் கேட்கும்போதும், ராவணனின் தலை - மரத்தில் கிளைகள் வேறு வேறு பக்கங்களில் முளைத்து, அசைந்து கொண்டிருப்பதுபோல் ஒரு தோற்றத்தைத் தந்துகொண்டிருக்கும்.

ஒரு வேம்பைப்போல, ஆலமரத்தைப் போலத்தான் ராவணன் இருந்திருப்பான் என்று மனம் இயல்பாக அவன்மீது அன்பு கொண்டிருந்தது. ராவணன் எப்படியிருப்பான், எந்த வயதில் எப்படியிருப்பான் என்று கற்பனையாகக் கொள்ளும் உருவம் நிமிஷத்தில் கலைந்துவிடும்!

ஊர் ஊராகத் தோல்பாவைகளை வைத்துக்கொண்டு ராமாயணக் கதையைச் சொல்லும் பாவைக்கூத்துக் கலைஞர்கள், கோடை காலங்களில் கிராமத்துக்கு வந்து சேர்வார்கள். அவர்கள் பெட்ரோமாக்ஸ் வெளிச்சத்தில் சிறிய திரையில் நிழல் உருவமாகக் காட்டிய ராவணனின் தோற்றம்தான் இன்றும் நினைவில் புத்துரு கலையாமல் பதிந்திருக்கிறது.

அப்போதிலிருந்து எங்காவது ராவணனின் சிற்பத்தைக் காண வேண்டும் என்று ஆசையாக இருந்தது. வட இந்தியாவில் சுற்றியலைந்த நாட்களில் ராமலீலாவில் கண்ட ராவணன், துர் குணமுடையவனாகவேயிருந்தான். அதோடு மனம் ஒத்துப்போகவில்லை. நீண்ட காலத்தின் பின்பாக திருவண்ணா மலையில் ஓர் ஆசிரமத்தில் ராவணனின் சிற்பம் ஒன்று, ஒரு தியான மண்டபத்தில் இருக்கிறது என்று நண்பர் ஒருவர் அழைத்துக்கொண்டு சென்றார்.

மரத்தில் செதுக்கப்பட்டிருந்த பத்தடிக்கும் அதிகமான உயரத்திலிருந்த ராவணனின் சிற்பமது. அத்தனை கம்பீரமும் அழகும் கொண்ட ராவணனை நான் கண்டதேயில்லை. மரத்தினை மெழுகை உருக்குவதுபோல நுட்பமாகச் செதுக்கியிருந்தார்கள்.

எஸ்.ராமகிருஷ்ணன் ● 261

ராவணனின் முகத்தோற்றத்தை பார்த்துக்கொண்டேயிருந்தேன். பத்துத் தலைகள் பத்து பாவங்களுடனிருந்தன. அதில் ஒரு தலையைக் கொய்து தன் கரத்தில் ஏந்தியிருக்கிறான். அந்தத் தலைதான் அவனது வீணையாக உருமாறியிருக்கிறது. அதை மீட்டியபடி மிகுந்த லயத்தோடும் சாந்தத்தோடும் அவனது முகம் பூரிப்பில் இருக்கிறது. அந்த இசையைக் கேட்டு மயங்கி நிற்கும் தாவரங்களும் பசுக்களும் குரங்குகளும் தேவர்களும் கந்தர்வர்களும் சிற்பத்தில் ஆங்காங்கே உறைந்து போயிருக்கிறார்கள். ராவணன் கம்பீரம், ராவணன் சுபாவம்.. என் மனம் ஒவ்வொரு சொல்லாக அந்தச் சிற்பத்துடன் ஒட்டவைத்துக்கொண்டு தன்னை மறந்துகொண்டிருந்தது.

ராவணனின் காதல், காதலின் ஒரு விசித்திர நிலை. காலம் காலமாக ராவணனைப் போல தன்னை அழித்துக்கொண்டாவது ஒரு பெண்ணின் காதலைப் பெற்றுவிட வேண்டும் என்ற ஆசை தொடர்ந்துகொண்டுதானிருக்கிறது. ராவணனின் கதையைச் சற்றும் தெரிந்திராத ருஷ்ய இலக்கியத்தில், மிகச்சிறந்த நாவல் ஒன்று இருக்கிறது. லெர்மன்தேவ் எழுதிய 'நம் காலத்தின் நாயகன்' என்ற அந்த நாவலின் கதாநாயகன் பிச்சோரின், தனக்கு விருப்பமான பெண்ணைத் தூக்கிச் சென்றுவிடுகிறான். அந்தப் பெண்ணை தன் இருப்பிடத்தில் அடைத்து வைத்துக்கொண்டு, அவளிடம் பேசிக்கொண்டேயிருக்கிறான். காதலை யாசிக்கிறான். அதை வாசிக்கையில் பிச்சோரினுக் குள்ளும் ஒரு ராவணன் ஒளிந்திருப்பது தெரிந்தது..

தியான மண்டபத்திலிருந்த ராவணன் சிற்பத்தை ஒரு நாள் முழுவதும் பார்த்துக்கொண்டே இருந்தேன். மனத்தில் நீண்ட நாட்களுக்குப் பிறகு அளப்பரிய சந்தோஷம் நிரம்பிக் கொண்டிருந்தது. அங்கிருந்து எழுந்து கொள்ளும்போது மனோதோரத்தில் 'நீ பார்த்தது வெறும் ராவணன்தானே.. மயில்ராவணனை பார்க்கவில்லையே' என்று எங்கோ ஒரு குரல் கேட்டுக் கொண்டிருந்தது.

மயில்ராவணன் கிராமப்புற மனிதர்கள் உருவாக்கிய ஒரு ராவணன். காவிய ராமாயணத்தில் அவனைப் பற்றி எந்தக் குறிப்பும் இல்லை. மயில்ராவணனின் அரண்மனை தண்ணீருக்கு அடியில் இருந்தது. அது ஒரு சுழற் புதிர்பாதை. உள்ளே

நுழைவது எளிது, வெளியேறுவது கடினம். அவனும் பத்துத் தலைகளையுடைய ராவணன்தான். ஆனால், அவன் தலைகள் தேவைப்படும் மட்டும் முளைத்துக் கொள்ளக்கூடியவை என்று கதையில் சொல்வார்கள். அந்த ராவணன் லங்கா ராவணனின் சகோதரன். அவன் நீருக்கடியில் உள்ள தேசத்தை ஆள்கிறான் என்றும் கதை நீள்கிறது. மயிலிறகைச் சூடிய ராவணன் என்பது கற்பனையின் உச்சமாக அதுவரை இல்லாத வசீகரம் ஒன்றை ராவணனுக்கு வழங்கியது.

மயில்ராவணனைப் பற்றிய கதையைக் கேட்டிருந்த எனக்கு, எப்படி இந்தக் கதை உருவாகியிருக்க வேண்டும்.. யார் இதை முதலாகச் சொல்லியிருப்பார்கள் என்ற தேடுதலில் ஆர்வம் உண்டானது. முன்பு மழை வேண்டி கிராமம் கிராமமாக பாவைக்கூத்து நடத்திக்கொண்டிருப்பார்கள். ஆனால், காலமாற்றத்தில் கிராமங்களில் டெலிவிஷனும் கேபிள் டி.வி-யும் பரவிய பிறகு பாவைக்கூத்து மட்டுமல்ல, கிராமியக் கலைகளும் அடையாளமற்று மறைந்து போய்விட்டன. மயில் ராவணனைப் பற்றித் தெரிந்துகொள்வதற்காக பாவைக்கூத்து கலைஞர்களைத் தேடிச் சென்றேன். பால்யத்தில் அவர்கள் தங்கள் மாட்டு வண்டிகளை ஓட்டிக்கொண்டு எங்கிருந்தோ வருவதைப் பார்த்திருக்கிறேன். இப்போது அவர்களை எங்கே போய்த் தேடுவது என்று தெரியாமல் சுற்றியலைந்து கொண்டிருந்தேன்.

'கோவில்பட்டியில் மந்திதோப்பு என்ற மலையடிவாரப் பகுதியில் அவர்கள் ஒரு காலனிபோல வசிக்கிறார்கள்' என்று நண்பர் சொன்ன தகவலை வைத்துக்கொண்டு தேடிச் சென்றேன். மலையடிவாரத்தில் சிதறிக் கிடந்த கற்களுக்கு நடுவே சிறிய குடிசை வீடுகள் இருந்தன. அந்த வீடுகளில் பகல் நேரங்களில் எவருமேயில்லை. பார்வை மங்கிய வயதானவர்கள் ஒரிருவரைத் தவிர, எனது சந்தேகத்தைத் தீர்ப்பதுபோல ஆட்கள் என்று எவருமில்லை. அங்கேயிருக்கும் பாவைக்கூத்து கலைஞர்கள் எங்கே போய் விட்டார்கள் என்று விசாரித்த போது, அவர்கள் இப்போது பலூன் விற்பதற்கும் பிளாஸ்டிக் பொருட்கள் விற்பதற்கும் போய்விட்டிருந்தார்கள் என்று தெரியவந்தது. மாலையில் அவர்கள் வீடு திரும்பும்வரை மலையடிவாரத்தில் புழுதியைத் தடவிக்கொண்டு செல்லும்

சூரியனைப் பார்த்தபடியே உட்கார்ந்திருந்தேன். பலூரன் விற்கச் சென்ற பாவைக்கூத்து கலைஞர்கள் வீடு திரும்பினார்கள். அவர்கள் என்னிடம் பேசுவதற்குத் தயாராகயில்லை. பதிலாகக் கோபமும் ஆத்திரமும் கொண்டிருந்தார்கள். 'பாவைக்கூத்து எல்லாம் எப்போதோ அழிந்து போய்விட்டது. இப்போ ஆடலும் பாடலும்தான் நடத்துறோம். அதாவது ரிக்கார்ட் டான்ஸ். அதுதான் மக்களுக்குப் பிடிக்கிறது' என்று கோபப்பட்டார்கள்.

நான் மயில்ராவணனைப் பற்றித் தெரிந்துகொள்ள வந்திருப்பதாகச் சொன்னதைப் பெரிதாக எவரும் எடுத்துக் கொள்ளவில்லை. வயதான பெண் ஒருத்தி மட்டும் தனது வீட்டுக்கு அழைத்துப்போய் "மயில் ராவணனைப் பற்றி இவங்களுக்கு என்ன தெரியும்? நான் சின்ன வயசிலே கேட்டிருக்கிறேன். எனக்கு அந்தப் பாட்டுத் தெரியும். கேக்குறீங்களா?" என்று உடைந்த ஒரு ஆர்மோனியத்தை சுதியேற்றி வைத்துக்கொண்டு பாடத் துவங்கினாள்.

அதுவரை அப்படியொரு உச்சஸ்தாயியில் கம்பீரமாக ஒரு பாடலை நான் கேட்டதேயில்லை. குரல் எங்கோ ஆழத்துக்கு இழுத்துக்கொண்டு சென்றுகொண்டிருந்தது. வயதானவள் பாடுவதைக் கேட்ட இன்னொரு பெண், தானாக ஒரு டோலக்கை எடுத்துவந்து தாளம் போட்டபடியே பின்பாட்டு பாடத் துவங்கினாள். நிமிஷத்தில் இரண்டு குரல்களும் ஒன்றாயின. மலையடிவாரத்தில் மங்கிக் கொண்டிருந்த இருள்கூட சற்று பயத்தோடு தயங்கித் தயங்கி வருவதுபோல அவர்கள் வாசல் மெதுவாக இருட்டிக் கொண்டிருந்தது.

விளக்கு வைக்கக்கூட எழுந்துகொள்ளாமல் அந்த இரு பெண்களும் பாடிக்கொண்டிருந்தார்கள். பாடலில் ஏதோ ஒரு முனை பிசகி, அந்தப் பெண்ணுக்கு இருமல் வந்தது. அடி வயிற்றைப் பிடித்துக்கொண்டு இருமினாள். கண்களில் நீர் வழிந்தது. "பாடி ரொம்ப நாள் ஆகிப்போச்சு தம்பி. அதான் தொண்டை பிடிக்குது. இந்தப் பாட்டெல்லாம் இப்போ யாருக்கு ஞாபகமிருக்கப் போகுது" என்றபடி கண்களை சேலையால் துடைத்துக்கொண்டபடி அறையில் இருந்த அரிக்கேன் விளக்கை பொருத்தினாள். வீட்டின் கூரையில் ஒரு துணி சுற்றி ஏதோ பொருட்கள் சொருகி வைக்கப்பட்டு

இருந்தன. "அது என்ன பொருட்கள்?" என்று கேட்டேன். அவிழ்த்துக் காட்டினாள். சீதை, ராவணன், லட்சுமணன், உச்சிக்குடுமி, ஊழைமூக்கன் போன்ற தோல்பாவைகள்.

அவள் ஒவ்வொரு பாவையாகக் கையில் எடுத்து வைத்துக்கொண்டு தடவியபடி, தெரிந்த மனிதர்களை அறிமுகப்படுத்துவதுபோல "இதான் ராமன், இது லட்சுமணன்" என்று அறிமுகப்படுத்தினாள். பிறகு அவளாகவே, ஒரு முறை ரேடியோ ஸ்டேஷனில் நிகழ்ச்சிக்கு வரச்சொன்னதாகவும், தாங்கள் பாவைகளை அள்ளியெடுத்துக்கொண்டு போனால், அங்கே ஒரு கண்ணாடி கூண்டுக்குள் உட்காரவைத்துவிட்டு, பாவைகளை எல்லாம் வெளியே வைத்துவிட்டு வெறுமனே பாட்டை மட்டும் பாடச் சொன்னதாகவும், பாவைகளை அசைக்காவிட்டால் பாட்டுப் பாட முடியாது என்று வெளியே வந்துவிட்டதாகவும், ஆனால் அவளோடு வந்தவர்கள் கைகளை இறுகக் கட்டிக்கொண்டு கண்களை மூடியபடி கண்ணாடி அறையில் ராமாயணப் பாடலைப் பாடி முடித்து இருநூறு ரூபாய் வாங்கிக்கொண்டு வந்ததாகவும், அன்றிலிருந்து தான் பாவைகளை வெளியே எடுக்கவே இல்லை என்றும் கூறினாள். மனதில் நடுக்கமாயிருந்தது.

மயில்ராவணன் பற்றி வேறு எதுவும் தனக்குத் தெரியவில்லை என்று தயக்கத்துடன் சொன்ன வயதானவள், தனக்குப்பிடித்த இன்னொரு பாட்டைப் பாடலாமா என்று ஆசையாகக் கேட்டாள். வாசலில் வந்து உட்கார்ந்துகொண்டேன். அந்த இரு பெண்களோடு சில சிறுமிகளும் சேர்ந்துகொண்டார்கள். "ரகுகுலவீரா ராமா" என்ற பாடலை பாடத் துவங்கினார்கள். பாட்டில் துக்கம் கொப்பளித்துக்கொண்டிருந்தது. சற்றும் எதிர்பாராமல் காற்று ஒடுங்கி சடசடவென மழை பெய்யத் துவங்கியது. அவர்கள் பாடிக்கொண்டே இருந்தார்கள். மழை அதிக விசையோடு பெய்யத் துவங்கியது. பாட்டு முடிந்தபோது அந்தப் பெண்களின் முகத்தில் சாந்தம் நிரம்பியிருந்தது. "இந்தப் பாட்டுப் பாடினா மழை வரும் சார். அது ஒரு நம்பிக்கை" என்றாள். நிஜம், பொய் என்பதையெல்லாம் தாண்டி அந்த நம்பிக்கைதான் அவர்களை இன்னமும் வாழ்வின் மீது பிடிப்பு கொள்ள வைத்திருக்கிறது என்று நினைத்தபடி நான் மழையைப் பார்த்துக்கொண்டிருந்தேன்.

விடைபெற்றுக்கொண்டு வரும்போது அந்தப் பெண்ணுக்குத் தயக்கத்துடன் நூறு ரூபாய் கொடுத்தேன். அவள் வாங்க மறுத்ததோடு "நீங்களாவது பாட்டைக் கேட்டீங்களே. இதையெல்லாம் கேட்கறதுக்கு யாரு இருக்கா? பரவாயில்லை சார், பணம் வேண்டாம். நீங்க எங்களைப் பாக்க வந்ததே சந்தோஷம்" என்று கைகளைக் கூப்பி வணங்கினாள். மழை ஈரத்தில் நடந்துவரும்போது இவர்களுக்குள்ளும் ராவணன் மூர்க்கம்தான் நிரம்பியிருக்கிறது என்று தோன்றியது. மனதில் உதிர்ந்த மயிலிறகைப்போல அந்தப் பாடல் முடிவற்றுச் சுழன்றுகொண்டிருந்தது.

45. அகத்தனிமை

திருநெல்வேலியில் உள்ள இலக்கிய நண்பர் ஒருவரின் அலுவலகத்துக்குச் சென்றிருந்தேன். மதிய உணவு நேரம் என்பதால், அவருக்கு உணவு கேரியரில் வந்திருந்தது. கூடவே, சிறியதாக ஒரு பொட்டலம் மடித்து வைக்கப்பட்டிருந்தது. நண்பர் வேலையில் ஆழ்ந்து போயிருந்தார். அவரது இருக்கையின் அருகிலிருந்த ஜன்னலில் ஓர் அணில் வந்து நின்று மெதுவாகச் சத்தம் உண்டாக்கியது. அவர், "சாப்பிடுற நேரமாச்சா? இதோ வந்துடறேண்டா, இரு!" என்று யாரோ நண்பனிடம் சொல்வதுபோல ஜன்னலைப் பார்த்துத் திரும்பிச் சொல்லிவிட்டு, திரும்பவும் ஃபைலை புரட்டிக்கொண்டிருந்தார்.

அணில் வாலை ஆட்டியபடி முன்னங்காலைத் தூக்கிக்கொண்டு சில நிமிஷம் நின்றது. பிறகு, விடுவிடுவென ஜன்னலின் கம்பி வழியாக நுழைந்து, மேஜையின் அருகில் வந்துவிட்டது. நண்பர் தனது ஃபைலை மூடி வைத்துவிட்டு,

"எங்கே இன்னொருத்தனைக் காணோம்?" என அணிலிடம் கேட்டார்.

அணில் பரபரப்புடன் இலையை நோக்கி நகர்ந்து கொண்டிருந்தது. நண்பர் பொட்டலத்தைப் பிரித்து, அதிலிருந்த உளுந்த வடையைப் பியத்து ஜன்னலில் வைத்ததும், அணில் வேக வேகமாகச் சாப்பிடத் துவங்கியது. நிமிஷத்துக்குள் காகம் ஒன்று ஜன்னலுக்கு வந்து, வடையைக் கொத்தித் தின்னத் துவங்கியது. அணிலும் காகமும் வடையைப் பகிர்ந்து கொண்டு நட்போடு சாப்பிட்டுக்கொண்டிருப்பதை நான் பார்த்துக் கொண்டிருந்தேன்.

நண்பர் சிரித்தபடியே, "என்னோடு தினமும் சாப்பிடக் கூடியவர்கள் இந்த இரண்டு பேரும்தான். ஆபீஸ் லீவன்னாலும் ப்யூன் மதியம் வந்து அணிலுக்குச் சாப்பாடு வெச்சுட்டுப் போயிருவான். என்ன, நான் டிரான்ஸ்ஃபர் ஆனாத்தான் கஷ்டமாயிருக்கும்" என்றார்.

பரபரப்பான அரசு வேலை நடைபெறும் கட்டடத்தில் எப்படி இந்த அணில் பந்தம் ஏற்பட்டது என்று விசித்திரமாக இருந்தது. "பொதுவாக அணில்கள் சிறிய சத்தத்துக்குக்கூட அருகில் வராதே. எப்படி இது சாத்தியமானது?" என்று கேட்டேன். "நிஜம்தான். ஆனால், பசி அணிலின் சுபாவத்தையும் மாற்றிவிட்டது!" என்றார்.

எனக்குக் குறுந்தொகையின் 41-வது பாடலில் வரும் அணிலாடு முன்றிலாரின் கவிதை நினைவு வந்தது. அக்காலங்களில் சாதாரணமாக வீட்டு முற்றத்தில் தானியங்களைக் காயவைத்து, பெண்கள் காவல் காத்துக்கொண்டிருப்பார்கள். அருகே குழந்தைகள் விளையாடிக்கொண்டிருப்பார்கள். மனிதர்கள் எப்போதும் நடமாடிக்கொண்டிருக்கும் முற்றத்தில் அணில் நுழைவதற்கு திகில் கொள்ளுமேயன்றி, உரிமையோடு ஓடியாட துணிவுகொள்ளாது. தற்செயலாக வரநேர்ந்தாலும் பயந்து ஓடிவிடும்.

ஆனால், இந்தக் குறுந்தொகை பாடலில் முற்றத்தில் வந்து அணில் தன்னிஷ்டம்போல் குதித்தாடுகிறது. காரணம், வீட்டில் யாருமில்லை. வெறிச்சோடிக் கிடக்கிறது வீடு.

வெளிச்சத்தைத் தவிர, வீட்டில் எவரும் நடமாடவில்லை. சாம்பல் நிறமான அணில், அந்தத் தனிமையில் துள்ளிக் குதித்துக்கொண்டிருக்கிறது. தலைவனைப் பிரிந்து வாழும் நாட்கள் இப்படி வெறிச்சோடிப்போய், அணில் விளையாடும் வீடுபோல மனதை நீண்ட தனிமை கொண்டதாக்கிவிட்டதாகத் தலைவி வருந்துகிறாள் என்கிறது இக்கவிதை.

நண்பர் இதைக் கேட்டுவிட்டு, "அரசாங்க அலுவலகங்களில் வாழும் அணில் இவை. இதற்குச் சங்ககால குணங்கள் பொருந்தாது" என்றார். பேச்சு நீண்டு மனிதர்களோடு பழகும் விலங்குகள் பற்றியதாக மாறியது. நண்பர் தனது கிராமத்தில் பறவைகள் தண்ணீர் குடிப்பதற்காக, கல்லில் ஒரு கிண்ணம் அடித்து, அதில் எப்போதும் தண்ணீர் நிரப்பி வைப்பார்கள் என்றும் அதற்குக் குருவிக் கிண்ணம் என்று பெயர் என்றும் சொன்னார். 'இந்தக் கிண்ணத்தில் தண்ணீர் குடிப்பதற்காகவே குருவிகள் கூட்டமாகத் தரையிறங்கும். இப்போது மனிதர்களுக்கே குடிக்கத் தண்ணீரில்லை. குருவிகளுக்கு எங்கே போவது?' என்றார்.

பேச்சின் சுவாரஸ்யம் வளர்ந்து, தான் பார்த்ததிலேயே தனக்கு மிகவும் பிடித்தமானதாக இருந்தது பறக்கும் அணில்தான். அதன் அழகும் அமைப்பும் வேறு அணில்களுக்குக் கிடையாது. நீங்கள் பார்த்திருக்கிறீர்களா என்று கேட்டார். எங்கோ தொலைவிலுள்ள வனத்தில் இருக்கக் கூடும் என்பது போல, எங்கேயிருக்கிறது என்று கேட்டேன். "இங்கேதான்.. ஸ்ரீவில்லிபுத்தூர் அருகே உள்ள செண்பகத்தோப்பில் இருக்கிறது. விருப்பமிருந்தால் நாளைக்கே போய்ப் பார்த்துவிட்டு வரலாம்" என்றார்.

இருவருமாக, பின்னிரவில் காரில் புறப்பட்டோம். வழியெல்லாம் நண்பர் சொல்லிக்கொண்டே வந்தார் - "மேற்குத் தொடர்ச்சி மலையின் ஒரு பகுதியான இந்த செண்பகத்தோப்பு வனப்பகுதியில் உள்ள சாம்பல் நிற அணில், வால் நீண்டது. இந்தியாவில் உள்ள மிகவும் அரிதான அணில்களுள் இதுவும் ஒன்று. இதற்குச் சரணாலயம் இங்கேதான் உள்ளது. இந்த வகை அணில்கள் அஸ்ஸாமிலும் தமிழ்நாட்டிலும் மட்டுமே காணப்படுகின்றன. மரத்தில் இரண்டு கூடுகள்

கட்டிக்கொண்டு வசிக்கும் இந்தச் சாம்பல் அணில் தரைக்கே வராது. கிளைவிட்டுக் கிளை தாவியபடி பறந்துபோகும். எளிதில் நம் கண்ணில் தென்படாது. அதனால் அதை அடையாளம் காட்டுவதற்காக, வனவாசிகளான பளியர்களை வரச்சொல்லியிருக்கிறேன்" என்றார்.

விடிகாலையில் வனப்பகுதியில் நடக்கும்போது காற்றின் புத்துணர்வும் மெலிதான பச்சை வாடையும் ஈர்ப்பாகயிருந்தது. எங்களோடு வழிகாட்டுவதற்காக வன ஊழியர்களும் பளியர் ஒருவரும் வந்திருந்தார்கள். அரைமணி நேரத்துக்கு மேலாக நடந்திருப்போம். பெரிய விருட்சங்கள் அடங்கிய வனப்பாதை நீண்டு போய்க்கொண்டிருந்தது. காட்டுப் புளிய மரத்தின் இலைகளை மட்டுமே உண்ணும் இந்த அணில்கள், மரத்தில் எங்கே ஒளிந்திருக்கின்றன என்றே கண்டுபிடிக்க முடியவில்லை.

எங்களோடு வந்திருந்த பளியர், விசிலடிப்பதுபோல சத்தம் ஒன்றை எழுப்பினார். சில நிமிஷங்களுக்குப் பிறகு, ஒரு மரத்திலிருந்து பதில் சத்தம் கேட்டது. அவர் தன் உதட்டைக் குவித்துக்கொண்டு மறுபடியும் ஒலியெழுப்பியவுடன், மரத்தின் ஒரு கிளை அசைந்து அணில் வெளிப்பட்டது. அவர் எங்களுக்குச் சைகை செய்தபடியே அருகில் வந்து அணிலைப் பார்க்கச் சொன்னார்.

புசுபுசுவென மயிர் அடர்ந்து, நீண்டு தொங்கும் வாலுடன் பழ அணில்போல பெரிதாக உடல்கொண்டிருந்தது. சீழ்க்கை எழுப்புவதை நிறுத்திவிட்டு, எங்களிடம் அணிலைக் காட்டிய பளியர், "இந்த அணில் மரத்துக்கு மரம் தாவும். பார்க்க அழகாகயிருக்கும்" என்றபடி, தன் கைகளை லேசாகக் காற்றில் வீசினார். நிமிஷத்தில் அணில், அருகிலிருந்த மரத்துக்குப் பறந்தோடியது.

வன ஊழியர்கள் இந்த சாம்பல் நிற அணில் சரணாலயத்தைப் பற்றிப் பேசியபடி வந்தார்கள். நான் பளியரோடு, அவரது குடியிருப்பு எங்கேயிருக்கிறது, அவரது குழந்தைகள் படிக்கிறார்களா எனக் கேட்டுக்கொண்டே வந்தேன். தயக்கத்துடன் அவர், "எங்க வீட்டுக்கு வருவீங்களா?" என்று கேட்டார். நாங்கள் அவரது வீட்டுக்கு நடந்தோம். மலையின் உட்சரிவு ஒன்றில், பாறைகளுக்கு இடையில்

தகைவு கொண்டிருந்தது அவர்களின் குடியிருப்பு. சிறிய கூரை வீடுகள். வன வேலைகள் செய்வதும், காட்டுப் புற்களை வெட்டி மாடுகளுக்குத் தீவனமாக விற்பதும், தேன் எடுப்பதும் அவர்களுக்கு வேலையாக இருந்தது.

பளியர்களின் வீட்டைப் பார்த்தபோது ஆச்சரியமாக இருந்தது. சமையல் செய்த பாத்திரங்களைச் சுத்தமாகக் கழுவி, வெயிலில் உலர வைப்பதற்காக வீட்டின் பின்புறத்தில் நிறைய குச்சிகளை நட்டு வைத்திருக்கிறார்கள். இந்தக் குச்சியில் பாத்திரங்களைக் கவிழ்த்து வைக்கிறார்கள். சூரிய அஸ்தமனத்துக்குள் இரவு உணவை முடித்து விடுகிறார்கள். சுகாதாரமான காற்று, நல்ல குடிநீர், முறையான நேரத்தில் உணவு என அவர்களின் வாழ்வு இன்றைய நகர வாழ்வில் எவருக்கும் சாத்தியமற்றதாகவே இருந்தது.

இப்போது அவர்கள் வேட்டையாடுவதில்லையா என்று கேட்டேன். பளியர் தயக்கத்துடன், "எப்போதாவது ஒன்றிரண்டு அடிச்சு சாப்பிடுவோம். மத்தபடி விலங்குகளைக் கொல்றது கிடையாது. இங்கே காட்டுக்குள்ளே சுத்திப் பார்க்க வருகிறவர்கள்தான் தீ வைப்பதும் விலங்குகளைக் கொல்வதையும் செய்கிறார்கள்" என்றார்.

திரும்பிவரும் வழியில் கர்ப்பிணிப் பெண் ஒருத்தி, தலையில் ஒரு சுமையோடு மலையில் ஏறி வந்துகொண்டிருந்தாள். அருகில் வந்தபோது, அந்தப் பெண்ணிடம், "இப்படி ஏறுவது சிரமமாக இல்லையா?" என்று நண்பர் கேட்டார். அவள் தலைச் சுமையைத் தாங்கியபடி, "அதெல்லாம் பழக்கம்தான். பிரசவ வலி வந்தா வழியில பெத்துக்கிடப் போறோம். எங்களுக்குப் பிறப்பு இறப்பு எல்லாம் இந்தக் காட்டுலதான். நாங்க பயப்படுறது எல்லாம் உங்களை மாதிரி டவுன்ல இருந்து வர்ற ஆபீசர்களுக்குத்தான். மிருகம் எங்களை ஒண்ணும் செய்யாது!" என்றாள். வன ஊழியர்கள் சிரித்தார்கள்.

மலையைவிட்டுத் தரைக்கு வந்தபோது அவளது குரலில் ஒளிந்திருந்த உண்மை முகத்தில் அறைவது போலிருந்தது. நாம் குழந்தைகளைக் கோடைகாலத்தில் தீம் பார்க்குகளில் உள்ள செயற்கை நீர்வீழ்ச்சிக்கும் வடிவமைக்கப்பட்ட புல் தரைகளைக் காட்டுவதற்கும் தயாராக இருக்கிறோம். நம் வாழ்விடத்துக்கு

அருகில் உள்ள வனத்தை, வனச்செல்வங்களை அவர்களுக்கு அறிமுகம் செய்ய விருப்பம் கொண்டிருக்கவில்லை. தமிழகத்தில் இதுபோல அணிலுக்கு ஒரு சரணாலயம் இருப்பதே பலருக்கும் தெரியாமல்தானிருக்கிறது.

வீடு திரும்பிய இரண்டு நாட்களுக்குப் பிறகு, ஒரு பகலில் வெளியே சென்றுவிட்டு வீட்டின் கதவைத் திறந்தபோது, ஹாலில் நின்றபடி ஒரு அணில் பிரெட்டை தின்றுகொண்டிருந்தது. நான் கதவைத் தள்ளி உள்ளே நடந்து போகாமல், அணிலைப் பார்த்துக்கொண்டிருந்தேன். கோடை விடுமுறைக்குக் குழந்தைகள் ஊருக்குப் போயிருக்கிறார்கள். ஊமைப்படம்போல வீட்டின் சத்தம் ஒடுங்கிவிட்டிருக்கிறது என்று மனது தனிமையை உணரத் துவங்கியது.

அணிலாடும் முன்றில் என்பது சங்க கவிதையின் வெளிப்பாடு மட்டுமல்ல, ஒவ்வொரு மனிதனும் ஏதோ ஒரு நாள் உணரும் ஒரு தனிமை நிலை என்று அறிந்தபடி சீழ்க்கை செய்தேன். அணில் பரபரப்பாக ஜன்னலைவிட்டுத் தாவி ஓடிக்கொண்டிருந்தது.

■

46
இரவின் பாடல்

இருள் என்பது குறைந்த ஒளி என்று பாரதியாரின் ஒரு கவிதை வரி இருக்கிறது. இந்த ஒற்றை வரியை பல நூறுமுறை சுவைத்திருக்கிறேன். ஒவ்வொரு முறையும் அதன் ருசி புதிதாகவே இருக்கிறது. பகலைப் பற்றி நம்மிடம் ஆயிரம் குறிப்புகள் இருக்கின்றன. இரவைப் பற்றி நம்மிடம் இருப்பதெல்லாம் வெறும் பயம் மட்டுமே. வெளிச்சத்தில் சுற்றி அலைவதைப்போல இருளில் நீந்தி அலைவதற்கு நாம் பழகவே இல்லை. சாவி கொடுக்கப்பட்ட பொம்மைபோல இரவானதும் வீட்டின் கதவுகள் தாமே பூட்டிக் கொண்டுவிடுகின்றன. உலகம் தண்ணீரில் வீசி எறியப்பட்ட ஒரு கல்லைப்போல அவசர அவசரமாக இருட்டில் மூழ்கிவிடுகிறது.

சிறுவயதிலிருந்தே ஒரு பயமாகத்தான் இரவு நமக்கு அறி முகமாகியிருக்கிறது. அதன் சுகந்தத்தையோ, இரவில் உலகம் தன்னைப்

புதிது புதிதாக ஒப்பனை செய்துகொண்டு நடனமிடுவதையோ நாம் காணவேயில்லை. விழித்திருக்கும் இரவுகளில்கூட நாம் வீட்டைவிட்டு வெளியேறியதில்லை. இரவென்பது ஒரு நத்தையா? இல்லை சிறுத்தையா? சில நாட்களில் நத்தை ஊர்ந்து போவதைப்போல மிக மெதுவாக இரவு கடந்துபோகிறது. ஒன்றிரண்டு நாட்களிலோ, பசியோடுள்ள சிறுத்தையைப்போல் பாய்ச்சலில் செல்கிறது.

சிறுவயதில் ஒருமுறை நோயுற்று பத்து நாட்களுக்கும் மேலாக படுக்கையில் கிடக்க நேர்ந்திருந்தது. பகல், இரவு என்ற கோடு அப்போதுதான் அழியத் துவங்கியது. வீட்டில் யாவரும் உறங்கிக்கொண்டிருந்த இரவில், ஜன்னலின் வெளியே தெரியும் நட்சத்திரங்களைப் பார்த்தபடி, இருளின் முணுமுணுப்பைக் கேட்டபடியே விழித்துக்கொண்டிருப்பேன். இரவு கருமையை மட்டும் தன் நிறமாகக் கொண்டிருக்கவில்லை. அது பச்சோந்தியைப் போல நிறம் மாறிக்கொண்டேயிருக்கிறது என்பதை அப்போதுதான் கண்டுகொண்டேன்.

நட்சத்திரங்கள், இருட்டில் ஒளிந்துகொண்டு நடக்கும் பூனைகளின் ஒளிரும் கண்களைப்போல அங்குமிங்கும் அலைந்துகொண்டிருந்தன. தீப்பெட்டிக்குள் இருக்கும் குச்சிகள் வரிசையாக ஒடுங்கியிருப்பதைப்போல, வீட்டில் உள்ளவர்கள் உறங்கிக்கொண்டிருந்தார்கள். விடிகாலை, தன் நீல வெளிச்சத்தால் ஊரையே கழுவி விட்டுக்கொண்டிருந்தது. குளித்துக் கரையேறிய பெண்ணைப்போல சௌந்தர்யத்துடன் உலகம் இருளிலிருந்து வெளிச்சத்துக்குள் நடந்து வந்ததைப் பார்த்தேன். இரவின் முதல் ருசியை அன்றுதான் உணர்ந்து கொண்டேன்.

தூக்கம் என்பது இரவானதும் நம் உடலில் பூக்கும் அதிசயமானதொரு மலர். உறக்கமற்ற இரவுகள் ஒவ்வொன்றும் தனித்துவமாகியிருக்கின்றன. உறங்கியிருந்த நாட்களிலோ இரவு புகைபோல நழுவிக் கரைந்துபோய்விடுகிறது.

குழந்தை பிறந்ததிலிருந்து தூங்கிக்கொண்டேயிருக்கிறது. எப்போதாவது பசியில் அழுகிறது. அப்போதும் பாதித் தூக்கத்தில் பால் குடித்துவிட்டு, மீண்டும் தூக்கத்தில் விரலைப்

பற்றிச் சுவைக்கத் துவங்கிவிடுகிறது. வளர்தல் என்பதே தூக்கத்திலிருந்து விடுபடுவதுதானோ?

தூக்கத்தைப் புறக்கணிப்பது இருபது வயதில் துவங்கியது. அப்போது பகலைப்போல இரவும் ஒரு விளையாட்டு மைதானம். இரவில் தெருக்கள் நடமாட்டமற்று திறந்து கிடக்கின்றன. நகரம் ஒரு மலைப் பாம்பைப்போல அசைவில்லாமல் மூச்சு மட்டும் விட்டுக்கொண்டு சுருண்டு கிடக்கிறது.

அந்த நாட்களில் வீட்டுக்குப் போவதற்கு மனதில் விருப்ப மிருந்ததில்லை. நண்பர்களோடு பேசிக்கொண்டோ, இரவுக் காட்சி பார்த்துவிட்டு, அடைத்துக் கிடக்கும் கடைகளின் படிக்கட்டில் உட்கார்ந்துகொண்டோதான் கழிந்தன நாட்கள். காலை பிறந்து பால்காரர்களின் மணியொலி கேட்கத் துவங்கி, மரத்தில் பறவைகள் றெக்கையடித்துச் சத்தமிடுவதைக் கேட்டபடியும், பேப்பர் போடுபவர்கள் சிமெண்ட் தரையில் பார்சலை பிரித்துக்கொண்டிருப்பதைப் பார்த்தபடியும் ஒவ்வொருவராகக் கலைந்து வீடு நோக்கி நடக்கத் துவங்குவோம். வீட்டின் மீதிருந்த கோபம், இரவின் மீது ஈர்ப்பாக மாறியது.

சென்னைக்கு வந்த நாட்களில், அறையில்லாதபோது வழியில்லாமல் இரவில் விழித்திருப்பது பழக்கமானது. ஆரம்ப நாட்களில் பகலின் வெளிச்சம் கரையத் துவங்கி மாலையாகும்போதே, மனதில் சிறியதொரு நடுக்கம் பிறக்கத் துவங்கிவிடும். இந்த இரவில் எங்கே போய்த் தங்குவது, யாருடைய அறை பாதுகாப்பானது என்று மனம் யோசிக்கத் துவங்கிவிடும்.

அறையில்லாதவனுக்கு மிகுந்த ஆத்திரம் தருவது இரவுதான். அதிலும் சிறு நகரங்களைப்போல் சென்னையில் இரவுகளில் நடமாடியும் அலைய முடியாது. சந்தேகத்தில் பிடித்துப் போய்விடுவார்கள். உறக்கம் பிடித்த கண்களுடன் அறையைத் தேடி அலைந்து மாணவர் விடுதி, கல்யாண மண்டபத்தின் கிச்சன், நண்பர்களின் மேன்ஷன், எம்.எல்.ஏ. ஹாஸ்டல் எனக் கிடைத்த இடத்தில் எல்லாம் உறங்கும் சந்தர்ப்பம் கூடியிருக்கிறது. எல்லா இடமும் தற்காலிகமானதே. அது எப்போது பறிபோகும் என்பது அறியாத புதிராகயிருந்தது.

எஸ்.ராமகிருஷ்ணன்

அப்போது, நண்பர் ஒருவரின் அலுவலகம் ஒன்றின் வெளியே கிடந்த இரண்டு மேஜைகளை இழுத்துப் போட்டுக்கொண்டு உறங்குவதற்கு அனுமதித்தனர். அது ஒரு பதிப்பகத்தின் அலுவலகம். இரவு பத்து மணிவரை வேலை செய்வார்கள். அவர்கள் பூட்டிவிட்டுச் சென்ற பிறகு, அங்கிருக்கும் மேஜைகளை இழுத்து ஒன்றாகப் போட்டுக்கொண்டு, அதில் ஏறிப் படுத்துக்கொள்ளலாம். அது அண்ணாசாலையின் ஒரு சந்தில் இருந்த நான்கு மாடிக் கட்டடம்.

அங்கிருந்தபடியே இரவில் கடந்து செல்லும் வாகனங்களை ஒவ்வொன்றாகப் பார்த்துக்கொண்டிருப்பேன். மழை பெய்து ஓய்வதைப்போல வாகனங்கள் கடந்துபோய் ஒரு வெறுமை ஏற்படும். அப்போது சாலையில் ஓடும் வெளிச்சத்தைப் பார்த்தபடியே இருப்பேன். நகரம் ஒருபோதும் உறங்குவதேயில்லை. இந்த நகரில் உறக்கமற்றவர்கள் அதிகமிருக்கிறார்கள். ஏதேதோ காரணத்தால், பறவைகள் கிடைத்த மரத்தில் பதுங்கிக்கொண்டு இரவைக் கடந்து விடுவதைப்போல பலர் உறக்கமற்று கிடப்பதைக் கண்டிருக்கிறேன்.

பதிப்பக பெஞ்சில் சுருண்டு கிடந்த என் மீது தயை கொண்டு ஒரு நண்பர், இனி தன் அறைக்கு வந்துவிடலாம் என்று மிகுந்த ஆசையோடு அழைத்துப் போனார். புறநகர்ப் பகுதியில் இருந்த அந்தச் சிறிய வீட்டில், இரவை ஒரு பழச்சாற்றைப்போல ருசியாக்கிக்கொண்டு பருகிக் கிடக்கத் துவங்கினேன்.

என்னைப்போலவே நண்பரின் வீட்டுக்கு, ப்ளாஸ்டு ஃபெயிலாகி வேலை தேடுவதற்காக அவரது உறவுக் காரப் பையன் ஒருவனும் வந்து சேர்ந்திருந்தான். அவனுக்கு இரவில் விளக்கை அணைத்துவிட்டு உறங்க முடியாதபடி பயமிருந்தது. இதை எப்படிச் சொல்வது என்று தயங்கி, படுக்காமல் வாசல் படியிலேயே உட்கார்ந்திருப்பான். சில நேரங்களில் படியிலேயே உறங்கிக் கிடப்பான்.

நண்பரின் உடைகளைத் தேய்த்து வந்து தருவது, அவர் சொல்லும் வேலைகளைக் கவனிப்பது என்று அவனது சென்னை நாட்கள் துவங்கின. நான் சென்னையிலிருந்த நூலகங்களிலும் ஃபிலிம் சொஸைட்டி திரைப்படங்களிலும்

பகலைக் கழித்துவிட்டு அறைக்குத் திரும்பி வருவேன். நண்பரின் அறை நிம்மதியான உறக்கம் தரும் இடமாக இருந்தது.

ஒரு இரவில் யாரோ முணுமுணுப்பது போல சத்தம் கேட்டு விழித்துக் கொண்டேன். நண்பரின் அறையில் விளக்கு எரிந்துகொண்டிருந்தது. அவரது உறவினர் பையன் கையில் ஏதோ சிட்டைகளை வைத்துக்கொண்டு கணக்கு கொடுத்துக் கொண்டிருந்தான். நண்பர் அவனை ஏதோ விசாரணை செய்து கொண்டிருந்தார். அவன் கணக்கில் இருநூறு ரூபாய் குறைந்தது. 'பணத்தை நீ எடுத்துக்கொண்டாயா? என்ன செய்தாய்?' என்று அவர் உரத்த குரலில் கேட்டுக் கொண்டிருந்தார். அவன் பதில் சொல்லாமலிருந்தான்.

அவர் தனது அறைக்கதவை மூடிவிட்டு, சைக்கிளுக்கு காற்று அடிக்கும் பம்பை கையில் எடுத்துக்கொண்டு, அவனை மூர்க்கமாக அடிக்கத் துவங்கினார். எலிக்குஞ்சு மாட்டிக்கொண்டு கத்தியபடி ஓடுவதுபோல அவன் அறைக்குள்ளாகவே அலறியபடி ஓடிக்கொண்டிருந்தான். நண்பர் விரட்டி விரட்டி அவனை அடித்துக்கொண்டிருந்தார். அவன் வலியில் கத்தும்போதெல்லாம், நான் கேட்டுவிடக்கூடாது என்பதற்காகவே 'கத்தாதே... கத்தாதே..' என்று அடித்தார்.

அவன் அடிதாங்க முடியாமல் கதவைத் திறந்துகொண்டு வெளியே ஓடினான். நண்பர் அவனைத் துரத்திக்கொண்டு ஓடினார். கதவு திறந்து கிடந்தது. நண்பர் அறைக்குத் திரும்பி வந்து, விளக்கை அணைத்துவிட்டு எதுவும் நடக்காததுபோலப் படுத்துக்கொண்டார். என்னால் அந்த அறையில் படுத்துக் கிடக்க முடியவில்லை. விளக்கைப் போட்டபடி, "அவனை ஏன் இப்படி அடிக்கிறீர்கள்?" என்று கேட்டேன். நண்பருக்கு ஆத்திரம் தாங்க முடியவில்லை. "உங்க வேலையைப் பாத்துட்டுத் தூங்குங்க சார்! இதெல்லாம் பர்சனல்!" என்றார். நான் மிகுந்த ஆத்திரத்துடன், "அந்தப் பையன் நமக்காகப் பல நாட்கள் தூங்காமல் இருந்திருக்கிறான். உங்களுக்குத் தெரியுமா?" என்று கேட்டேன்.

அவர் ஆத்திரத்துடன், "தெருவில் கிடக்கிறவனையெல்லாம் கூட்டிக்கிட்டு வந்து எல்லாத்தையும் கேட்கவேண்டியது இருக்கு!" என்று காற்றடிக்கும் பம்பை ஓங்கி எத்திவிட்டார்.

நான் அப்போதே அறையிலிருந்து வெளியேறி, புறநகர் ரயில்வே நிலையத்தின் பெஞ்சில் வந்து உட்கார்ந்துகொண்டேன்.

அன்றைக்குப் பின்னிரவில் இருந்த நிலா மிக அழகாக இருந்தது. வானத்தையே பார்த்துக்கொண்டிருந்தேன். மனம் எதிலும் பதிவதற்கு மறுத்துக்கொண்டிருந்தது. முதல் ரயிலைப் பிடித்து நகருக்குள் வந்து இறங்கினேன். உடனே, ஏதாவது ஒரு ஊருக்குப் போய்விட வேண்டுமென்று வேதனையாக இருந்தது. கையிலிருந்த காசுக்கு மரக்காணம் போய்விடலாம் என்று பஸ்ஸில் ஏறிப் படுத்துக்கொண்டேன்.

மரக்காணத்தில் போய் இறங்கியபோது, காலை விடியத் துவங்கியிருந்தது. கடற்கரை மணலில் படுத்துக்கொண்டு கண்களை மூடிக்கொண்டேன். காகங்கள் கரைந்துகொண்டிருந்தன. அன்று வெயில் முதுகில் ஊரும்வரை மணலில் படுத்துக் கிடந்தேன்.

அதன்பிறகு நண்பரைச் சந்திக்கவேயில்லை. ஆனால், இன்று வரை நகரம், ரயிலின் பெர்த்தில் படுத்து உறங்குவதைப்போல மிகுந்த கவனத்துடன் கழிக்க வேண்டிய இரவை யே கொண்டிருப்பதாக இருக்கிறது.

உண்மையில் இரவு என்பது என்ன என்று இன்றுவரை தெரிந்துகொள்ளவில்லை. ஆனால், அதன் சுகந்தம் ஒவ்வொரு நாளும் தெருவில் மலர்வதை நுகர முடிகிறது. 'விழித்திருப்பவனுக்கு இரவு நீண்டது' என்கிறார் புத்தர். 'இரவு ஒரு புதைகுழி' என்கிறது கிரேக்கப் பழமொழி. இன்றைக்கும் குழந்தையைப்போல இரவின் மீது சற்றே பயமிருக்கிறது. அது பேய், பூதங்களுக்குப் பயந்து அல்ல... சுபாவம் மாறிவிடும் மனிதர்களை நினைத்துத்தான்!

47. கரை ஒதுங்கும் வார்த்தைகள்

துவைத்த துணிகளை வழக்கமாக இஸ்திரிக்கு வாங்கிப்போகும் பெரியவருக்குப் பதிலாக ஒரு சிறுமி வீட்டுக்கு வந்து காலிங் பெல் அடித்தாள். கோடை விடுமுறை என்பதால் அவள் துணி தேய்க்கிறாள் போலும். கைநிறையத் துணிகளை அள்ளிக்கொண்டு போகும்போது, சிரித்துக்கொண்டே போனாள். விடுமுறை சில குழந்தைகளுக்கு கொண்டாட்டத்துக்காக வருகிறது. சிலருக்கு வேலை செய்து சம்பாதிப்பதற்காக வருகிறது. ஒரே வயதுக் குழந்தைகள், இரண்டு உலகமாக பிளவுபட்டிருக்கின் றனர்.

மதிய நேரத்தில் தேய்த்த துணிகளைக் கொண்டுவந்து தந்த சிறுமி, கவனமாக காசை வாங்கி எண்ணிச் சரி பார்த்து

விட்டு நின்றுகொண்டேயிருந்தாள். என்ன வேண்டுமென்று கேட்டேன். "சரியா தேய்ச்சிருக்கனான்னு பாத்துச் சொல்லுங்க சார்" என்றாள். இது வரை "சரியாக தேய்க்கப்பட்டிருக்கிறது" என்று இஸ்திரி செய்பவரிடம் ஒரு நாள், ஒரு வார்த்தைகூடப் பேசியதில்லையே என்று ஆச்சரியமாக இருந்தது. துணிகளை அடுக்கிய அழகைப் பார்த்தபடியே, "நல்லா தேய்ச்சிருக்கே.. அழகாக பேப்பர் சுற்றி மடிக்கிறதுக்கு எப்படிக் கத்துக்கிட்டே?" என்றேன். அவள் வெட்கத்துடன் "தாங்க்ஸ் சார்" என்றபடி, படியில் துள்ளிக்கொண்டு ஓடினாள்.

உலகின் ஒவ்வொரு காரியமும் ஏதோஒரு அங்கீகாரத்துக்காக காத்துக்கொண்டிருக்கிறது. ஒவ்வொரு மனிதனும் உலகம் தன்னை அங்கீகரிக்கவில்லையே என்ற ஆதங்கத்தை வாழ்நாள் முழுவதும் சுமந்து கொண்டுதான் செல்கிறான். தீர்க்கதரிசிகளும் ஞானிகளும்கூட தங்களது சொந்த ஊர், உறவினர் தங்களை அங்கீகரிக்கவில்லையே என்ற மறைவானதொரு ஆதங்கத்துடன்தான் வாழ்ந்திருக்கிறார்கள்.

உடல்நலமற்ற நாளில் வேதனையுடன் மருத்துவரிடம் செல்கிறோம். சிகிச்சை செய்துகொள்கிறோம். நலமாகிறோம். ஆனால், ஒருபோதும் நோய் குணமாகிவிட்டது என்று மருத்துவரிடம் நேரில் சென்று சொல்வதேயில்லை. மருத்துவர்களும் எதிர்பார்ப்பதில்லை.

அங்கீகாரமாக வேண்டுவதெல்லாம் ஆளுயர மாலைகளோ, மலர்க்கிரீடமோ அல்ல. மாறாக ஒரு புன்சிரிப்பு, ஒரு கைகுலுக்கல், ஒரு வாழ்த்து, ஒரு அன்பான வார்த்தை.. அதிகம் போனால் சிறியதொரு பரிசு. நாம் எப்போதும் அங்கீகரிக்கப்பட வேண்டும் என் பதில் காட்டும் ஆர்வத்தை, மற்றவர்களை நாம் அங்கீகரிக்கிறோமா என்பதில் காட்டுவதேயில்லை. அங்கீகாரம் மனித ஏக்கங்களில் ஒன்று. அது தீராதது.

ஜப்பானில் ஒரு மரமிருந்தது. அங்கிருந்த தச்சர்கள் ஒரு பொருளைச் செய்வதற்குத் தேவையான மரத்தை காட்டிலிருந்து வெட்டுவதற்கு முன்பாக, அந்த மரத்திடம் தாங்கள் அதை வெட்டிக்கொள்ளாமா, இனி வாழ்நாள் முழுவதும் ஒரு மேஜையாக, நாற்காலியாக மட்டுமே இருப்பதற்குச் சம்மதம் தானா என்று மரத்தின் முன்பாக ஒரு நிமிஷ நேரம் கண்களை

மூடிக்கொண்டு அனுமதி கேட்பார்கள். அதுபோலவே மரத்தைச் செதுக்கி வேலை செய்து ஒரு கலைப் பொருளாகவோ, மேஜையாகவோ உருமாற்றிய பிறகு, அந்த மரம் இத்தனை அழகாகத் தங்கள் கற்பனையை வெளிப்படுத்த உதவியிருக்கிறது என்று நன்றி சொல்வார்களாம்.

உலகில் யாராவது ஒருவரிடமிருந்து நாம் அதிகம் கற்றுக்கொள்ள வேண்டுமானால், அது தச்சரிடமிருந்துதான் என்று மனம் சொல்கிறது. காரணம், தச்சராக இருப்பதற்குத் தொழில் தெரிந்தால் மட்டும் போதாது. மரத்தைப் பற்றிய அறிவு வேண்டும். அதிலும் எந்த மரம், எந்தப் பொருள் செய்வதற்கு ஏற்றது, ஒரு மரத்துக்கு என்ன வயதாகிறது, எந்த நிலப்பகுதியைச் சேர்ந்தது, அது ஆணா, பெண்ணா இப்படியான இயற்கையறிவு அவசியம்.

அதன்பிறகு அதை யாரோ ஒருவர் விரும்பும்படியான நாற்காலியாகவோ, கட்டிலாகவோ செய்யும் கற்பனை வேண்டும். அந்தக் கற்பனையைச் செயல்படுத்தத் தேவையான உபகரணங்கள் யாவையும் தன் கூடவே வைத்திருக்க வேண்டும்.

அதோடு, எல்லா உபகரணமும் எப்போதும் தீட்டப்பட்டுக் கூர்மையாக இருக்க வேண்டும். இவை யாவையும்விட, இந்த வேலையை நாலைந்து பேரைத் தனித் தனியாகச் செய்யச் சொல்லி, அதை ஒன்றாக இணைக்கத் தெரிந்திருக்கவேண்டும்.

நாற்காலியையோ, கட்டிலையோ பயன்படுத்தப்போகும் மனிதனின் உடல் வாகையும் அதன் சௌகரியத்தையும் பற்றிய உடற்சாஸ்திரம் தெரிந்திருக்க வேண்டும்.

இத்தனையும் அறிந்து ஒரு பொருளை உருவாக்கிய பிறகு, இதைச் செய்தது நான்தான் என்று எங்கும் தனது பெயரைப் பொறிக்காமல், அமைதியாக எழுந்துபோகும் மனப்பக்குவமும் வேண்டும். இதனால்தானோ என்னவோ ஏசு கிறிஸ்து ஒரு தச்சரின் மகனாக வளர்ந்தார் என்று தோன்றுகிறது.

நம் கலை மரபு அங்கீகாரத்தை விடவும், தன் ஆளுமையை மட்டுமே வெளிப்படுத்திவிட்டு ஒதுங்கிக்கொள்வதாகவே இருந்திருக்கிறது. பேரழகுமிக்க ஸ்ரீவில்லிபுத்தூர் ரதி சிற்பத்தை

எஸ்.ராமகிருஷ்ணன்

உருவாக்கியவர் யார்? கிருஷ்ணாபுரத்து குறவன் சிற்பத்தை எந்த உளி செதுக்கியது? யாழிகள் எவரது கற்பனையில் பிறந்தன? அஜந்தா ஓவியங்களைத் தீட்டிய ஓவியனின் பெயர்தான் என்ன? கேள்விகள் பதிலற்று கரையொதுங்கிக் கிடக்கின்றன. காலம் காற்றைப்போல கடந்து சென்றுகொண்டேயிருக்கிறது.

குழந்தைகளாக இருந்தபோது நம் ஒவ்வொரு சிறு செயலும் ரசிக்கப்பட்டது. மழலைப் பேச்சு, தத்தித் தத்தி நடந்த நடை, தானே குளிக்கும் பாங்கு, தானே சாப்பிடப் பழகிய காட்சி, தூங்கும் அழகு என எல்லாமும் அனைவருக்கும் பிடித்திருந்தது. வளர்ந்தவுடன் நமது செயல்கள் எதற்கும் எந்த அங்கீகாரமும் இருப்பதில்லை.

நாம் வளர்ந்ததுதான் தவறா? வயது அதிகமாக அதிகமாக நம் ஆசைகளை, வேதனைகளை மறைப்பதற்குத்தான் அதிகம் கற்றுக்கொண்டிருக்கிறோம். வெளிப்படுத்தப்படாமலே ஒவ்வொரு இதயத்திலும் பலநூறு ஆசைகள் புதையுண்டு கிடக்கின்றன. அவை ஒளிந்துகொள்ள ஒரே காரணம், அங்கீகரிக்கப்படாமல் போவதோடு அவமதிக்கவும் படக் கூடும் என்று நம்புவதால்தான்!

உலகம் ஒரு விசித்திரம். ஐந்து வயதுக் குழந்தை பசியில் கத்தி அழுதுகொண்டு இருந்தால், கவனிக்காமல் கடந்து போய்விடுகிறது. அதுவே இருபது வயது இளைஞன் சாலையில் பேண்ட், ஷர்ட் அணிந்துகொண்டு ஏதோவொரு காரணத்தால் அழுதுகொண்டிருந்தால், என்ன காரியமாகப் போய்க்கொண்டு இருப்பவனும் ஒரு நிமிடம் நின்று, அந்த அழுகையின் காரணத்தைக் கேட்டுத் தெரிந்துகொண்டுதான் போகிறான். குழந்தைகளின் அழுகையும் பெரியவர்களின் சந்தோஷமும் தற்காலிகமானதுதான் போலும்.

சில வாரங்களுக்கு முன்பாக நண்பரின் அலுவலகம் ஒன்றுக்குச் சென்றிருந்தேன். அங்கு ஒரு கடைநிலை ஊழியர் அன்று ஓய்வுபெறுகிறார் என்று பிரிவு உபசார நிகழ்ச்சி நடந்தது.

தற்செயலாக நானும் அதில் பங்குகொள்ள நேர்ந்தது. வேலையில் இருந்து ஓய்வுபெறும் வயதானவர் முதன்முதலாகத்

தனது மனைவி, மூன்று மகள்கள், பேரன், பேத்திகளை அழைத்துக்கொண்டு வந்திருந்தார்.

அவர்கள் அந்த அரசாங்க அலுவலகத்தை வியப்பாகப் பார்த்தபடி ஓரமாக நின்றிருந்தார்கள். கடைநிலை ஊழியர் தான் தினமும் காபி வாங்க எடுத்துச் செல்லும் பிளாஸ்கை சுத்தமாகக் கழுவி, அடுத்த நாளில் இருந்து தன் பணியைக் கவனிக்க இருப்பவரிடம் அந்த நேரத்தில் ஒப்படைத்துக்கொண்டிருந்தார்.

இனிப்பு வழங்கப்பட்டு, ஓய்வு பெறுபவருக்கு மாலை மரியாதை நடைபெற்றது. பலரும் ஓய்வுபெறும் ஊழியரைப் பாராட்டினார்கள். முடிவாக அவர் இரண்டு நிமிடம் பேசினார்.

தான் வாழ்நாளிலே இரண்டே முறைதான் மாலை அணிந்திருப்ப தாகவும், ஒன்று தனது கல்யாணத்தன்று; இன்னொன்று ஓய்வுபெறும் இன்று என்றார்.

"இதுவரை என்னை இத்தனை பேர் பாராட்டினார்கள். மிகுந்த சந்தோஷமாக இருக்கிறது. ஆனால், இந்த உற்சாகத்தோடு இனி வேலை பார்க்க முடியாதே என்பதுதான் வருத்தமாக இருக்கிறது. அங்கீகாரம், வேலையில் இருந்து ஓய்வுபெறும் நாள் அன்றுதான் கிடைக்கிறது. நன்றி" என்று பேச்சை முடித்துக்கொண்டார்.

அலுவலகமே ஒரு நிமிடம் நிசப்தமாகியது. அவர் தனது மாலையை மனைவியிடம் தந்தபடி அலுவலகத்தில் இருந்து புறப்படத் தயாரானார். நினைவுப் பரிசாக அலுவலகத்திலிருந்து புது சைக்கிள் வாங்கிப் பரிசளித்திருந்தார்கள். அதை உருட்டிக்கொண்டு கிளம்பினார்.

"பழைய சைக்கிள் ரிப்பேராகிவிட்டது என்றுதான் புதிது வாங்கித் தந்திருக்கிறோம். ஓட்டிக்கொண்டு போங்கள். மற்றவர்கள் ஆட்டோவில் வரட்டும்" என்று சக ஊழியர்கள் சொன்னார்கள். அவரோ "ஓய்வுபெற்ற பிறகு புது சைக்கிளில் போவது மனதுக்கு உறுத்தலாக இருக்கிறது. பரவாயில்லை" என்று சைக்கிளை உருட்டிக்கொண்டு தனது குடும்பத்தோடு நடந்துபோனார்.

முப்பத்தைந்து ஆண்டுகாலப் பணி அவருக்குப் போதுமான அங்கீகாரம் கிடைக்காமல் போய்விட்டது என்ற ஆழமான வடுவை மட்டுமே மிச்சமாக விட்டிருக்கிறது. பணி ஓய்வு, இந்த வடுவை உலரவிடாமல் பெரிதாக்கிக் கொண்டேயிருக்கும்.

இந்த வலி மற்றவர்களின் மீது கோபமாக வெளிப்படும். இனி மனவருத்தமும் காரணமற்ற துக்கமும் இரண்டு துடுப்பைப்போல அவரது வாழ்வின் படகை ஓட்டிக்கொண்டிருக்கும். இப்படித் தான் நீள்கிறது பலரின் வாழ்வு.

மரபியல் விஞ்ஞானத்தின் தந்தையாகக் கருதப்படும் கிரிகர் மெண்டல் - ஒரு கிறிஸ்தவ பாதிரியார். அவர் தனது சமயப் பணிகளோடு சேர்ந்து இயற்கை பற்றிய ஆய்விலும் ஈடுபட்டார். இதற்காகப் பட்டாணிச் செடிகளுக்குள் கலப்பு செய்து வீரிய ரக விதையை உருவாக்கிட முயன்றார். இந்தப் பணியில் தினமும் நான்கு மணி நேரம் என, ஒரு பட்டாணிச் செடியின் பத்துத் தலைமுறைகள் எப்படி உருமாறுகின்றன என்று பல நாட்கள் பட்டாணிச் செடிகளைக் கவனித்தபடியே தன் வருடங்களைக் கழித்தார். முடிவில் தனது ஆய்வு முடிவைத் தனது தலைமைப் பாதிரியாருக்கு எழுதியனுப்பினார்.

அவரது ஆய்வு கவனிக்கப்படாமல் போனதோடு, பட்டாணிச் செடிகளின் விதைகளைச் சோதனை செய்து வீரியமாக்குவது கடவுளுக்கு எதிரான செயல் என்றும், இதுபோன்ற தீவினைகளில் ஈடுபடுவதை அவர் உடனே நிறுத்திக்கொள்ள வேண்டும் என்றும் எச்சரிக்கைக் கடிதம் அனுப்பப்பட்டது. மெண்டல் மனம் உடைந்துபோய், தனது ஆய்வை மிக ரகசியமாகச் செய்து வந்தார். எதையும் உலகுக்கு வெளிப்படுத்தவேயில்லை!

இருநூறு வருடங்களுக்கு முன்பாக மெண்டலுக்குச் சிறிய அங்கீகாரம் கிடைத்திருக்குமாயின், இன்றைய விஞ்ஞானத்தின் வளர்ச்சி இதைவிடப் பன்மடங்காகியிருக்கும். ஆனால், நிராகரிப்பு தனிமனிதனை மட்டுமல்ல, ஒரு சமூகத்தையே பலகாலம் பின்தங்கச் செய்துவிட்டது. நிஜத்தில் வெறும் காகிதத்துக்குப் பணம் என்ற அந்தஸ்து கிடைத்தவுடன் பெரிய அங்கீகாரம் கிடைத்துவிடுகிறது. காட்டு மூங்கில், இசைக்

கருவியானவுடன் அதற்குச் சிறப்பு அங்கீகாரம் கிடைத்து விடுகிறது.

ஒவ்வொன்றும் ஏதோவொரு நிலை மாற்றத்தில்தான் அங்கீகரிக்கப்படுகிறது. இயல்பில் எதையும் நாம் அங்கீகரிக்க மறுப்பதற்கு என்னதான் காரணம் - மனமில்லையா அல்லது தெரியவில்லையா?

48
சிறு நுரை

பல வருடங்களுக்குப் பிறகு தற்செயலாக தொலைக்காட்சியில் 'எதிர்நீச்சல்' படத்தைப் பாதியிலிருந்து பார்க்க நேர்ந்தது. அதில் திருட்டுக் குற்றம் சுமத்தப்பட்ட நாகேஷை, அவரது நண்பரான முத்துராமன் சந்தேகப்படுவார். உண்மை புரிந்தவுடன் அவரைச் சமாதானப் படுத்துவதற்கு முயற்சிப்பார். அப்போது நாகேஷ் உணர்ச்சிவசப்பட்டவராக, "நாயர்! நீங்கள் சந்தேகப்பட்டதைக்கூட நான் தவறா நினைக்கலை. ஆனால், நண்பர்களோட மரணத்தைவிடவும் நட்போட மரணம் ரொம்பவும் வேதனையானது. அது நடந்துடக்கூடாதுன்னுதான் பயப்பட்டேன்" என்பதுபோல ஒரு டயலாக் பேசுவார்.

அதைக் கேட்டதும், இருட்டில் தவறுதலாகத் தட்டிவிடப்பட்ட செம்பிலிருந்து தண்ணீர் சிந்தியோடுவதுபோல, மனதின் அறியாத

ஏதோவொரு மூலையிலிருந்து நட்பின் மரணத்தைப் பற்றிய நினைவுகள் கசிந்து ஓடத் துவங்கின.

தோல்வியுற்ற காதல், வாழ்நாள் முழுவதும் தொடர்ந்து மனதில் ஊறிக்கொண்டேயிருக்கும். தனிமையில் அதை நினைவுகொள்வதும், மெலிதான வேதனைப் பெருமூச்சிடுவதும் இயல்பானதே. ஆனால் நட்பில் தோல்வியடைந்தவர்கள், அதைத் திரும்பவும் நினைவுபடுத்திக் கொள்வதேயில்லை. சந்தர்ப்ப சூழலில் அதே நண்பர் எதிர்ப்படும்போதும், திரும்பவும் பழகுவதற்கும் பேசுவதற்கும் விருப்பமற்று முகம் கொடுக்காமல் போய்விடுகிறார்கள்.

ஒவ்வொரு மனிதனும் தோல்வியுற்ற நண்பர்கள் பட்டியல் ஒன்றைக் கொண்டிருக்கிறான். சின்னதும் பெரியதுமாக ஏதோ காரணங்கள் இருப்பினும், நட்பின் முறிவு மரத்திலிருந்து உதிர்ந்த இலைபோல திரும்பவும் ஒட்ட மறுத்தே கிடக்கிறது.

நண்பர்களின் பிரிவு ஒரு நாளில் நடந்துவிடுவதில்லை. அது சுவரில் விழுந்த கீறல்போல சிறு புள்ளியில் துவங்கி மெல்ல விரிவடைகிறது. பிரிந்த நண்பர்கள் ஒவ்வொருவரும் மற்றவரால் தான் தவறு ஏற்பட்டது என்று உறுதியாகச் சொல்கிறார்கள். எப்படியாயினும் ஆக்டோபசின் கைகள் சதா எதையாவது பற்றிக்கொள்வதற்கு அலைந்துகொண்டிருப்பதுபோல, ஒவ்வொருவரும் திரும்பத் திரும்ப யாருடைய நட்பையாவது பற்றிக்கொள்ள அலைந்துகொண்டேதான் இருக்கிறோம்.

சென்னைக்கு வந்த நாட்களில் வீம்பாக, ஊரில் இருந்த நண்பர்கள் மட்டும்தான் எனக்கு நெருக்கமானவர்கள், இங்கே யாரும் கிடையாது என்று நினைத்துக்கொண்டிருந்தேன். ஆனால், பழகத் தொடங்கிய சில மாதங்களில் புரிந்தது, பத்துப் பதினைந்து வருடம் ஒன்றாகவே திரிந்த நண்பனின் இடத்தை நேற்று சந்தித்துப் பழகிய நண்பன் நிரப்பிவிடுகிறான். குழந்தைகள் விளையாடும் சீசாபோல நட்பில் எப்போதும் ஒரு பக்கம் மேலே போவதும், மற்றது கீழே போவதுமாகவே இருக்கிறது.

காதலியைவிட, மனைவியைவிட, நண்பர்கள் கொள்ளும் பற்று மிக விசித்திரமானது. ஒருவனுக்குப் புதிது புதிதாக

நண்பர்கள் உருவாகும்போது ஆதியிலிருந்து வரும் நண்பன் அதிகம் பொறாமையுடையவனாகிறான். நட்பில்கூட இவன் எனக்கு மட்டும்தான் என்ற பிடிப்பு தீவிரமாகியிருக்கிறது. இதை வெளிக்காட்டிக் கொள்ளாவிட்டாலும் மனதுக்குள் அந்த வேகம், பற்று இருக்கத்தான் செய்கிறது. புதிய நண்பர்கள் உருவானதும், பால்ய நண்பன் தன் கைப்பொருளை மற்றவர் பிடுங்கிக் கொள்வதுபோல இனம்புரியாத வேதனை கொள்கிறான். நட்பு ஒரு குழந்தையைப்போல யாவையும் தன்னிடம் பகிர்ந்து கொள்ள வேண்டும் என்று எதிர்பார்க்கிறது. ஆனால், தனக்குக் கொடுக்கப்பட்ட பொருளை நிமிஷத்தில் குழந்தை தூக்கி எறிந்துவிடுவதுபோல, சந்தித்த மறுநிமிடமே அந்த ஈர்ப்பு கரைந்து விடுகிறது.

எந்த ஒரு விஷயத்தைப் பற்றியும் காதலி பேசித் தெரிந்து கொள்கிறாள். மனைவி பேசாமலே தெரிந்துகொள்கிறாள். நண்பர்கள் நினைக்கும் முன்பே தெரிந்துகொண்டு விடுகிறார்கள்.

பள்ளி நாட்களில் செல்வராஜ் என்ற நண்பன் இருந்தான். பல நாட்கள் அவனது வீட்டில்தான் சாப்பாடு, படுக்கை. பள்ளி விட்டதும் அவனது வீட்டுக்குத்தான் போவேன். அவனும் நானும் ஒரே நிறத்தில் சட்டை வைத்திருந்தோம். ஒரே டெஸ்க்கில் உட்காருவோம். வாழ்நாள் முழுவதும் இருவரும் விலகாத நண்பர்களாக இருப்போம் என்று பெருமாள் கோயிலில் சத்தியம் செய்திருந்தோம். ஒரே வீட்டில் திருமணம் செய்து கொள்வது, ஒரே மாதிரி அடுத்தடுத்து வீடு கட்டிக்கொள்வது, ஒன்றுபோல கார் வாங்குவது... என கனவுகளை வளர்த்தபடி ரகசியக் குரலில் தூங்காமல் பேசிக்கொண்டிருப்போம்.

கிராமத்தில் இரண்டு விநோதமான நண்பர்கள் இருந்தார்கள். அதில் ஒருவர் மாட்டுத் தரகரான நல்லையா. மற்றவர் அவரது நண்பரான அணஞ்சி. நல்லையாவுக்குப் பிறவியிலிருந்தே பார்வை கிடையாது. எங்கே போகவேண்டுமென்றாலும் அணஞ்சிதான் அவரது கையைப் பிடித்து அழைத்துக்கொண்டு போவார்.

நல்லையாவுக்குத் திருமணமாகி நான்கு பிள்ளைகள் இருந்தார்கள். பார்வையற்றவராக இருந்தபோதும், அவர் எந்த மாட்டையும் தொட்டுப் பார்த்து, அதன் மூச்சுக்

காற்றில் உள்ள சீற்றத்தைக்கொண்டே மாட்டின் வாகைச் சொல்லிவிடுவார். அணஞ்சிக்குக் குடும்பமே கிடையாது. பத்து வயதில் நல்லையாவோடு சிநேகமாகி, ஏறத்தாழ முப்பது வருடங்களுக்கும் மேலாக இருவரும் ஒன்றாகவே இருந்தார்கள்.

நல்லையாவுக்கு மூக்குக்கு மேல் கோபம் வரும். ஆத்திரத்தில் கெட்ட வார்த்தைகளாகப் பேசுவார். ஆனால், அணஞ்சியை முகம் சுளித்துப் பார்த்ததே கிடையாது. மாடு விற்றுவரும் பணம் முழுவதையும் அணஞ்சிதான் வைத்திருப்பார். நல்லையாவின் வீட்டுக்குத் தேவையான அத்தனை வேலைகளையும் இழுத்துப் போட்டுக்கொண்டு செய்வார். ஆனால், தனக்கென அவர் ஒரு வேட்டி, சட்டைகூட கேட்டு வாங்கிக்கொள்வது கிடையாது.

காலையில் குளித்து, சாப்பிட்டுவிட்டு வரும் அணஞ்சி, இரவில் நல்லையா உறங்கப்போன பிறகுதான் வீட்டுக்குப் போவார். மற்ற நேரங்களில் வாயில் வெற்றிலை மென்றபடியே நல்லையாவின் கையைப் பிடித்துக்கொண்டு, அவர் போக விரும்பிய இடங்களுக்கெல்லாம் கூட்டிப்போய் வருவார். இது என்ன வகையான நட்பு என்றே புரிந்துகொள்ள முடியாது. இதனால் இவர்களின் நட்பை ஊரே ஆதர்சமாகக் கொண்டிருந்தது.

நானும் செல்வராஜும் இதற்காகவே கண்களை மூடிக் கொண்டு ஒருவர் கையை மற்றவர் பிடித்தபடி எவ்வளவு நேரம் ஒன்றாக வரமுடியும் என்று பரிசோதனை பண்ணிப் பார்த்திருக்கிறோம். சில நிமிஷங்களுக்கு மேல் முடியாது. செல்வராஜ் ஒரு மதியம் என்னை அணஞ்சியின் வீட்டுக்குக் கூட்டிப்போனான். அங்கிருந்து ஒரு பிடி மண்ணை எடுத்து 'நாங்களும் அணஞ்சி - நல்லையாபோல வாழ்நாள் முழுவதும் நட்பாக இருப்போம்' என்று சத்தியம் செய்தோம்.

அன்றைக்கு ஒன்றாகப் பச்சை நிறத்தில் டிரெஸ் போட்டுக் கொண்டோம். ஒரே தட்டில் சாப்பிட்டோம். மிகுந்த வெட்கத்தோடு ஒருவரையொருவர் கட்டிப்பிடித்துக்கொண்டு உறங்கினோம்.

ஓடிக்கொண்டிருக்கும் தறியில் நூல் எப்போது அறுபடும் என்பது தெரியாததுபோல, ஒரு நாள் இரவில் டியூஷன் விட்டு

எஸ்.ராமகிருஷ்ணன்

வரும்போது வழியில் செல்வராஜ் என்னிடம், "உன் தங்கச்சியை நான் கல்யாணம் பண்ணிக்கிறேன். என் தங்கையை நீ கல்யாணம் பண்ணிக்கோடா!" என்றான். இப்போது எதற்காக இதைப் பேசுகிறான் என்று புரியாமல், "அது வேணாம்! நாம ஒரே வீட்டில் அக்கா-தங்கையா பார்த்துக் கட்டிக்கிடுவோம்" என்றேன்.

உக்கிரமாக முறைத்தபடி செல்வராஜ், "ஏன், உன் தங்கச்சி என்ன பெரிய வெள்ளைக்காரியா? அவளை நான் கட்டிக்கிடக் கூடாதா?" என்றான். எனக்கு அவனது கோபம் புரியாமல், "அதை அவகிட்டத்தான் கேட்கணும்" என்றேன். அவன் ஆத்திரம் அதிகமாகி, "உன் தங்கச்சி மாட்டேன்னு சொன்னா, அவ ஜடையை அறுத்துருவேன், புரியுதா?" எனக் கத்தினான். நானும் கோபமாகி, "வீட்டைப் பத்தி பேசாதடா" என்றேன்.

இருவரும் பேசிக்கொண்டிருக்கும்போதே, செல்வராஜ் என்னை இருட்டில் பிடித்துத் தள்ளிவிட்டான். நான் விழுந்த வேகத்தில் காலில் சிராய்ப்பு ஏற்பட்டு வலியுண்டாகியது. அவன் என்னைக் கவனிக்கவேயில்லை. நடந்து போய்விட்டான். வீடு வந்து சேர்ந்த பிறகு அவனைப் பாம்பு கடித்துவிட வேண்டுமென்று இரவெல்லாம் கடவுளிடம் மன்றாடினேன்.

மறுநாள், பள்ளிக்கூடத்தில் அவன் என்னைத் திரும்பிப் பார்க்கவில்லை. முறிந்த கையைப்போல கடுமையாக ஒரு வலி இருந்துகொண்டேயிருந்தது. அதோடு, எனக்குப் பிடிக்காத ஒருவனை வேறு நண்பனாக்கிக் கொண்டான். அதன்பிறகு அவன் வீட்டைக் கடந்து போகவே கூச்சமாயிருந்தது. அன்று காரணமில்லாமல் அணஞ்சி மீது கோபம் வந்தது. எதற்காக இப்படி இவர் அடுத்தவருக்காகக் கஷ்டப்படுகிறார்? அவருக்கு வேறு நண்பர்களே ஏன் இல்லாமல் போனார்கள். நட்பின் முன்னால் அவமானம், வெறுப்பு, சொந்த ஆசைகள் யாவும் முக்கியமற்றுப் போய்விடுமா என்று குழப்பமாக இருந்தது.

செல்வராஜைப் பிரிந்ததற்காவது ஒரு காரணமிருக்கிறது. சிலரின் நட்பு பிரிந்ததற்கு என்ன காரணம் என்று இன்றுவரை தெளிவாகத் தெரியவே இல்லை. வாழ்வில் நண்பர்களுக்குச் செய்து கொடுத்த சத்தியங்கள் யாவும் கரைந்து போய்க் கொண்டேதான் இருக்கின்றன.

எந்த தெய்வமும் சத்தியத்தை மீறியதற்காகத் தண்டிக்க வில்லை. ஒரு வேளை, தெய்வங்களுக்குள்ளும்கூட யார் யாரோடு நட்பு, யார் யாரோடு பகை என்று தெளிவில்லாத நிலைதான் இருக்கிறது என்பதாலா?

கடலின் சுபாவமே நுரைத்துக்கொண்டிருப்பதுதான் என்பது போல அனைவரின் வாழ்விலும் நட்பு தோன்றுவதும் கரைந்துவிடுவதுமாகவே இருக்கிறது.

நுரை எப்போதுமே ஒரு அதிசயம். அது கடல் பூக்கும் பூ என்று சொல்லலாமா? கல்லில் மோதும் அலை போன்றதுதான் வாழ்க்கை என்கிறது அகத்திணை. நிஜம்தான் என்று ஆமோதிக்கிறது உள்மனது.

■

49

வெறுங்கோபம்

வழக்கமாக பழங்கள் வாங்கும் கடைதான் அது. நாலைந்து நாட்களுக்கு முன்பாக மாம்பழத்தின் விலை கேட்டுவிட்டு, 'அதிகம்ப்பா' என்று சொல்லி நான் கீழே வைத்தவுடன், கடைக்காரன் சற்றே கோபமான தொனியில், "இங்கே மட்டும் விலை விசாரிப்பாங்க. ஆட்டோவில் ஏறி 50 ரூவா கொடுன்னா பேசாம குடுத்திருவாங்க. நல்லதுக்குக் காலமில்லைங்க" எனச் சொன்னான். நான் அதைக் கவனிக்காமல், சப்போட்டா பழங்களை எடுத்து விலை கேட்டேன். அவன் ஆத்திரத்துடன், "பழத்தை வச்சிரு சார். நீ வாங்கமாட்டே" என்று உரத்த குரலில் கத்தினான்.

அவனுக்கு யார் மீது கோபம் என்று விளங்காமல், "எதற்காகக் கத்துகிறாய்?" என்று கேட்டேன். அவ்வளவுதான், கடையைவிட்டு இறங்கி ரோட்டில் வந்து நின்றுகொண்டு, கையை

ஆட்டி ஏதேதோ கத்தத் துவங்கினான். இத்தனை கோபமும் ஆவேசமும் பீறிடுவதற்கான காரணம் புரியவேயில்லை. நான் பழங்களை வைத்துவிட்டு வீடு திரும்பிவிட்டேன்.

இரவில், மனம் பரிச்சயமற்ற கோபத்தின் மீதே குவிந்து கிடந்தது. கோபம் ஏன் ஒரு சூறைக் காற்றைப்போல வார்த்தைகளைச் சிதறடிக்கிறது? குழந்தையிலிருந்து வயது முதிர்ந்தவர் வரை கோபத்தை கூடவே வைத்திருப்பது எதனால்? காற்று அதிகமாக அடைக்கப்பட்ட பலூன் வெடித்துவிடுவதுபோல ஏதேதோ காரணங்கள் நெருக்கி, தாளமுடியாமல்தான் கோபம் வெடிக்கிறதா? இப்படியாக யோசனை கிளைவிட்டுக் கொண்டிருந்தபோதும் மனம் சமாதானம் கொள்ளமுடியாமல் தத்தளிப்பாக இருந்தது.

நினைக்கையில் ஆச்சரியமாக இருக்கிறது, யாருடைய கோபம் நம்மை அதிகமாகப் பாதிக்கிறது என்றால், நாம் அறியாத மனிதர்கள் நம் மீது காட்டும் கோபம்தான். வீட்டுக்குள் கோபம் எப்போதும் ஒரு பகடையைப்போல, ஒருவர் மாற்றி ஒருவரால் உருட்டப்பட்டுக்கொண்டுதான் இருக்கிறது. அந்தக் கோபம் புகை சுற்றுவதுபோல நிமிஷ நேரம் சுற்றியலைந்து, பின்பு கலைந்துவிடுகிறது. ஆனால், சில கோபங்கள்தான் குளத்தினடியில் தங்கிவிட்ட கற்களைப்போல மனதினுள் நெடுநாட்கள் ஊறிக்கொண்டே கிடக்கின்றன.

கோபத்துக்கு நாம் எஜமானாக இருப்பதுதான் நல்லது. அதற்கு வேலையாள் ஆகிவிட்டால், அதன் சொல்படி எல்லாம் நடக்க வேண்டியதாக இருக்கும். கோபத்தை விலக்க முடியுமா என்று எவராவது கேட்டால், நான் தேவையில்லை என்றுதான் பதில் சொல்வேன். உணவில் உப்பைப்போல வாழ்வின் பிரதான சுவையாக இருப்பதே கோபம்தான். அதன் அளவும், இடமும், காலமும் வெளிப்பாடுமே முக்கியமானது.

வெறுங்கோபம் ஒன்றிருக்கிறது. அந்தக் கோபம் எதையோ கேட்டு மறுக்கப்படுவதால் உண்டாவது. குழந்தைகளின் கோபம் சாக்லெட்டிலோ, ஐஸ்க்ரீமிலோ தீர்ந்துவிடுவது இதனால்தான்.

வாழ்வில் எதற்கெல்லாம் கோபப்பட்டிருக்கிறேன், எதை யெல்லாம் சகித்துக்கொண்டு போகிறேன் என்று வரிசையிட்டுப்

பார்க்கும்போது, முக்கால்வாசி கோபத்தில் எந்த நியாயமும் இல்லை. அவை தன்னைக் காப்பாற்றிக்கொள்ள ஏற்பட்ட கவசம் என்றே உணர முடிகிறது. உண்மையில் கோபப்பட வேண்டிய எண்ணிக்கையற்ற விஷயங்கள் நம்மைச் சுற்றி நடந்துகொண்டே இருக்கின்றன. அதில் ஒரு துளிகூட நம் மீது பட்டுவிடாமல் கவனமாக விலகி நடந்து போய்விடுகிறோம். ஆனால், எங்கு கோபம் தேவையற்றதோ அங்கே பீறிடுகிறோம்.

கோபம் மனித குணம் மட்டுமல்ல, அது தெய்வங்களுக்கும் ஏற்படுகிறது. கடவுளின் கோபம்தான் மூன்றாவது கண்ணைத் திறக்கச் செய்கிறது. மன்மதனை எரிக்கிறது. ரிஷிகளும் கோபக்காரர்கள்தான். ஏன், தேவ தூதரான இயேசுநாதரே, "தேவாலயம் கள்வர்களின் கூடாரமாகிவிட்டது. அதை இடித்துக் கட்டுவேன்" என்று கோபப்பட்டிருக்கிறாரே!

கோபம் ஒரு காட்டுக் குதிரை போன்றது. அப்படியே விட்டுவிட்டால் கைவசப்படுத்த முடியாது. கடிவாள மிட்டுவிட்டாலோ, நினைத்ததைச் சாதிப்பதற்கு உதவியாக இருக்கும். ஆனால், கோபத்தைப் பழக்குவது எளிதானதல்ல.

கௌதம புத்தருக்குக் கிடைத்த மூன்று காட்சிகளைப்போல, எனக்குள் கோபத்தின் இரண்டு காட்சிகள் அழியாமல் கிடக்கின்றன.

எங்கள் ஊரின் கடைத் தெருவில் ஒவ்வொரு வெள்ளிக் கிழமையும் காலையிலிருந்து மாலை வரை பிச்சைக்காரர்கள் தொடர்ந்து பிச்சை கேட்டு வந்தபடியிருப்பார்கள். அன்று தருமம் செய்யும் நாள். இதற்காகவே கடைக்காரர்கள் சில்லறையாக மாற்றி ஐந்து, பத்து பைசாக்களைக் குவித்து வைத்திருப்பார்கள். பிச்சைக்காரர்கள் வந்து நின்றதும் எடுத்துப் போட்டுவிடுவார்கள்.

ஒரு இரும்புக் கடை வைத்திருப்பவரின் கடைக்கு சப்பை என்ற ஒரு பிச்சைக்காரன் போனபோது, அவர் கடைக்குள் உட்கார்ந்து சாப்பிட்டுக்கொண்டிருந்தார். பிச்சைக்காரன் குரல் கொடுத்ததைக் கேட்டும் அவர் பதில் தரவில்லை. பிச்சைக்காரன் கடையினுள் ஏறி உள்ளே ஆள் இருக்கிறாரா என்று எட்டிப் பார்த்தான். பழைய சாதமும் ஊறுகாயும் சாப்பிட்டுக்

கொண்டிருந்தவருக்குத் தன்னைப் பிச்சைக்காரன் வேடிக்கை பார்க்கிறான் என்ற கோபம் பீறிட்டு, எச்சில் கையோடு அவனை ஒரு அறை அறைந்துவிட்டு, "கடைக்குள்ளேயே வந்து பிச்சை கேட்கிறயா, நாயே" என்று கொச்சையாகத் திட்டினார்.

அவன் பருக்கை ஒட்டிய கன்னத்தோடு தலை கவிழ்ந்தபடியே போய்விட்டான். ஆனால், அதன் பிறகு ஒரு பிச்சைக்காரன்கூட இரும்புக் கடையின் படியேறி பிச்சை கேட்கவேயில்லை. அவர்களின் கோபம் புறக்கணிப்பாக மாறியது. இரும்புக் கடைக்காரர் வலிய பிச்சைபோடக் கூப்பிட்டாலும், கேட்காததுபோல பிச்சைக்காரர்கள் போய்விடுவார்கள். இது பஜாரில் இருந்த அத்தனை கடைக்காரர்களுக்கும் தெரிந்து போய், இரும்புக் கடைக்காரருக்கு மிகுந்த அவமானமாகியது. பிச்சைக்காரர்களின் கோபம் தீரவேயில்லை. இது நடந்து இருபது வருடமாகிறது. இன்றைக்கும் பிச்சைக்காரர்கள் அந்த இரும்புக் கடையை விலக்கித்தான் பிச்சை எடுக்கிறார்கள். இயலாதவனின் கோபம் என்ன செய்யும் என்பதற்கு சாட்சியாக இருந்தது இந்த முதல் காட்சி.

இன்னொரு காட்சி. சென்னையில் ஒரு நண்பனின் அறையில் தங்கி இருந்தேன். அதே அறையில், சினிமாவில் வாய்ப்பு தேடி அலைந்துகொண்டிருந்த மதி என்ற நண்பர் இருந்தார். ஒரு நாள், அவரது அப்பா ஊரிலிருந்து வந்திருந்தார். அவர் ஒரு விவசாயி என்பது பார்த்ததுமே தெரிந்தது. மணப்பாறை அருகே ஏதோ ஒரு கிராமத்திலிருந்து வந்திருக்கிறார்.

அது ஒரு கோடை காலத்தின் மதிய நேரம். அறையின் ஆஸ்பெஸ்டாஸ் ஓடுகள் வெயிலைக் குடித்துக் கொப்பளித்துக் கொண்டிருந்தன. அறையில் நானும் மதியும் மட்டுமே இருந்தோம். ஊரிலிருந்து அவனது அப்பா வந்திருப்பதைப் பற்றி அவன் பெரிதாகக் கண்டுகொள்ளவேயில்லை. மதியின் அப்பா சுவரோரமாகச் சாய்ந்து உட்கார்ந்தபடி ஏதோ சொல்லிக்கொண்டிருந்தார். அவன் சற்றே கோபமான குரலில், "இதைச் சொல்லத்தான் அங்கேயிருந்து வந்தியா. உன்னை யாருப்பா இங்கே வரச் சொன்னது?" என்றான். அவர் திரும்பி உட்கார்ந்துகொண்டு என்னோடு பேசத் துவங்கினார். அது மதிக்கு இன்னமும் ஆத்திரத்தை உருவாக்கியது. புரண்டு

படுத்தபடியே, "அப்பா, நீ இப்போ ஊருக்குக் கிளம்பு" என்று சொன்னான். அவர் தனது சட்டைப்பையிலிருந்து இரண்டு நூறு ரூபாய் நோட்டுகளை எடுத்து நீட்டியபடி, "செலவுக்கு வெச்சுக்கோ" என்றார்.

மதி முறைத்தபடி, "வேணாம்" என்றான். அவரோ, "சாப்பாட்டு செலவுக்கு ஆகும். பரவாயில்லை வெச்சுக்கோ" என்றார். "சாப்பாட்டுக்கு இல்லாம பிச்சையா எடுத்துக்கிட்டு இருக்கேன், வேணாம்" என்று சொல்லியபடி பல்லைக் கடித்தான் மதி. அவர் ஆணியில் தொங்கிக்கொண்டிருந்த மதியின் சட்டைப் பையில் பணத்தைச் சொருகி வைத்தார்.

மதி எழுந்து பையில் வைத்த ரூபாயை எடுத்து விசிறிய படி "ஏம்பா, உனக்கு சொன்னாப் புரியாதா? அவமானப் படுத்தணும்னே வந்திருக்கியா?" என்று கத்தினான். எதற்கு இத்தனை ஆவேசம் என்று புரியாமல், குனிந்து ரூபாயை பொறுக்கியபடியிருந்தவர், எதிர்பாராமல் தன் தலையில் தானே அடித்துக்கொண்டு சத்தமாக அழத் துவங்கினார். மதி முறைத்தபடி விடுவிடுவென அறையைவிட்டு வெளியேறிச் சென்றுவிட்டான். அவர் விசும்பியபடியே என்னிடம், "நீங்களே சொல்லுங்க தம்பி. பெத்த மனசு கேட்கலை. பார்க்க வந்தேன். என்னை எப்படிப் படுத்துறான் பாருங்க" என்றபடி பணத்தை பொறுக்கியெடுத்து என்னிடம் நீட்டி, "நீங்களாவது குடுத்திருங்க" என்றார். தயக்கமாக இருந்தது.

அவரது முகத்துக்காக வாங்கிக்கொண்டேன். என்ன பேசிக்கொள்வது என்று தெரியாத மௌனம் அறையில் நிரம்பியது. அவர் தன் பையை எடுத்துக்கொண்டு புறப்பட்டுப் போனார். அறைக்கு மதி திரும்பியபோது, அவனது கையில் பணத்தைக் கொடுத்தேன். அவன் கோபம் தணியாமல், "நீ எதுக்காக வாங்கினே? போ, என்ன செய்வியோ தெரியாது. அவர்கிட்ட அந்த ரூபாயைக் கொடுத்துட்டு வா. இல்லே, ரூம்ல நீ இருக்க முடியாது, பார்த்துக்கோ!" என்று கத்தினான். நானும் கோபப்பட்டு ஏதோ பேச, இருவருக்கும் வாக்குவாதமாகியது.

ஒரு நிலையில் மதி உடைந்துபோய், "டேய், உனக்குத் தெரியாதுடா! இன்னிக்கு இந்த இருநூறு ரூபாய வாங்கிட்டேன்னா, தோத்துப்போயிட்டேன்னு நானே

ஒப்புக்கிட்ட மாதிரி ஆகிடும்டா! பெரிசா ஜெயிச்சுக் காட்டுறேன்னு வீட்ல சவால் விட்டுட்டு வந்தேன். ரெண்டு வருஷம் வீட்டுப் பக்கமே போகலை. ஜெயிச்சுட்டுத்தான் போகணும்னு இருக்கேன். இது வெறும் கனவுதான். ஆனா, அதை மட்டும்தான் நம்பி இருக்கேன். அவரு இன்னிக்கு ஒரு நாள் அழுதா பரவாயில்லை. நான் ரெண்டு வருஷமா சத்தமில்லாம் அழுதுட்டுதான் இருக்கேன். கண்ணீர் விட்டா யாரும் கரைஞ்சு போயிற மாட்டாங்க. போடா போ, பணத்தைத் திருப்பிக் குடுத்திரு" என்றான். எனக்கு என்ன செய்வது என்று தெரியாத நிலை உண்டானது. ஆனால், அப்போது புரிந்தது - இயலாமைதான் கோபத்தின் விதை.

அன்றாடம் சிறியதும் பெரியதுமாக எத்தனையோ கோபங்கள் சிற்றலைகளைப்போல வீசிக் கரைந்து போய்க்கொண்டேதான் இருக்கின்றன. என்றாலும், கோபம் என்ற பாலத்தைக் கடந்து செல்லாதவர்கள் எவரும் இருக்கிறார்களா என்று தீர்மானமாகச் சொல்ல முடியவில்லை.

50
முதற்கல்

மனிதன் பிரயோகித்த முதல் ஆயுதம் கல்!

தண்ணீருக்குள் மீன் கண்ணுக்குப் புலப் படாமல் நீந்திக்கொண்டு இருப்பதுபோல, ஒவ்வொரு மனிதனின் மன ஆழத்திலும் வன்முறை சிறியதும் பெரியதுமாக நீந்திக் கொண்டிருக்கிறது. உண்மையில் உலகிலுள்ள எல்லாப் பொருட்களுமே ஆயுதங்கள்தான். பிரயோகிக்கும் சந்தர்ப்பமும் முறையும்தான் மாறுபடுகின்றன.

சில நாட்களுக்கு முன்பாக குழந்தைகளுக்கான அனிமேஷன் திரைப்படம் ஒன்றைப் பார்த்தேன். அதில் ஒரு சிறுவன் ஒரு ஆப்பிளை வரைகிறான். எங்கிருந்தோ ஒரு கத்தி உருவாகி, அந்த ஆப்பிளை இரண்டு துண்டாக்கிவிடுகிறது. அவன் ஒரு தண்ணீர்க் குவளையை வரைகிறான். நிமிஷத்தில் ஒரு குண்டாந்தடி தோன்றி குவளையை உடைத்துவிடுகிறது. அச்சிறுவன்

விதவிதமான பூக்களை வரைகிறான். மிலிட்டரி ஷூ ஒன்று அதை நசுக்கி அழிக்கிறது. முடிவாக அந்தச் சிறுவன் ஒரு பூமி உருண்டையை வரைகிறான். சித்திரத்தை வரைந்து முடித்தவுடன் எங்கிருந்தோ ஒரு ஏவுகணை பறந்து வந்து, சித்திரத்தை மட்டுமல்ல வரைந்துகொண்டிருந்த சிறுவன், அந்த அறை உட்பட யாவற்றையும் அழித்துவிடுகிறது.

மூன்று நிமிடப் படம்தான். ஆனால் அது எழுப்பும் அதிர்வுகள், வன்முறையை வாழ்க்கை முறையாகக் கொண்டுள்ள மனிதனை வெட்கித் தலைகுனியச் செய்கிறது. குகையில் வாழ்ந்த நாட்களில் மனிதன் கற்றுக்கொண்ட வேட்டையும், உதிரப் பெருக்கும் காலமாற்றத்தில் மறந்து போனதுபோலக் காணப்பட்டாலும் இன்றும் அனைவரின் உள்ளத்திலும் அது ஒளிந்துகொண்டுதானிருக்கிறது.

ஆறு வருடங்களுக்கு முந்தைய ஒரு வெள்ளிக்கிழமை. நண்பரைச் சந்தித்துவிட்டு வீடு திரும்புவதற்காக, கோவில்பட்டியிலிருந்து பேருந்தில் ஏறியிருந்தேன். பேருந்து, ரயில்வே நிலையத்தைக் கடந்தபோது எங்கிருந்தோ ஒரு கல் பறந்து வந்து விழ, பேருந்தின் முன் கண்ணாடி உடைந்து சிதறியது. பேருந்து ஓட்டுநர் வண்டியை நிறுத்திவிட்டு, என்ன நடந்தது என்று பார்ப்பதற்குள் கூட்டமாக ஆறேழு பேர் கைகளில் உருட்டுக்கட்டைகளையும், இரும்பு ராடுகளையும் தூக்கிக்கொண்டு ஆவேசமாக வந்து கொண்டிருந்தனர். பேருந்திலிருந்து பயணிகள் இறங்கி, ஆளுக்கொரு பக்கமாக ஓடத் துவங்கினார்கள்.

அந்தக் கும்பலை வழிநடத்திக் கொண்டிருந்தவனைப் பலமுறை பார்த்திருக்கிறேன். அவன் பூங்காவின் அருகே கரும்பு ஜூஸ் விற்பவன். அவனோடு அருகே கறுப்பு பேண்ட்-ஷர்ட் அணிந்து வந்தவர் இளம் வழக்கறிஞர். அவர்களின் பின்னால் ஆவேசமாகக் கத்திக்கொண்டு வந்தவர் ஒரு வங்கி ஊழியர். அவரைப் பலமுறை வங்கியில் காசோலை வழங்கும் பகுதியில் பார்த்திருக்கிறேன்.

சாலையில் எதிர்த்திசையிலிருந்து வந்த பேருந்து ஒன்று, கும்பல் வருவதையறிந்து மிக வேகமாக சாலையைக் கடந்துபோனது. ஆத்திரத்துடன் கும்பல் ஓடி அந்தப் பேருந்தை

நோக்கிக் கற்களையும் இரும்புக் கம்பிகளையும் வீசியது. யாரோ ஒருவரின் கூக்குரலும், உடைந்து சிதறிய கண்ணாடித் துண்டுகளுமாக அந்த பஸ் சாலையை விட்டுக் கீறிறங்கி நின்றது. கும்பல் ஓடிச்சென்று அந்த பஸ்ஸின் மற்ற கண்ணாடிகளையும், பயணிகளின் சீட்டையும் அடித்து நொறுக்கத் துவங்கினார்கள். பயணிகள் எவருக்கும் எதற்காக இந்த வன்முறை என்று புரியவேயில்லை.

நிமிஷ நேரத்தில் சாலை வெறிச்சோடியது. மொத்த நகரமும் தன் கதவைப் பூட்டிக்கொண்டு விட்டதுபோல இயக்கமற்றுப் போனது. புறவழிச் சாலையில் ஒரு பேருந்து தீப்பற்றி எரிந்து கொண்டிருப்பதாகச் சொன்னார்கள். இனி ஊருக்கு எப்படிப் போவது என்று தெரியாமல் பெண்களும் குழந்தைகளும் திண்டாடிக் கொண்டிருந்தார்கள். தீப்பற்றிக் கொள்ளும்போது தப்பும் வழி தெரியாமல் எலிகள் ஓடுவதுபோல் ஆட்கள் திசைக்கொருவராக ஓடினார்கள். நகரின் மூச்சுக்காற்றே சுருங்கிக்கொண்டிருந்தது.

நான் நண்பரின் வீட்டுக்குத் தகவல் தெரிவிப்பதற்காகத் தொலைபேசியைத் தேடியலைந்து கொண்டிருந்தேன். தெருவில், போலீஸ் வேனின் சைரன் ஒலி அதிர்ந்து கொண்டிருந்தது. யாரோ ஒருவருடைய சிலையை உடைத்து விட்டார்கள் என்று பேசிக்கொண்டார்கள். கரையான் புற்றிலிருந்து வெளிப்படுவதுபோல் ஆங்காங்கே ரௌத்திரமான ஆட்கள் ஓடிவருவதும் கத்துவதுமாகக் காட்சிகள் சிதறிக் கொண்டிருந்தன.

மூடப்பட்டிருந்த கடையொன்றின் படிக்கட்டின் பின்புறமாக, மறைவாக நின்றுகொண்டேன். பயமும் பெருமூச்சுமாக ஒரு பெண் தனது ஆறேழு வயது மகனைத் தரதரவென இழுத்துக்கொண்டு, ஒளியும் இடம் தெரியாமல் படிக்கட்டின் பின்னே வந்து நின்றாள். அவளது கண்கள் காணக்கூடாத எதையோ கண்டுவிட்டதுபோல் பதற்றம் கொண்டிருந்தன. உலர்ந்து போன நாக்குடன் அவள், மார்க்கெட்டில் தங்கள் ஊர்க்காரன் ஒருவனைச் சிலர் குத்திக் கொன்றுவிட்டதாகச் சொன்னாள்.

அவள் கைகள் நடுங்கிக்கொண்டே இருந்தன. உதட்டைக் கடித்தபடி பையனைத் தன்னோடு சேர்த்து இழுத்துக்

கொண்டாள். அவள் பெருமூச்சின் ஒலி என் கைகளில் படிந்து கொண்டிருந்தது. வாழ்வில் முதன்முறையாக, ஒரு மனிதன் இன்னொரு மனிதனைக் கொல்வதை அருகே நின்று பார்த்திருக்கிறாள். அவள் கண்களின் ஓரத்தில் அந்தக் காட்சி கரைதட்டி நின்றுபோயிருக்கிறது. அவள் திரும்பத் திரும்ப, அதையே சொல்லிக்கொண்டிருந்தாள். மாலை வடிந்து இருள் கூடியது. சாலை விளக்குகள் எரியவில்லை. காலம் பின்னோக்கி போய்க்கொண்டிருப்பது போலிருந்தது. அவளது மகன், சூழல் புரியாமல் 'வீட்டுக்குப் போவோம்ம்மா' என்று சொல்லிக் கொண்டிருந்தான். ஆத்திரத்தோடு அவன் முதுகில் ஓங்கியறைந்தாள். சாலையில் ஒன்றிரண்டுபேர் நடந்து போகத் துவங்கியிருந்தார்கள்.

அந்தப் பெண் என்னிடம் தயக்கத்துடன், "அண்ணாச்சி, பஸ் ஸ்டாண்டு வரைக்கும் துணைக்கு வருவீகளா?" என்று கேட்டாள். நான் அந்தச் சிறுவனைக் கையில் பிடித்துக் கொண்டேன். பேருந்து நிலையத்தை நோக்கி நடந்தோம். சாலையின் குறுக்கே, வெற்றிலைக்கட்டு கொண்டு வந்தவனின் சைக்கிள் அடித்துப் போடப்பட்டு, காற்றில் இளம் வெற்றிலைகள் அசைந்துகொண்டிருந்தன. பயம் தெருக்களில், சந்துகளில் ஒளிந்துகொண்டிருந்தது.

முதன்முறையாக, பேருந்து நிலையம் பெரிய இரும்புச் சங்கிலியால் பூட்டப்பட்டிருப்பதைக் கண்டேன். அரசு மருத்துவமனை அருகிலிருந்து பேருந்துகள் செல்வதாக ஒரு சிலர் போய்க்கொண்டிருந்தார்கள். அந்தப் பெண் தன் ஊரைச் சேர்ந்த யாராவது தென்படுகிறார்களா என்று பார்த்துக்கொண்டிருந்தாள்.

வெட்டப்பட்டவன் அவளது ஊர் என்பதால் அந்த ஊரைச் சேர்ந்தவர்கள் யாருமே கண்ணில் தென்படவில்லை. பேருந்து நிலையத்தின் வெளியிலிருந்த புளிய மரத்தருகே வந்து நின்றபடி செய்வதறியாமல் விக்கித்துப்போயிருந்தாள். எல்லா ஊர்களும் பயத்தில் தொலைதூரத்துக்கு அப்பால் ஒளிந்து கொண்டுவிட்டது போலிருந்தது.

என்னைத் தேடி பைக்கில் அலைந்த நண்பர், புளிய மரத்தடியில் எங்களைக் கண்டதும், "சாதிக் கலவரம். ரெண்டு

பேரை வெட்டிப் போட்டுட்டாங்க. வீட்டுக்குப் போயிட்டு, நாளைக்கு ஊருக்குப் போகலாம், வாங்க" என்றார்.

அந்தப் பெண்ணை விட்டுவிட்டு எப்படிப் போவது என்று தயக்கமாக இருந்தது. அவள் குழப்பமடைந்த முகத்துடன் பேருந்து நிலையத்தை வெறித்துப் பார்த்துக்கொண்டிருந்தாள். பூங்கா அருகே பேருந்து புறப்படுவதாக ஆட்கள் ஓடினார்கள். அந்தப் பெண், நிமிஷ நேரத்தில் தன் பிள்ளையை இழுத்துக்கொண்டு பூங்காவை நோக்கி ஓடினாள். நானும் நண்பரும் வீடு திரும்பினோம்.

தெருவில் எல்லா வீடுகளும் பூட்டப்பட்டிருந்தன. புரண்டு படுத்துக்கொண்டுவிட்டது போல தெருவில் உயிர்ப்பின் ஜாடையே தெரியவில்லை. நண்பரின் வீட்டுக்கு வந்தபிறகும் அந்தப் பெண் ஊருக்குப் போயிருப்பாளா, இல்லையா என்று மனதில் சந்தேகமிருந்துகொண்டேயிருந்தது.

யுத்தமும் பிரிவினையும் சரித்திரப் புத்தகத்தில் வாசித்தபோது அவை செய்திகளாக மட்டுமேயிருந்தன. சட்டென இந்த இரண்டு மணிநேர நிகழ்ச்சிகள், மனித வேதனையின் ஆழத்தைப் புரியச் செய்தன. சாதிவாரியாக ஆட்களைக் கணக்கெடுக்கிறார்கள், போன்களில் ஆபாசமாகப் பேசுகிறார்கள், கடைகளை நொறுக்குகிறார்கள் என்று வதந்திகள் நகரமெங்கும் நிரம்பிக்கொண்டிருந்தன.

மறுநாள் காலை, முந்தைய நாளை விடவும் கலவரம் அதிகரித்திருந்தது. உடைந்த கண்ணாடிச் சில்லுகள் நகர மெங்கும் சிதறியிருந்தன. சாலைகள் தனிமைப்பட்டிருந்தன. ஒவ்வொருவரும் மற்றவரைச் சந்தேகப்படத் துவங்கினார்கள்.

புறநகரொன்றில் விருந்துக்காக ஒரு வீட்டுக்கு வந்திருந்த புது மணமகன், வழி தெரியாமல் வேறு வீட்டுக் கதவைத் தட்டிவிட, அவனை உளவு பார்க்க வந்தவன் என்று ஒரு கும்பல் அடித்து ரத்தக்காயம் ஏற்படுத்திவிட்டது என்று சொன்னார்கள். மூன்று பகல் - இரவுகள் நகரின் மீது தூறலைப்போல வன்முறை இறங்கிக்கொண்டே இருந்தது.

நாலாம் நாளின் பகலில், குழந்தைகள் விளையாட்டுபோல ஒன்றின்பின் ஒன்றாக நாலைந்து பேருந்துகள் ஒன்றுசேர்ந்து

புறப்பட்டன. வழக்கமாக, சாலையை வேடிக்கை பார்க்கும் பயணிகளின் கண்கள் யாவும் தலை கவிழ்ந்து இருந்தன. பேருந்து என் ஊரின் அருகில் வந்தபோது, சாலையில் எலும்புகள் மட்டுமே மிஞ்சியிருப்பதுபோல, எரிந்த ஒரு பேருந்தின் இரும்புக் கம்பிகள் புகையடித்துப் போயிருந்தன. பேருந்திலிருந்தவர்கள் பெருமூச்சிட்டுக் கொண்டார்கள்.

வீடு திரும்பிய பிறகு என்னை அறியாமல் கைகள் நடுங்கத் துவங்கின. நான்கு நாட்களுக்குப் பிறகு, வீட்டில் படுக்கையில் வீழ்ந்தபோதுதான் பயத்தின் கால்கள் என்மீது ஊர்ந்து போவதைக் கண்டேன். தொண்டையில் வலி ஏற்பட்டுச் சாப்பிட மறுத்து, கண்களை மூடிக்கிடந்தேன். சாதி, ஒரு காரணம்தான். உண்மையில் நாம் வன்முறை வேட்டையிலிருந்து விடுபடவேயில்லை. மனம், உதிர ருசியில்தான் ஊறிக் கிடக்கிறது. கலையும் கல்வியும் கலாசாரமும் மனித மேன்மைகளும் எவரது மனத்திலும் வேர் பிடிக்கவேயில்லை. எழுத்தாளனாக இருப்பதற்குக் கூச்சமாகவும் வெட்கமாகவும் இருந்தது.

வன்முறையை எதிர்கொள்வதற்கு என்னதான் வழி இருக்கிறது? சாவைக் கண்ணெதிரே பார்த்தவரின் நடுக்கத்தை எதைக்கொண்டு சாந்தி செய்வது? காலம், மனித சுபாவத்தின் துடைத்தெறியப்பட வேண்டிய குணங்களுக்கு ஏன் மறு உயிர்ப்பு கொடுத்துக்கொண்டேயிருக்கிறது?

கேள்விகள் மட்டும் எஞ்சியிருக்கின்றன. நாம் மிருக பலியைத் தடை செய்வதைவிடவும் மனித பலியைத் தடை செய்வதுதான் முக்கியமானதெனத் தோன்றுகிறது.

■

51
காலத்தின் சங்கீதம்

அருப்புக்கோட்டைக்கு அருகிலிருக்கும் கிராமம் ஒன்றுக்கு என் நண்பருடன் அவரது தாயாரைப் பார்ப்பதற்காகச் சென்றிருந்தேன். வெம்பாரமாய் வெடித்துக் கிடக்கும் நிலப்பரப்பு. எரிகொம்பைப்போல பற்றி எரியும் வெயில். கிராமப் பாதையே தூர்ந்து போகத் துவங்கியிருந்தது. கிராமத்தில் சொற்பமானவர்களே குடியிருந்தார்கள். மற்றவர்கள் பிழைப்புத் தேடி இடம் பெயர்ந்து போய் விட்டார்கள். வாடகைக்குக் குடியிருக்க யார் அங்கே வரப் போகிறார்கள் என்று வீடுகளைப் பூட்டிவிட்டுப் போயிருக்கிறார்கள். வெயில் மட்டுமே அவற்றுள் இறங்கி அலைந்து கொண்டிருக்கிறது. வீடுகளின் சுவாசம் ஒடுங்கிப் போயிருப்பது பார்வையிலேயே தெரிகிறது.

தண்ணீரின் சுவடேயில்லாமல் சருகைப்போல ஊர் உலர்ந்துபோயிருந்தது. நண்பரின் தாய்க்குப்

பார்வை குறைவு. மருத்துவ சிகிச்சைக்கு அவரை அழைத்துப் போவதற்காக வந்திருந்தோம்.

ஊர் மிகப் பழைமையானதாக இருந்திருக்க வேண்டும். பெரிய காரை வீடுகள். அகன்ற தெருக்கள். இடிந்த சிவன் கோயில். அதனருகே நான்கு பக்கமும் நின்று தண்ணீர் இறைக்கும்படியாக, உருளைகள் கொண்ட பெரிய நல்ல தண்ணீர்க் கிணறு, காய்ந்த முட்டை ஓட்டைப்போல வெடித்துக் கிடந்தது.

ஊரில் ஆடு, மாடுகளின் சத்தமேயில்லை. விசாரிக்கையில் ஊரில் மொத்தம் இரண்டு ஜோடி மாடுகள் மட்டும்தான் இருந்தன. அவையும் பெருமூச்சிட்டபடி நின்றிருந்தன. வேப்ப மரத்தடியில் நெல் அளக்கும் நாழியைத் தன் தலைக்கு வைத்தபடி வயதானவர் ஒருவர் படுத்துக் கிடந்தார். ஆச்சரியமாக இருந்தது. பொதுவாக, 'நாழியைத் தலைக்கு வைத்துப் படுக்கக்கூடாது' என்பார்கள். நண்பர் அவரோடு பேச்சுக் கொடுத்தபோதுகூட அவர் எழுந்துகொள்ளவில்லை. வெயில் கொப்பளித்துக்கொண்டிருக்கும் தெருவில் எதற்கு இப்படி வீராப்பாக படுத்துக் கிடக்கிறார் என நான் அவரிடம் கேட்டேன். எழுந்துகொண்டு தலைக்கு வைத்திருந்த நாழியைக் காட்டிச் சொன்னார் -

"விவசாயம் செய்ததுக்கு மிச்சமாயிருக்கிறது இந்த நாழி மட்டும்தான். மத்தது எல்லாம் மண்ணாப் போச்சு. இந்த நாழியில் எவ்வளவு நெல் அளந்து போட்டிருக்கேன் தெரியுமா? சாமிக்குப் படைச்சாகூட நிறை நாழியில்தான் அளந்து போட்டோம். இன்னிக்கு விவசாயம் சிந்துவாரில்லாமப் போச்சு. நாழியை மட்டும் வெச்சு என்ன செய்யறது, அதான் தலைக்கு வெச்சுப் படுத்துக் கிடக்கேன்."

அவரது பேச்சில்கூட வெயிலின் உக்கிரம் படிந்திருந்தது. நாழியைப் பார்த்துக்கொண்டேயிருந்தேன். காலம் தன் விளையாட்டில் மீதம் வைத்திருப்பது இந்த மனிதர்களை மட்டும்தானா? விவசாயிகளுக்கு மீதமாகியிருப்பது அவர்களது வாழ்நாளும், கடந்த நாட்களின் நினைவுகளும் நம்பிக்கைகளும் மட்டும்தான்! இதுபோன்ற சூழல்தான் வாழ்வைப் பற்றிய மெல்லிய பயத்தை உருவாக்கிவிடுகிறது. வாழ்வு சிக்கலும்,

சிடுக்கும் நிறைந்தது மட்டும்தானா? ஒருவேளை காலம் தன் சங்கீதத்தைப் பாடி முடித்துவிட்டு ஓய்வு கொள்ளும் நேரம்தான் இப்போது நடக்கிறதா? மீதமிருக்கும் வாழ்நாள் சுமைதானா? குழந்தைகளின் சிரிப்புகூட ஏன் கவனிக்கப்படாமல் போய்விடுகிறது?

நம் காலம் கேள்விகளால் நிரம்பியிருக்கிறது அல்லது ஒவ்வொருவரும் கேள்விகளை உற்பத்தி செய்துகொண்டே யிருக்கிறோம். கேள்விகள் பதிலை நோக்கியதாக இல்லாமல் பயத்தை உருவாக்குவதாகவே இருக்கின்றன. வாழ்வைப் பற்றிய பயமே அதன் ருசியை மறக்கச் செய்துவிடுகிறது.

தேங்கி நிற்கும் தண்ணீரின் மீது அருகிலிருக்கும் தந்திக் கம்பத்தின், மரத்தின் நிழல்கள் பிம்பமாகப்படிகின்றன. தாக மிகுதியால் தண்ணீர் குடிக்க வரும் நாய், தண்ணீரைக் குடிக்கும்போது அந்த பிம்பத்தை விலக்கித்தான் குடித்துவிட்டுப் போகிறது. அப்படியானால் பிம்பம் தண்ணீரின் மீது எங்கே விழுந்திருக்கிறது? உலகின் சிக்கலும் ஒருவேளை இதுபோன்று நீரில் விழும் பிம்பம் போலத்தானோ? அதை விலக்கித் தண்ணீரைக் குடிக்க நாம் பழகாமல் இருக்கிறோமா?

உலகம் ஒரு தின்ன முடியாத பெரிய பழம். அதை முழுமையாகப் பற்றி நம்மால் தின்ன முடியாது. அதன் ஒரு பகுதியைக் கடித்துத் தின்பதற்கே மனித வாழ்நாளில் ஒன்று கழிந்து விடுகிறது. உலகில் எல்லாமும் மீதம் இருந்து கொண்டேயிருக்கிறது. பூமி விசித்திரமானது. எதை அதனுள் தூக்கிப் போட்டாலும் விழுங்கிக் கொள்ளக்கூடியது. பூமியின் வயிற்றினுள் இன்னமும் வெளிப்படாத கோடான கோடித் தாவரங்கள் உறங்கிக்கொண்டிருக்கின்றன. கடலின் அகண்டாகாரத்தில் பெயர் வைக்கப்படாத நூறுவித மீன் கூட்டங்கள் நீந்தியலைந்து கொண்டிருக்கின்றன. பெய்ய வேண்டிய மழை இன்னமும் வானில் மீதமிருக்கிறது. அடிக்க வேண்டிய காற்று மரங்களில் மீதமிருக்கிறது. இன்னமும் பூக்கத் துவங்காத செடிகளில் எங்கோ ஒளிந்து கொண்டிருக்கின்றன ஆயிரக்கணக்கான பூக்கள். காற்றில் இப்போதும் கண்ணுக்குத் தெரியாத விதைகள் பறந்து கொண்டேதான் இருக்கின்றன. சந்திக்க வேண்டிய மனிதர்கள், அடைய வேண்டிய சந்தோஷம்

அத்தனையும் மீதமாகத்தான் இருக்கின்றன. உலகின் விஸ்தீரணம், நம் விரல்களால் அளந்து சொல்ல முடியாதது.

ஒவ்வொரு மனிதனும் தன் வாழ்நாளில் எத்தனையோ மீதம் வைத்துப் போய்விடுகிறான். தன் நினைவுகளை, தன் குடும்பத்தை, தன் ஆசைகளை, கனவுகளை இப்படி ஒவ்வொருவரும் மீதம் வைத்ததைத்தான் மற்றவர்கள் சுவீகரித்துக்கொள்கிறார்கள்.

தனி நபர் என்று உலகில் யாருமே கிடையாது. தன்னைச் சுற்றிய மனிதர்களைக் கவனிப்பதும், பகிர்ந்துகொள்வதும் இல்லாமல் போவதே தனிமையாக மிஞ்சியிருக்கிறது. வாழ்வின் துவக்கமும் முடிவும், வயதால் மட்டுமே உருவாவதில்லை. செயல்கள்தான் வாழ்வை அர்த்தப்படுத்துகின்றன.

சீனாவில் இருந்த ஒரு விவசாயி அருகிலிருந்த ஒரு மலையைக் கடந்து போவதற்குச் சுற்றிப் போகவேண்டியிருக்கிறதே என ஒரு வழியை உண்டு பண்ணிக்கொண்டிருந்தான். அந்த வழியாக வந்த அரசன் அவனிடம், "ஏன் இப்படி முட்டாள்தனமான காரியம் செய்கிறாய்? உன் வாழ்நாள் முழுவதும் முயற்சி செய்தாலும் மலையைக் குடைந்து வழியுண்டாக்க முடியாதே" என்றான். விவசாயி, "அது எனக்கும் தெரியும். என் வாழ்நாள் உள்ளவரை நான் குடைந்து வழி உண்டாக்குவேன். பிறகு என் மகன், என் பேரன் என இதே வேலையைச் செய்வார்கள். ஒரு நாள் கட்டாயம் வழி உண்டாகும்" என்றான். மன்னன் நம்ப முடியாமல், மலையைச் சுற்றிக் கடந்து போய்விட்டான்.

சொன்னதுபோலவே, மூன்றாவது தலைமுறையில் அந்த மலையில் ஒரு குடைவுப் பாதை உருவாக்கப்பட்டுவிட்டது. அந்தப் பாதையைத் திறக்க வந்த புதிய அரசன், அதற்கு அந்த விவசாயியின் பெயரைத்தான் வைக்க வேண்டும் என்று சொல்லி, அவனது பேரனை வைத்தே திறக்கச் செய்தான். அநேகமாக, மனிதர்கள் அனைவரும் இதுபோல ஒரு பாதையை உருவாக்கவே முனைந்துகொண்டிருக்கிறார்கள். சிலரது பாதைகள் சாத்தியமாகின்றன. சில பாதைகள் தாற்காலிகமாகச் சாத்தியப்படாமல் போய்விடுகின்றன.

காலத்தின் பாடல் எல்லாப் பொருட்களின் மீதும் எதிரொலித்துக் கொண்டுதான் இருக்கிறது. அந்தப் பாடல்

வெவ்வேறு ரூபங்களை எடுத்துக்கொள்கிறது. நம் காதோரம் வரும் நரைகூட காலத்தின் நுரைபட்ட கறைதான்!

எந்த இமயமலையைக் கடந்துபோவது என்பது நமக்கு அசாத்தியமாக இருக்கிறதோ, அதைக் குருவிகள் தினம் இரண்டு முறை பறந்து கடக்கின்றன. பயிற்சியில்லாததால் மட்டுமே நம்மால் கடந்துபோக முடியவில்லை. நமது கண்டுபிடிப்புகள், சாதனைகள் யாவும் இயற்கையில் எங்கோ எப்போதும் நடந்துகொண்டுதான் இருக்கின்றன.

இயற்கையைப் பச்சை நிறமாக மட்டுமே நாம் அறிந்து வைத்திருக்கிறோம். பச்சை மட்டும் இயற்கையின் நிறமல்ல. இயற்கையில் நிகழ்வது ஒரு நிற ஜாலம். பழுப்பும் மஞ்சளும் பச்சையும் என அது உருமாறிக்கொண்டேயிருக்கிறது. உலகெங்கும் மனிதர்களால் பறிக்கப்படாத, சுவைக்கப்படாத கோடானகோடி பழங்கள், பூக்கள் நிரம்பியிருக்கின்றன. பூமியின் மீது மனிதன் குடியிருக்கும் கையகல இடத்தைத் தவிர, மற்ற யாவும் மீதமாகவே இருக்கிறது. நெருக்கடியும், சிக்கலும், பிணக்கும், மனிதர்கள் ஒரே இடத்தில் அதிகமாகக் குவிந்துபோனதால் மட்டுமே உருவாகிறது.

'துப்பாக்கிகள் தானே வெடிப்பது இல்லை. அதை வெடிப்பதற்கு ஒரு மனிதன் தேவைப்படுகிறான்' என்று சிவப்பு இந்தியர்களிடம் ஒரு பழமொழி உண்டு. வன்முறையும் சிடுக்குகளும் நம்மால்தான் உருவாக்கப்படுகின்றன.

நத்தைகளின் கால்களால் நடந்தால்கூட உலகைச் சுற்றிவர முடியும் என்றுதான் தோன்றுகிறது. மீதமிருக்கும் நாட்களுக்காக, சந்திப்புக்காக, நிகழ்ச்சிகளுக்காக, ருசிக்காக, வேதனைகளுக்காக, சரி தவறுகளுக்காக, என்னைச் சுற்றிய உலகுக்கு, அதன் கருணைக்கு நன்றி சொல்லவே ஆசைப்படுகிறேன். எனக்குப் பிடித்தமானதொரு தேவதச்சனின் கவிதை இருக்கிறது.

'என் நட்சத்திரங்களை வானில் வைத்தேன்
என் ஜலத்தை ஆற்றில்விட்டேன்
என் மனதியை சரித்திரத்தில் நிறுத்தினேன்
இனி தன் இலையை தாம் வியக்கும் மரநிழல் ஊஞ்சலாடுவேன்
என் வேலைதான் முடிந்ததே'

காலத்தின் பாடல் இதுதான் போலும். அல்லது ஒருவேளை, மனிதர்கள் ஒவ்வொருவரும் என்றோவொரு நாள் பாடவேண்டிய பாடலும் இதுதானோ?

■

தேசாந்திரி பதிப்பகம்

உபபாண்டவம்	ரூ.375
நெடுங்குருதி	500
யாமம்	400
துயில்	525
சஞ்சாரம்	340
இடக்கை	375
பதின்	235
நிமித்தம்	450
கடவுளின் நாக்கு	350
உலக இலக்கியப் பேருரைகள்	325
எழுத்தே வாழ்க்கை	175
சிவப்பு மச்சம்	250
பதினெட்டாம் நூற்றாண்டின் மழை	230
தாவரங்களின் உரையாடல்	150
வெயிலைக் கொண்டு வாருங்கள்	140
விழித்திருப்பவனின் இரவு	225
காற்றில் யாரோ நடக்கிறார்கள்	325
கோடுகள் இல்லாத வரைபடம்	75
மலைகள் சப்தமிடுவதில்லை	250
வாசகபர்வம்	210
காண் என்றது இயற்கை	115
செகாவின் மீது பனி பெய்கிறது	150
கூழாங்கற்கள் பாடுகின்றன	75
எனதருமை டால்ஸ்டாய்	100
ரயிலேறிய கிராமம்	150
உலகை வாசிப்போம்	200

நாவலெனும் சிம்பொனி	140
இலக்கற்ற பயணி	175
செகாவ் வாழ்கிறார்	150
தனிமையின் வீட்டிற்கு நூறு ஜன்னல்கள்	150
காட்சிகளுக்கு அப்பால்	75
கால் முளைத்த கதைகள்	100
எலியின் பாஸ்வேர்டு	35
சிரிக்கும் வகுப்பறை	110
விலங்குகள் பொய் சொல்வதில்லை	225
நிலம் கேட்டது கடல் சொன்னது	125
பறந்து திரியும் ஆடு	100
சாக்ரடீஸின் சிவப்பு நூலகம்	70
நகுலன் வீட்டில் யாருமில்லை	150
என்ன சொல்கிறாய் சுடரே	250
நம் காலத்து நாவல்கள்	350
கலிலியோ மண்டியிடவில்லை	125
ஆயிரம் வண்ணங்கள்	140
அயல் சினிமா	150
நான்காவது சினிமா	140
ஏழு தலைநகரம்	200
நூறு சிறந்த சிறுகதைகள்	1000
எஸ்.ராமகிருஷ்ணன் நேர்காணல்கள்	250
காஃப்கா எழுதாத கடிதம்	250
ரயில் நிலையங்களின் தோழமை	125
கதைகள் செல்லும் பாதை	150
தேசாந்திரி	275
கேள்விக்குறி	100
கதாவிலாசம்	
துணையெழுத்து	
எனது இந்தியா	
மறைக்கப்பட்ட இந்தியா	
உறுபசி	

எஸ்.ராமகிருஷ்ணன் கதைகள்
நடந்துசெல்லும் நீருற்று
அப்போதும் கடல் பார்த்துக்கொண்டிருந்தது
புத்தனாவது சுலபம்
வெளியில் ஒருவன்
காட்டின் உருவம்
பால்ய நதி
மழைமான்
குதிரைகள் பேச மறுக்கின்றன
காந்தியோடு பேசுவேன்
நீரிலும் நடக்கலாம்
இலைகளை வியக்கும் மரம்
என்றார் போர்ஹே
ஆதலினால்
வாக்கியங்களின் சாலை
சித்திரங்களின் விசித்திரங்கள்
சிறிது வெளிச்சம்
குறத்திமுடுக்கின் கனவுகள்
சாப்ளினுடன் பேசுங்கள்
பிகாசோவின் கோடுகள்
பதேர் பாஞ்சாலி நிதர்சனத்தின் பதிவுகள்
உலக சினிமா
பேசத்தெரிந்த நிழல்கள்
இருள் இனிது ஒளி இனிது
பறவைக் கோணம்
சாமுராய்கள் காத்திருக்கிறார்கள்
கிறுகிறு வானம்
சைக்கிள் கமலத்தின் தங்கை
குற்றத்தின் கண்கள்
சிறிது வெளிச்சம்
இந்தியவானம்
வீடில்லா புத்தகங்கள்